அர்த்தநாரி

பெருமாள்முருகனின் பிற நூல்கள்
[காலச்சுவடு வெளியீடு]

நாவல்

- ஏறுவெயில்
- நிழல் முற்றம்
- கூளமாதாரி
- கங்கணம்
- ஆளண்டாப் பட்சி
- பூக்குழி
- மாதொருபாகன்
- ஆலவாயன்
- பூனாச்சி அல்லது ஒரு வெள்ளாட்டின் கதை
- கழிமுகம்
- நெடுநேரம்

சிறுகதை

- பெருமாள்முருகன் சிறுகதைகள் (1988 – 2015)
- சேத்துமான் கதைகள்
- மாயம்
- வேல்!
- போண்டு

கவிதைகள்

- மயானத்தில் நிற்கும் மரம்
- கோழையின் பாடல்கள்

கட்டுரைகள்

- துயரமும் துயர நிமித்தமும்
- கரித்தாள் தெரியவில்லையா தம்பீ . . .
- பதிப்புகள் மறுபதிப்புகள்
- வான்குருவியின் கூடு (தனிப்பாடல் அனுபவங்கள்)
- கெட்ட வார்த்தை பேசுவோம்
- ஆர். ஷண்முகசுந்தரத்தின் படைப்பாளுமை
- நிழல்முற்றத்து நினைவுகள்
- நிலமும் நிழலும்
- தோன்றாத் துணை
- மனதில் நிற்கும் மாணவர்கள்
- மயிர்தான் பிரச்சினையா
- அப்படியெல்லாம் மனசு புண்படக்கூடாது
- காதல் சரி என்றால் சாதி தப்பு
- பாதி மலையேறுன பாதகரு
- கவிதை மாமருந்து
- உ.வே. சாமிநாதையரை ஒதுக்கலாமா?

பதிப்புகள்

- சாதியும் நானும் (அனுபவக் கட்டுரைகள்)
- கு.ப.ரா. சிறுகதைகள் (முழுத் தொகுப்பு)
- கருவளையும் கையும்

தொகுத்தவை

- உடைந்த மனோரதங்கள்
- பிரம்மாண்டமும் ஒச்சமும்
- பறவைகளும் வேடந்தாங்கலும் – மா. கிருஷ்ணன்
- உ.வே.சா. பன்முக ஆளுமையின் பேருருவம் (கட்டுரைகள்)
- தீட்டுத்துணி – சி.என். அண்ணாத்துரை (தேர்ந்தெடுத்த சிறுகதைகள்)
- கூடுசாலை – சி.சு. செல்லப்பா (கிளாசிக் சிறுகதைகள்)

அர்த்தநாரி
பெருமாள்முருகன் (பி. 1966)

படைப்புத் துறைகளில் இயங்கிவருபவர். அகராதியியல், பதிப்பியல், மூலபாடவியல் ஆகிய கல்விப்புலத் துறைகளிலும் ஈடுபாடுள்ளவர்.

2023ஆம் ஆண்டுக்கான 'பன்னாட்டுப் புக்கர் விருது' நெடும் பட்டியலில் 'பூக்குழி' நாவலின் ஆங்கில மொழிபெயர்ப்பு 'Pyre' இடம்பெற்றது. இவரது 'ஆளண்டாப் பட்சி' நாவலின் ஆங்கில மொழிபெயர்ப்பான 'Fire Bird' நூலுக்கு 2023ஆம் ஆண்டு ஜேசிபி இலக்கியப் பரிசு வழங்கப்பட்டது.

அன்பார்ந்த வாசகருக்கு,

வணக்கம்.

காலச்சுவடு நூலை வாங்கியமைக்கு நன்றி.

நூலின் உள்ளடக்கம், உருவாக்கம், அட்டைப்படம் இன்ன பிற அம்சங்கள் பற்றிய உங்கள் கருத்துகளையும் ஆலோசனைகளையும் காலச்சுவடு வரவேற்கிறது. தகவல், எழுத்து, வாக்கியப் பிழைகள் தென்பட்டால் அவசியம் தெரிவித்து உதவுங்கள். நூல் தயாரிப்பில் கடும் குறைபாடு இருப்பின் மாற்றுப் பிரதி உங்களுக்குக் கிடைக்கக் காலச்சுவடு ஏற்பாடு செய்யும்.

மின்னஞ்சல்: **publisher@kalachuvadu.com**

காலச்சுவடு நாகர்கோவில் அலுவலகத்திற்குக் கடிதம் அனுப்பலாம்.

தங்கள்
எஸ்.ஆர். சுந்தரம் (கண்ணன்)
பதிப்பாளர் — நிர்வாக இயக்குநர்

Unauthorised use of the contents of this published book, whether in e-book or hardcopy format, for any type of Artificial Intelligence (AI) training — including but not limited to Machine Learning, Deep Learning, Natural Language Processing, Computer Vision, Chatbot Training, Image Recognition Systems, Recommendation Engines, and Language Models — is strictly prohibited without prior licensing from the publisher. Any such unauthorised use may result in legal action.

பெருமாள்முருகன்

அர்த்தநாரி

காலச்சுவடு பதிப்பகம்

அர்த்தநாரி ❖ நாவல் ❖ ஆசிரியர்: பெருமாள்முருகன் ❖ © பெருமாள் முருகன் ❖ முதல் பதிப்பு: டிசம்பர் 2014, திருத்தப்பட்ட இரண்டாம் பதிப்பு: டிசம்பர் 2016, பதினைந்தாம் பதிப்பு: ஆகஸ்ட் 2025 ❖ வெளியீடு: காலச்சுவடு பப்ளிகேஷன்ஸ் (பி) லிட்., 669 கே. பி. சாலை, நாகர்கோவில் 629001

arttanaari ❖ Novel ❖ Author: PerumalMurugan ❖ © Perumal Murugan ❖ Language: Tamil ❖ First Edition: December 2014, Revised Second Edition: December 2016, Fifteenth Edition: August 2025 ❖ Size: Demy 1 x 8 ❖ Paper: 18.6 kg maplitho ❖ Pages: 192

Published by Kalachuvadu Publications Pvt. Ltd., 669 K.P. Road, Nagercoil 629001, India ❖ Phone: 91-4652-278525 ❖ e-mail: publications @kalachuvadu.com ❖ Printed at Mani Offset, Chennai 600077

ISBN: 978-93-82033-87-5

08/2025/S.No. 621, kcp 5967, 18.6 (15) urss

பெருவயிற்றுக்காரர்
இளமையில் பாரவண்டி ஓட்டியும்
முதுமையில் சந்தைதோறும்
வெங்காயம் விற்றும் பிழைத்தவர்
என் அப்புச்சி
மாரியின் நினைவுக்கு

முன்னுரை

அவன் வாழட்டும்

'மாதொருபாகன்' நாவலின் முடிவில் 'காளி' என்னவானான் என்னும் வினா அதை வாசித்த பலருக்கும் எழுந்திருக்கிறது. அதற்குக் கொஞ்சம் விடை சொல்லிப் பார்க்கலாம் என்னும் ஆவலில் இரண்டு நாவல்களை எழுதினேன். இருக்கிறானா, போய்விட்டானா என்னும் மயக்கத்தில் இருந்து விடுவித்துக் காளியைப் பிழைக்க வைத்தேன். அதுதான் 'அர்த்தநாரி.' காளி ஒரு சராசரி. சராசரி உலகத்தின் எல்லை மிகவும் குறுகியது. காளியின் தொண்டுப்பட்டியைப் போல. அதற்குள்ளிருந்து கொஞ்சம் வெளியே கொண்டுவந்து காளியை உலவவிட்டுப் பார்த்தேன். அவன் அதற்கெல்லாம் லாயக்கானவன் அல்ல. திரும்பவும் போய்த் தொண்டுப்பட்டிக்குள்ளேயே புதைந்துகொண்டான். சரி, அவன் வாழட்டும்.

'அர்த்தநாரி'யை எழுதும்போது பெரும் சுதந்திர மனநிலையில் இருந்தேன். என் மனமும் கைகளும் வெகு இயல்பாக இணைந்தன. அதன் வெளிப்பாடுகளை இதில் பரக்கக் காணலாம். இன்றைக்கு நாம் வாழும் வாழ்வில் இத்தனை சுதந்திர மனநிலை கூடாதோ என்று இப்போது தோன்றுகின்றது. இனிமேல் இப்படி ஒரு மனநிலை என் வாழ்நாளில் வாய்க்கவே பெறாது என்றுதான் நினைக்கிறேன். ஆகவே அரிதினும் அரிதான சந்தர்ப்பத்தில் உருவான நாவலாக இதைப் போற்றுகின்றது என் மனம்.

இது 'அர்த்தநாரி'யின் இரண்டாம் பதிப்பு. முதல் பதிப்புப் பிரதியில் சிற்சில மாற்றங்கள்

செய்த புதிய பதிப்பு. இதை நாவலென்றும் நாவல் என்றால் புனைவு என்றும் புரிந்துகொள்ள வேண்டுகின்றேன். அதாவது இது முழுக்கவும் கற்பனை என்று சொல்லிக்கொள்கிறேன். இதில் இடம்பெறும் பெயர்கள் எவரையும் எவ்விடத்தையும் குறிப்பனவல்ல என்பதையும் குறிப்பிட்டுச் சொல்ல விரும்புகிறேன். இந்நாவலில் பாலியல் சார்ந்த பல்வேறு நாட்டுப்புறக் கதைகள், சம்பவங்கள், வழக்குகள், சொற்கள் பயன்படுத்தப்பட்டுள்ளன. இவை எழுத்தின் மூலம் நான் கட்டியமைக்க விரும்பிய உலகிற்குத் தேவைப்பட்டன. அதை உணர்ந்து வாசிப்பது நல்லது. அவற்றை ஏற்றுக்கொள்ள இயலாமல் அசூயை கொள்வோர் வாசிப்பதைத் தயவுசெய்து தவிர்த்துவிடுங்கள் என்று வணங்கிக் கேட்டுக்கொள்கிறேன். நன்றி.

நாமக்கல் **பெருமாள்முருகன்**
26–11–16

அர்த்தநாரி

1

பூவரசின் வெட்டுப்பட்ட வாதையே பார்த்துக் கொண்டிருந்தான் காளி. கை வெட்டப்பட்டுத் தோளிலிருந்து சிறுதுண்டு நீட்டிக்கொண்டிருப்பது போலத் தோன்றியது அது. விழுந்த அரிவாள் வெட்டுக்களின் தடம் செதில்செதிலாகக் காய்ந்து தெரிந்தது. அம்மாவின் வற்புறுத்தல் தாங்காமல் அவன்தான் வாதை வெட்டினான். அவனுக்கு மிகவும் பிடித்த வாது அது. மரம் இரக்கப்பட்டுத் தன் கை ஒன்றைத் தாழ்த்தி நீட்டி 'வந்து ஏறிக்கொள்' என்று பிரியத்துடன் சொல்வது போலிருக்கும். உற்சாகம் வந்துவிட்டால் சட்டென்று ஓடித் தாவி அதை எட்டிப் பிடித்துத் தொங்குவான். கை வலி பொறுக்கும்வரை குஞ்சித் தூரி ஆடுவான். பின் எட்டிக் குதித்தால் ஐந்தாறு அடி தாண்டி நிற்பான். மரத்தடியில் கட்டியிருக்கும் எருதுகளும் மாடுகளும் கண்கள் மிரள அவனைப் பார்க்கும்.

அவன் மாமன் வீட்டுப் பையன்கள் ஒருவருசம் நோம்பிக்கு வந்தபோது அந்த வாதில்தான் தூரி கட்டிக் கொடுத்தான். உந்தி ஆடினால் எந்த இடைஞ் சலும் இல்லாமல் வெகுதூரம் போய்வரலாம். வாது ஒருபயில்வான் தன் கையை விறைப்பாக வைத்திருப்பது போல வைத்திருக்குமே தவிர இளகிக் கொடுக்காது. முறிந்துவிடும் என்றெல்லாம் பயமே இல்லை. அதை வெட்ட வேண்டியாகி விட்டதே என்று அவனுக்கு வருத்தம்தான். ஆனால் அம்மா அதை வெட்டியே ஆக வேண்டும் என்று சொல்லிவிட்டாள். மரத்தையே வெட்ட வேண்டும் என்று சொன்னதற்கு அவன் தீவிரமாக மறுத்ததால் வாதோடு நின்றாள்.

அன்றைக்கு இருந்த நிலையில் அவன் கண்ணுக்கு அந்த வாது வாகாகப் பட்டது. அது என்னவோ வாவென்று தன்னை மிகவும் விருப்பத்தோடு கூப்பிடுவது மாதிரி இருந்தது. அந்தக் கணத்தைச் சாவால் தவிர வேறு எதனாலும் கடக்க இயலாது என்னும் நிலைக்கு வந்திருந்தான். சாதாரணமா அது? ஒருஆளை ஏமாற்ற எத்தனை பேர் சேர்ந்து திட்டம் போட்டிருக்கிறார்கள். அம்மா, மாமியார், மாமனார், மச்சினன், பொன்னா. எல்லாரும் ஒத்துக்கொண்டிருக்கலாம். பொன்னா எப்படி இதற்கு ஒப்புக்கொள்ள முடியும்? இன்னொருத்தனோடு படுத்துக்கொள்ள அவள் மனதில் ஆசை இல்லாமல் இதற்கு எப்படிச் சம்மதித்திருப்பாள்? அரிவாளை எடுத்துக்கொண்டு போய் ஒரே வீச்சில் தலை வேறு முண்டம் வேறாக அவளை வெட்டிப் போடலாம் என்றுதான் முதலில் வெறியாக இருந்தது. ஆனால் அது கொஞ்சநேரத் துடிப்போடு அடங்கிப் போகும். 'பொண்டாட்டிய வெட்டிக் கொன்னவன்' என்னும் பேரோடு மிச்சக் காலத்தைக் கழிக்க வேண்டியிருந்திருக்கும். அவள் வாழ்நாள் முழுக்கவும் நினைத்து நினைத்து அழ வேண்டும். அப்பேர்ப்பட்ட தண்டனை என்பது தன் சாவுதான் என்று தோன்றியது.

செத்தொழிந்தால் மிச்சக் காலத்தின் துயரமும் இல்லை என்றும் எண்ணம் ஓடியது. 'நீ தவிச்சுக் கெடக்கோணும்டி' என்று அவன் வாயில் வார்த்தைகள் வெளியாயின. அதையே மந்திரம் போலப் பலமுறை சொல்லிக்கொண்டான். பற்கள் கடிபடச் சொன்னபோது வேகம் ஏறிற்று. போரில் சோளத்தட்டு உருவிக் கட்டிக் கொண்டுவந்து போட்டிருந்த வடக்கயிற்றின் நீளத் துண்டு கண்களில் பட்டது. பழைய கயிறு என்றாலும் பிணிகள் மிகுந்திருந்ததால் ஒருபோதும் அறுந்து போகாது என்பது உறுதி. அதை எடுத்து வந்து நின்றபடி வாதுக்கு வீசினான். வாதில் விழுந்து பாம்பின் வாலென ஆடிற்று. இழுத்துச் சுருக்குப் போட்டு விட்டான். கழுத்தில் மாட்டுவதற்கான சுருக்கைப் போட்டுவிட்டு ஏறி உதைத்துவிடக் கொஞ்சம் உயரமான பொருள் ஏதாவது வேண்டும் என்று தேடி உள்ளே போனான். கோழி அடைத்திருந்த பேரணைக்கூடை தெரிந்தது. கூடையைத் தூக்கினான்.

கோழிகள் கொக்கரித்துக் கொண்டு ஓடின. இன்னும் இருட்டு முழுவதும் வடியவில்லை. சல்லடைக் கண்களுக்குள் தெரிவது போல வெளிச்சம் வந்திருந்தது. கோழிகள் இருட்டில் அலைந்தன. கூடையைக் கொண்டுபோய்க் கயிற்றடியில் போட்டான். கோழிகளின் கொக்கரிப்புச் சத்தம் அதிகமாயிற்று. அவன் இல்லை என்பதால் கட்டுத்தரை வேலைகளைப்

பார்க்கலாம் என்று சாலைப் புளியமரங்களில் காக்கைகள் எழுந்து கத்தத் தொடங்கிய சத்தம் கேட்டதும் சீக்கிரமாய் எழுந்து வந்த சீராயி கோழிகளைப் பிடிக்கக் காட்டுப்பூனை ஏதோ வந்துவிட்டது, அதுதான் கோழிகள் எல்லாம் இப்படி அபயக்குரல் எழுப்புகின்றன என்று நினைத்துத் 'தூய் தூய்' என்று கத்திக்கொண்டு வேகமாக ஓடி வந்தாள். தொண்டுப்பட்டிப் படல் திறந்து கிடந்தது. எவனோ கோழி பிடிக்கும் திருடன் வந்திருக்கலாம், தொண்டுப்பட்டியில் படுக்காமல் கொஞ்சம் பயமாக இருந்ததால் வளவு வீட்டுக்குப் போய்விட்ட தன் செயலை நொந்தபடி உள்ளே ஓடி வந்தவள் கண்ணில் நேராகக் காளி பட்டான். நிழல் வெளிச்சம்தான் என்றாலும் அவளுக்கு நன்றாகத் தெரிந்தது. கூடையைப் போட்டு ஏறப் போனவனையும் வாதில் தொங்கிய சுருக்கையும் பார்த்ததும் அவளுக்குத் தெளிவாகிவிட்டது.

நெஞ்சில் அடித்தபடி ஓடிப் போய்க் கீழே விழுந்து 'எஞ் சாமீ' என்று அவன் கால்கள் இரண்டையும் வலுவாகக் கட்டிக்கொண்டாள். ஒவ்வொரு கையையும் ஒவ்வொரு கால் சந்துக்குள் விட்டு இரும்பு விலங்கென அவற்றைப் பிடித்தாள். அவனால் கால்களை அசைக்க முடியவில்லை. சரியான நேரத்தில் வந்து தடுக்கிறாளே என்னும் வெறி பீடித்துக் கால்களை 'உடும்மா' என்று உதறினான். அவள் விடவேயில்லை. முருங்கைக் குச்சி போல் இருக்கும் அவள் உடம்புக்குள் இத்தனை வலு ஏறியிருக்கும் என்று அவன் எதிர்பார்க்கவில்லை. பொறிக்குள் சிக்கிய எலியாய்க் கால்கள். 'உடும்மா' என்று எரிச்சல் பட்டான். இப்போது அவன் வெறி கொஞ்சம் தணிந்திருந்தது. 'உன்னய நம்பித்தான்டா இத்தன வருசமா இந்த உசிர வெச்சிக்கிட்டு இருக்கறன். என்னயத் தூக்கி மொத அதுல மாட்டு. துள்ளத் துடிக்க நான் சாவறதக் கண்ணால பாத்துட்டு அப்பறம் நீ மாட்டிக்க. இன்னொரு வாதா மரத்துல இல்லாத போயிருச்சு' என்று கத்தினாள்.

அவளுடைய உருக்கமான குரலில் அவன் போதை முழுக்கவும் இறங்கிப்போயிருந்தது. 'செரி, உடும்மா. ஒன்னுஞ் செஞ்சுக்க மாட்டன் உடு' என்று கால்களை அவளிடமிருந்து விடுவிக்க முயன்றுகொண்டே சொன்னான். அவள் 'எம்மேல சத்தியம் பண்ணு' என்றாள். 'உம்மேல சத்தியம், உடும்மா' என்றான். 'கூளித்தாயி மேல சத்தியம் பண்ணு' என்றாள். 'கூளியாயா மேல சத்தியம். உடும்மா' என்றான். இப்போது அவனுக்கு யாராவது இந்தக் காட்சியைக் கண்டுவிட்டால் அவமானமாகப் போய்விடுமே என்னும் எண்ணம் வந்திருந்தது.

கால்களை வேகமாக விட்டவள் கூடையைத் தூரத் தள்ளி எறிந்து தானும் படுத்தவாக்கில் விழுந்தாள். காளிக்குத் தெளிச்சி வந்திருந்தது. அம்மா வராமல் இருந்திருந்தால் அடிவானம் சிவந்து கிடக்கும் காட்சியைத் தன்னால் பார்த்திருக்க இயலாது என்று நினைத்தான்.

கட்டுத்தரையின் ஓரமாய் இருந்த மொடாவுக்கு போய்த் தண்ணீரை அள்ளினான். கை உள்ளே போனபடியே இருந்தது. மொடாவில் தண்ணீர் பாதிக்கும் கீழாக இருந்தது. காளி தொண்டுப்பட்டியில் இருந்திருந்தால் இந்நேரம் தாழிகள், மொடாக்கள் எல்லாவற்றையும் நிரப்பியிருப்பான். பக்கத்தில் கிடந்த சொப்பை எடுத்துத் தண்ணீர் மொண்டு மூஞ்சியில் அடித்துக் கழுவினான். அதே நீரை வாய் வைத்துக் குடித்தான். மூச்சு வாங்கியது. அப்படியே உட்கார்ந்தான். தன்னை வாரிச் சுருட்டி எழுந்து உட்கார்ந்த சீராயி மாரில் அடித்துக்கொண்டு பாட ஆரம்பித்தாள்.

பழுத்த ஓலயெல்லாம் பளபளன்னு தானிருக்கப்
பச்ச ஓலயிங்கே பரதேசம் போவங்குதே
பட்ட மரமெல்லாம் பூரிச்சு நிக்கையிலே
பச்ச மரமிங்கே பரதேசம் போவங்குதே
கடையோல எல்லாமே கவ்வி நிக்கையிலே
குருத்தோல தானிங்கே கழண்டு உழுவங்குதே
உளுத்த மரமெல்லாம் ஓசந்து நிக்கையிலே
உயிரான மரமிங்கே ஒழிஞ்சு போவங்குதே.

உயிரை விடும் வேகமடங்கி இவ்வுலக உணர்வு அவனுக்குத் தலைதூக்கி விட்டது. தொண்டுப்பட்டிக்கு வெளியே கண்ணோட்டினான். காடுகரைக்கு ஆடுமாடுகளைப் பிடித்துக்கொண்டு இட்டேரி வழியாகச் செல்பவர்கள் காதில் இந்த ஒப்பாரி விழுந்தால் ஓடி வந்துவிடுவார்கள். தொங்கும் கயிற்றைப் பார்த்தால் போதும். 'காளி நாணுக்கிடக் கவுறு போட்டுக்கிட்டான்' என்று ஊரெல்லாம் பரப்பிவிடுவார்கள். அதற்குப் பதில் சொல்லி மாளாது. ஒருநொடி நேரத்தில் தலையெழுத்து மாறிவிட்டது. கொதித்த எண்ணங்கள் அடங்கிக் கவுரவம் பார்க்கத் தொடங்கிவிட்டது மனம். 'உசுரோடதான இருக்கறன். எதுக்கு இப்ப ஒப்பாரி வெக்கற. காலங்காத்தால ஆராச்சும் பாத்தா மானக்கேடு' என்று இரைந்தான்.

எழுந்து ஓடிவந்துஅவன் தலையைப் பற்றிப் பிடித்து ஆட்டி 'உனக்கு என்ன கஷ்டம்டா வந்திருச்சி, உசுர மாச்சுக்கற அளவுக்கு. இப்ப மானக்கேடுங்கறியே, ஒருநொடி நான் வர்லீன்னாக்

காலத்துக்கும் மானக்கேடு பண்ணீட்டுப் போயிருப்பயேடா' என்று கத்தினாள். 'எல்லாருஞ் சேந்து எனக்குத் தெரியாத மானக்கேடுதான் பண்ணீட்டிங்களே. இன்னமே நான் இந்த உசுர வெச்சிக்கிட்டு ஒரு ஆம்பளயின்னு பொழைக்கோணுமா' என்று பொங்கி அழுதான். கட்டிலில் போய் உட்கார்ந்த அவன் தலையைத் தடவி 'எஞ்சாமீ அப்பிடி நெனைக்காதீடா. எல்லாம் உன்னோட நல்லதுக்குத்தான். நல்லது கெட்டது புரியாத கொழந்தயா நீ இன்னம் இருக்கற. நாந்தான உனக்கு நல்லதச் செய்யோணும். அதான் செஞ்சன்' என்று ஆதரவாய்த் தன்மேல் சாய்த்துக்கொண்டாள்.

2

‘சாமீ . . . எதுனாலும் பேசிக்கலாம்பா. உசுர உட மட்டும் நெனைக்காத’ என்றவள் பூவரசையும் தொங்கும் கயிற்றையும் பார்த்தாள். ‘இந்த மரம் இன்னமே ஆவாது. வளத்த மரம் உசுருக்கே எமனா வந்து நின்னுருச்சே. கோடாலிய எடுத்தா இப்பவே வெட்டிப் போட்ரலாம்’ என்று ஆவேசமாகச் சொல்லி எழுந்தாள். ‘ஒரு உசுரப் பலி கேட்டிருக்குது. அந்த உசுரையே குடுத்தரலாம் எந்திருப்பா’ என்றாள். அவன் தன் அழுகையைக் கட்டுப்படுத்திக்கொண்டான். ‘நாம எத்தனையோ செய்யறம். அதுக்கு மரம் என்னம்மா பண்ணும்? இத்தாப் பெரிய மரத்தக் கொஞ்சநேரத்துல வெட்டிப் போட்ரலாம். இத வளக்கறதுக்கு எத்தன வெருசம் ஆவும் தெரீமா?’ என்றான்.

‘மரத்துக்குச் சொல்ற நாயம் மனசனுக்கு இல்லயாடா சாமீ... ஒத்தயா ஒருபொம்பளையா எல்லாத்தயும் பாத்து உன்னய வளக்கறதுக்கு நாம் பட்ட கஷ்டத்த இதா இந்தப் பூமியும் அதா அந்தப் பொழுதும் அறியும். அப்பேர்ப்பட்ட உசுரக் கண்ண மூடிக் கண்ணத் தொறக்கறதுக்குள்ள போக்கிக்கத் தெரிஞ்சயேடா. சொல்லு, நீ இன்னைக்குப் போயிட்டு நாளைக்குக் காத்தால எனக்கு இத்தாச் சோட்டுப் பையன எங்கண்ணு முன்னால நிறுத்தீருவியா?’ என்று கோபத்தோடு கேட்ட சீராயிக்கு இப்போது பேச வேண்டிய நேரமல்ல என்று தோன்றியது. ‘செரி, மரத்த வெட்டாட்டிப் போவுது, அந்த வாத வெட்டீரோணும் வா’ என்று கையைப் பிடித்து இழுத்தாள். அவன் அரிவாளை எடுத்து வந்தான். பூவரசின் மேல் லேசான தடுமாற்றத்தோடு ஏறி வாதை வெட்டினான். வாது நல்ல சேவேறியிருந்தது.

கலப்பைக்கோ ஏர்க்காலுக்கோ ஆகும் என்று நினைத்தான். இந்தச் சமயத்திலும் தன் நினைவு இப்படிப் போகிறதே என்று ஆச்சர்யமும் உண்டாயிற்று.

அடியிலிருந்த மாடுகளைச் சீராயி பிடித்துக் கொண்டுபோய் வெளியே கட்டிவிட்டு யாராவது கண்ணுக்குத் தெரிகிறார்களா என்று பார்த்தாள். இட்டேரி மேல் சிலர் போவது தெரிந்தது. இந்த நேரத்தில் இங்கே வருபவர் யாருமில்லை என்று தைரியம் வந்தது. நெடிய வாது பெருஞ்சத்தத்துடன் வீழ்ந்தது. அதன் அடிப்பகுதி லேசான செம்மை கலந்த வெண்ணிறத்தில் வாயைப் பிளந்து கதறுவதாய்த் தெரிந்தது. அரிவாளைக் கீழே போட்டுவிட்டு நிதானமாக இறங்கினான். இந்நேரம் அந்த உயரத்திலிருந்து குதித்திருப்பான். அப்போதைய மனநிலை அப்படியில்லை. இறங்கிக் கட்டிலில் உட்கார்ந்தான். ஏனோ தலை சுழன்று தூக்கம் வருவது போலிருந்தது. அப்படியே படுத்து வெகுநேரம் தூங்க வேண்டும் என உடல் வற்புறுத்தியது. தொண்டுப்பட்டிக்குள் இன்றைக்குச் சாணி அள்ளாததால் அதைக் கால்களால் கீறிப் பறைத்துக் கட்டுத்தரை முழுவதும் இறைத்து அதற்குள் இரை தேடிக்கொண்டிருந்த கோழிகளைப் 'பாபா பா . . . பாபா . . . பா' என்று நைச்சியமாகச் சீராயி கூப்பிட்டாள். எல்லாம் ஓடி வந்தன. கொட்டாய்க்குள் இருந்து படியில் சோளத்தை அள்ளி வந்த அவள் அவற்றைத் தன் காலடிக்குள்ளேயே கொட்டினாள். கோழிகளில் சேவல்கள் முன்னேறி ஓடிவந்து சோளத்தை வேகமாகக் கொத்தின. எல்லாக் கோழிகளும் வந்து சேரவும் பெருங்கூட்டமாய் அவை சேர்ந்தன. அவை எதிர்பார்க்காத தருணத்தில் சட்டெனக் குனிந்து சேவல் ஒன்றை இருகைகளாலும் அழுத்திப் பிடித்தாள்.

சேவல் துள்ளிக் கத்தியது. மற்றவை இறக்கை அடித்துச் சட்டெனப் பறந்து தள்ளி ஓடிய அவை மீண்டும் தயக்கத்தோடு இரையை நோக்கி வந்தன. பிடிபட்ட சேவல் அவளிடமிருந்து பிடுங்கிக்கொள்ள முயன்றது. பெருங்கூட்டுச் சேவல். ஆனால் இளஞ்குஞ்சுதான். கீழே கிடந்த சரடு ஒன்றை எடுத்து அதன் காலில் கட்டினாள். பின் கொட்டாயின் பக்கத் தாங்கலில் சரட்டைக் கட்டினாள். அது கொக்கரித்துக்கொண்டு இரைக்கு இழுத்தது. கட்டிருந்த காலை உதறியது. நிறைகுடமாய் இறக்கி வைத்திருந்த குடத்தில் தண்ணீர் சில்லென்றிருந்தது. அதை அப்படியே தூக்கிப் போனாள். கட்டிலில் படுக்கப் போன காளியைச் 'சாமீ… இங்க வா' என்றாள். அவன் எதிர்பார்க்காத தருணத்தில் தலையோடு ஊற்றினாள். 'என்னம்மா' என்று வேட்டியை அவிழ்த்துவிட்டுக் கோவணத்தோடு நின்றவனுக்கு

அந்தத் தண்ணீர் போதவில்லை. மொடாவிலிருந்த நீரையும் அள்ளி ஊற்றிக்கொண்டான். அதற்குள் மாற்றுக் கோவணத்தைக் கொண்டு வந்தாள். கோவணத்தை மாற்றிக்கொண்டு அவள் நீட்டிய துண்டால் உடம்பைத் துவட்டினான். தலைமயிர் முதுகு வரைக்கும் நீண்டு தொங்கியது. அதையும் துண்டால் துவட்டினான்.

போதையினாலா சோர்வினாலா என்று தெரியவில்லை, தூக்கத்தைக் கட்டுப்படுத்தவே முடியவில்லை. என்றாலும் 'சாமீ சாமீ' என்று சீராயி அவனை விடவில்லை. கட்டியிருந்த சேவலை அவிழ்த்து வந்து மரத்தடியில் அறுக்கச் சொன்னாள். சேவல் கத்தாமல் தலைப்பக்கம் கழுத்தை அவள் அழுத்திப் பிடித்துக்கொண்டாள். அவன் கழுத்தை அறுத்தான். 'செரி, நீ போய்ப் படுத்து நல்லாத் தூங்கு. எதயும் நெனக்கக் கூடாது. சோறாக்கிச் சாறு காச்சீட்டு எழுப்பறன். மாடெல்லாம் நான் பாத்துக்கறன். நீ தூங்கு போ' என்றாள். தலை ஈரம்தான் காயாது போலிருந்தது. மயிரை விரித்து விட்டுக்கொண்டு அப்படியே கொட்டாய்க்குள் இருந்த கட்டிலில் போய் விழுந்தான். 'பெரிய உசுருக்குப் பதிலா இந்தச் சின்ன உசிரு போவோணும்னு இருந்திருக்குது. பாவம். ஆருக்கு என்னைக்குன்னு காலன் விதிச்சிருக்கறது ஆருக்குத் தெரியும்' என்று யோசித்துக் கொண்டிருந்தவன் உடனே ஆழ்ந்து தூங்கிப்போனான்.

ஊரில் என்ன நடந்திருக்கக்கூடும் என்பதை முழுமையாகச் சீராயியால் ஊகிக்க முடியவில்லை என்றாலும் எப்படியோ காளிக்கு விஷயம் தெரிந்துவிட்டது என்பது மட்டும் புரிந்தது. அந்த நேரத்தில் கூளியாயித் தாயிதான் தன்னை அனுப்பி வைத்திருக்கிறாள் என்று தோன்றியது. சேவலின் ரத்தம் முழுவதையும் பூவரசின் அடியில் விட்டாள். மரத்தின் சேவைக் கரைத்து ஊற்றியது போல மரத்தடிப் பக்கம் சிவந்தது. 'போதுமா உனக்கு ரத்தம்? உசிரக் குடிக்கத்தான் இத்தன வருசம் உன்னய வளத்தி இங்க உட்டு வெச்சிருக்கறமா? இந்தக் காவோட நிறுத்திக்கோணும். ஆமா' என்று மரத்திடம் பேசியவள் சேவலின் தலையையும் உடலையும் எடுத்துக்கொண்டு போய் ஒருகூடையில் போட்டு ஓலையால் மூடிக் கொட்டாய்க்குள் வைத்தாள். கட்டிலில் காளி சீராகத் தூங்கிக்கொண்டிருப்பதைப் பார்த்தாள். 'இந்நேரம் பாடயில தூங்கியிருப்பியேடா' என்றவளுக்குத் துக்கம் பொங்கியது. சத்தமிட்டு ஒப்பாரி வைத்தால் நன்றாக இருக்கும் என்று தோன்றியது. இப்போது வேண்டாம் என்று தன்னைக் கட்டுப்படுத்திக் கொண்டாள். 'கால நீட்டிப் படுக்கக் காலுள்ள கட்டலு இருக்குது. காலில்லாக் கட்டிலுக்கு காலம் இன்னம் வல்லீடா சாமீ' என்று மட்டும் மனதுக்குள் முனகிக்கொண்டாள்.

தொண்டுப்பட்டியின் மூலைக்குப் போய்க் காய்ந்து கிடந்த ஐந்தாறு ஓலைகளை எடுத்து ஒன்றாகப் போட்டாள். கீழே பேருடலாய்ச் சாய்ந்து கிடந்த பூவரசங் கொம்பில் கட்டியிருந்த கயிற்றை அவிழ்த்தாள். பிடி இறுகியிருந்தது. அதைப் பார்க்கப் பார்க்க அவளால் தாங்க முடியவில்லை. 'காடிருக்க ஊடிருக்கக் கட்டுனவ முன்னிருக்கக் கவுறு போடக் காரணந்தான் உண்டா சாமீ' என்று முனகலாய்ச் சொல்லியபடி அழுதாள். அரிவாளை எடுத்து வந்து ஒருவெட்டுப் போட்டாள். வடக்கயிற்றின் சில பிணிகள் தெறித்தன. நான்கைந்து வெட்டில் கயிற்றை எடுத்துவிட்டாள். மேல்பக்கம் பிடித்ததும் கீழே சுருக்குத் தொங்கியது. அதில் ஏதோ தன் கழுத்தே மாட்டியிருப்பது போன்ற உணர்வு தோன்றத் தலையைச் சிலுப்பிக்கொண்டாள்.

ஓலையோடு கயிற்றையும் கொண்டுபோய்ச் சேர்த்துப் போட்டாள். இன்னும் மனதில் பரபரப்பு அடங்கவில்லை. ஒருஉயிரைப் பிடித்து நிறுத்திவிட்ட பரபரப்பு. திடுமென நினைவு வர எழுந்து போய்ப் பூவரசங் கொம்பைப் பார்த்தாள். பின் அதை வெளியே கொண்டு போக இழுத்தாள். அடி பெருத்தும் நுனி நீண்டும் வெகுதூரம் வரை அது ஓடிக் கிடந்தது. அவளால் அதைத் துளியும் நகர்த்த முடியவில்லை. ஆனால் வாது அங்கேயே கிடப்பது என்னவோ போலிருந்தது. வெளியே காட்டுக்குள் கட்டியிருந்த எருதுகளைப் பார்த்தாள். உடனே அவற்றை அவிழ்த்துப் பிடித்து வந்தாள். பூவரசங் கொம்பை நடுவில் இருக்கும்படி வைத்து இரண்டு எருதுகளின் கழுத்துக் கயிற்றையும் அதில் கட்டினாள். 'ஹேய் ஹேய்' என்று அவற்றை ஓட்டினாள். பாரத்தை அறியாமல் தலையைப் பின்னால் திருப்பிய எருதுகள் சுதாரித்துக்கொண்டு பூவரசங் கொம்பை இழுத்தன.

வெகுநீளம் பெருத்திருந்த அதன் நுனியில் இலைகளும் கோல்களும் அடர்ந்திருந்தன. அவை தொண்டுப்பட்டிக் கடவுக்குள் நுழையச் சிரமமாக இருந்தது. என்றாலும் எருதுகள் ஒரே ஜோரில் இழுத்துக்கொண்டு போயின. புழுதிக்காட்டுக்குள் தூரமாகக் கொண்டுபோய்ப் போட்ட பிறகு எருதுகளை மீண்டும் பழையபடி கட்டினாள். சேவல் இருந்த கூடையை அப்படியே தூக்கிக்கொண்டு காட்டுக்குள் போனாள். கிணற்றருகில் இருந்த பாலமரத்தில் மண்வெட்டி ஒன்று மாட்டியிருந்தது. அதை எடுத்து அம்மரத்தின் அடியிலேயே மூன்றடி ஆழமுள்ள குழி வெட்டினாள். சேவலை அதற்குள் போட்டு மண்ணை இழுத்து மூடினாள். வேகமாகத் தொண்டுப்பட்டிக்கு ஓடினாள். காளி நன்றாக அசந்து தூங்கிக்கொண்டிருந்தான். படுத்த வாக்கிலிருந்து சிறுஅசைவுமில்லை.

சீராயிக்கு இன்னும் நிறைய வேலைகள் இருந்தன. கட்டுத்தரைச் சாணி முழுவதும் இரைந்து கிடக்கிறது. ஆடுகள் கத்துகின்றன. தாழிக்குத் தண்ணீரில்லை. ஒவ்வொன்றும் நினைவுக்கு வந்தன. என்றாலும் இரை போட்டு மீண்டும் ஒருகோழியைப் பிடித்தாள். இப்போதுதான் முட்டையிடக் கேவிக்கொண்டிருந்த வெடைக்கோழி. கனம் நன்றாகக் கினுக்கென்று இருந்தது. இன்றைக்கு இதன் உயிரும் போக விதித்திருக்கிறது. கால்களைப் பற்றிக் கழுத்துப் பகுதியைக் கொட்டாயிக்கு முன் போட்டிருந்த பெரிய பலகைக்கல்லில் ஓங்கி அடித்தாள். அது 'கிராக்' என்று ஒரே சத்தத்தில் உயிரை விட்டது. அதை எடுத்துக்கொண்டு ஓலைகளும் கயிறும் போட்டிருந்த இடத்திற்குப் போனாள். கோழிப் பொங்குகளைப் பிய்க்கத் தொடங்கினாள். இப்போதுதான் உயிரை விட்டிருந்ததால் உடல் சூடாக இருந்தது. அதனால் பொங்குகளைப் பிய்க்கக் கஷ்டமில்லை. முட்டைக் கோழி என்பதால் கை பட்டதும் பொங்குகள் பூப் போல உதிர்ந்து வந்தன. பெரும்பொங்குகளை மட்டும் பிய்த்தெடுத்தாள். பூம்பொங்குகள் தீயில் கருகிவிடும். பின் தீப் பற்ற வைத்தாள். ஓலையில் பற்றிப் பின் கயிற்றிலும் பிடித்தது தீ. கோழியைத் தீக்குள் தூக்கிப் பிடித்தாள். கயிறு கொஞ்சநேரம் முனகிக் கிடந்தது. புகைந்து முரண்டு பிடித்தது. ஓலைகளை நன்கு எரியவிட்டாள். காளியின் உயிரைப் பறித்திருக்க வேண்டிய அந்த வடக்கயிறு தீப் பரவியதும் பெரும்பாம்பு போலச் சீறிக்கொண்டு எரிந்தது.

○

3

தொண்டுப்பட்டியில் எல்லா வேலைகளையும் சீராயி முடித்தாள். எந்த வேலையின்போதும் காளியின் மேல் ஒரு கண் ஓட்டியபடிதான் இருந்தாள். அவனோ வெகுகாலமாகத் தூங்காதவன் போல அசைவின்றித் தூங்கினான். கோழியை அரிந்து சாறு காய்ச்சிவிட்டு எழுப்பலாம் என்று நினைத்தாள். கொட்டாயிலேயே சமையலுக்கு வேண்டிய பொருட்கள் எல்லாம் இருந்தன. இங்கேயே சில சமயம் சோறாக்குவது உண்டு. அந்தக் காலத்துப் பெரிய செக்கொன்றும் கிடந்தது. அவனை அப்படியே விட்டுவிட்டு வளவுக்குப் போய்வர விரும்பவில்லை. உயிரை மாய்த்துக்கொள்கிற அளவுக்குப் போவான் என்று அவள் நினைக்கவில்லை. கொஞ்சம் முரண்டு பிடிப்பான், அப்புறம் பேசாமல் அடங்கிவிடுவான் என்றுதான் இருந்தாள். பொன்னாவை பெருநோம்பிக்கு அனுப்ப அவள்தான் காரணம்.

கரட்டூர் நோம்பி மக்களுக்கு மூன்று மாதம். மாசி பிறந்ததும் நோம்பித் தயாரிப்பு தொடங்கிவிடும். பங்குனி, சித்திரை வரைக்கும் தூரிகளும் கடைகளும் இருக்கும். ஆனால் நோம்பி நிகழ்ச்சிகள் என்னவோ இருபத்திரண்டு நாட்கள்தான். பெருவாரியான மக்களுக்குப் இருபத்து மூன்றாம் நாள் கறிநாள். சாமி கரடிறங்கி வரும் நாளும் கரடேறும் நாளும் முக்கியமானவை. சாமி பார்க்கப் பெருங்கூட்டம் திரளும். இரண்டு இரவுகளில் கரடேறும் இரவு பெருநோம்பி.

அன்று காலையிலிருந்தே கூட்டம் வந்துசேரும். எல்லா வழிகளிலும் தண்ணீர்ப் பந்தல்கள். நடையாகவும் மாட்டுவண்டிகளிலுமாக ஊரெங்கும் இருந்து மக்கள் செல்லும் காட்சி படையெடுப்பைப் போலத் தோன்றும். ஊரின் குடியிருப்பைச்

சுற்றியுள்ள நிலங்கள் எல்லாம் குறையாகத்தான் கிடக்கும். மழை கொட்டியிருந்தாலும்கூட வெறும் புழுதி உழவு போடுவதோடு நிறுத்திவிடுவார்கள். நோம்பிக்கு வந்துசேரும் மாட்டுவண்டிகள் நிலங்கள் எங்கும் நிற்கும். நிலத்தை அன்றைக்கு யாரும் உரிமை கொண்டாடுவதில்லை. வண்டிமாட்டுச் சந்தையோ என்று தோன்றும். மக்கள் பெரும் போவனிகளில் கட்டுச்சோறு கட்டி வருவார்கள். சாப்பாட்டுக் கடைகளும் நடக்கும். சிலர் கோழிச் சேவல்களைக் கொண்டுவந்து அடுத்த நாள் பூச்சிசாமிக்கு அறுத்து அங்கேயே ஆக்கிச் சாப்பிட்டு விட்டுத்தான் வண்டியைக் கட்டுவார்கள். எட்டுத் தெருக்களிலும் கலை நிகழ்ச்சிகளுக்குப் பஞ்சமிருக்காது. ஒவ்வொரு இனத்தினரின் கைங்கர்யங்கள், செல்வர்களின் ஏற்பாடுகள் என எத்தனையோ நடக்கும். பகலைப் போல இரவில் எங்கும் தீப்பந்தங்களும் லாந்தர் விளக்குகளும் வெளிச்சம் பரப்பும். புழுதி மட்டுமே படிந்து கிடக்கும் தெருக்கள் மனிதக் காலடி பட்டுப் பட்டு உயிர்பெறும். ஊரில் நான்கு கண்மாய்கள் உண்டு. அவற்றிலிருந்து தண்ணீர் மொண்டு வந்து பெண்கள் தெருக்களில் தெளித்தபடியே இருப்பார்கள்.

மக்கள் கூடிக் கொண்டாடும் நோம்பி. கள்ளும் சாராயமும் புறப்பகுதிகளில் விற்பனை. புட்டுக்கடைகளும் பலகாரக் கடைகளும் தெருக்களை நெருக்கி வாசம் வீசி அழைக்கும். காவல்காரர்கள் தெருக்களில் நடந்தபடியே இருப்பார்கள். எனினும் கொண்டாட்டத்தின் உச்சத்தில் வரைமுறைகள் எல்லாம் தகர்ந்து போகும். அந்த இரவே சாட்சி. இருள் எல்லா முகங்களுக்கும் திரை போட்டுவிடுகிறது. பௌர்ணமி நிலா மட்டும் தன்னாலான வெளிச்சத்தைப் பரப்பிக் கொஞ்சம் ஆதரவு காட்டும். ஆதி மனிதன் இந்தத் நோம்பிக் கொண்டாட்டத்தில் உயிர் பெறுகிறான்.

இன்னொரு கல்யாணம் செய்துகொள்ளச் சொல்லித்தான் காளியை முதலில் வற்புறுத்தினார்கள். பன்னிரண்டு வருசமாகக் குழந்தையில்லை என்பது பெரிய பிரச்சினையாக இருந்தது. கல்யாணம் வேண்டாம் எனக் கட்டாயமாக மறுத்ததால் காளியிடம் இந்த விவரத்தைச் சொல்லிப் பொன்னாவை அனுப்பலாம் என்று அவன் அம்மாதான் சொன்னாள். அவன் ஒத்துக்கொள்ளவில்லை. அவன் மனதிற்கு இது சம்மதமாக இல்லை. இந்தப் பேச்சு வந்ததில் இருந்தே அவன் சரியாக இல்லை. எப்போதும் இதையே நினைத்துக் குழம்பிக் கிடந்தான். பொன்னாவை அனுப்பப் பிரியமில்லை என்பது ஒன்று. இனம், முகம் எதுவும் தெரியாத எவனோ ஒருவன் கொடுக்கும் பிள்ளையைத் தன்னுடையது என்று ஏற்பதில் தயக்கம். அதற்குப்

பின் பொன்னா தன்னை மதிக்க மாட்டாள் என்று நினைவு. தான் வறடன் என்பது அதன்பின் உறுதிப்பட்டுப் போகும் என்பதால் தயக்கம். எவ்வளவோ யோசித்துத் தவித்தான். இரண்டாண்டு இழுபறிக்குப் பிறகு அந்த ஆண்டு அவனுக்குத் தெரியாமல் பொன்னாவை அனுப்ப முடிவு செய்தார்கள். அவனை வெகுதூரக் காடு ஒன்றிற்குக் கூட்டிப் போய்ச் சாராயமும் கள்ளும் வாங்கிக் கொடுத்து அவன் மச்சினன் முத்து தன்னுடன் இருத்திக்கொண்டான். ஆனால் அவன் ஒத்துக்கொண்டதாக நம்ப வைத்துப் பொன்னாவை அனுப்பி வைத்தார்கள். அந்த ஏற்பாட்டைத் தாமதமாக அறிந்த காளி தன் தொண்டுப்பட்டிக்குத் திரும்பி வந்தான். எல்லாரும் தன்னைத் திட்டமிட்டு ஏமாற்றிவிட்டதாக அவன் உணர்ந்தான்.

பொன்னா அந்த இரவில் இன்னொருவனோடு இருக்கப் போயிருக்கிறாள் என்பதை அவனால் ஏற்றுக்கொள்ள முடியவில்லை. அவனோடு பின்னிப் பிணைந்து வாழ்ந்தவள். அவள் உடலில் தன் வாசம் தவிர இன்னொரு வாசம் ஏறுவதை அவன் ஒப்பவேயில்லை. அவனோடு நீக்கமறக் கலந்த உடம்பு. அவன் வாசத்தைப் பன்னிரண்டு ஆண்டுகளாகச் சேர்த்துக்கொண்டிருக்கும் உடம்பு. யாராலும் பிரிக்க இயலாமல் ஒட்டியிருக்கும் உடம்பு. அதன் ஒவ்வொரு துளியும் தனக்கே சொந்தம் என்று நினைத்தான். இன்னொரு வாசம் அதிலேறினால் களங்கம்தான். களங்கத்தின்மேல் தன்கை படாது என்று மனதில் உறுதியாகச் சொல்லிக்கொண்டான். எல்லா ஆண்களும் சாமிதான். இந்தக் காளியின் உடலிலும் அந்தச் சாமி வந்து குடிகொள்ளட்டும். உண்மையான சாமியாக இருந்தால் காளியின் மூலமாகவே வழங்க வேண்டும். ஏன் சாமி அப்படி வர மறுக்கிறது?

ஊரில் எங்கெங்கோ எத்தனையோ இப்படி நடந்து குழந்தை பிறந்ததாக எல்லாரும் சொன்னபோதும் அவன் மனதுக்குச் சரியெனப் படவில்லை. அந்தக் காலத்தில் அப்படி இருந்தார்கள், இப்படி இருந்தார்கள் என்றால் இப்போதும் அப்படி இருக்க முடியுமா? அண்ணன் பெண்டாட்டி அரைப் பெண்டாட்டி, தம்பி பெண்டாட்டி தன் பெண்டாட்டி என்றிருந்த காலம் உண்டு. இன்றைக்கு அதை ஒத்துக்கொள்வார்களா? நல்லையன் சித்தப்பா பாகப் பிரிவினையின்போது 'தம்பி பொண்டாட்டிவள எனக்குப் பால் கொடுக்கச் சொல்லுங்க. எஞ்சொத்தக் குடுத்தர்றன்' என்று கேட்டார். ஒத்துக்கொண்டார்களா? அந்தக் காலத்தில் பெருங்குடும்பமே ஒன்றாகத்தான் கலந்திருக்கும். இப்போது? கடைசிப் பையனுக்குக் கல்யாணம் ஆகும்வரை

பொறுத்திருக்கிறார்கள். ஆனதும் உடனே அவரவர் தனி எனப் பிரித்துக் குஞ்சை காக்கை விரட்டுவது போல விரட்டுகிறார்கள். அந்தக் காலத்தில் ஏற்றுக்கொண்டிருக்கலாம். இன்றைக்கும் ஏன் ஏற்க வேண்டும்? காலம் எத்தனையோ மாறிவிட்டது.

கல்யாணத்தின்போது பொண்ணுப்பிள்ளையை மாமன் தூக்கும் சாங்கியம் ஒன்றுண்டு. தாய்மாமன் பெண்ணைத் தூக்கி வந்து மணவறையில் அமர வைக்க வேண்டும். குள்ளூரில் நடந்த ஒரு கல்யாணத்தில் மாப்பிள்ளை சொல்லிவிட்டான், 'எம்பொண்டாட்டிய இன்னொருத்தன் கை தொட்டுத் தூக்கறத நான் பாத்துக்கிட்டு இருக்க முடியாது. பொண்ணுத் தூக்கறதெல்லாம் வேண்டாம்.' மாமன்காரன் கோபித்துக்கொண்டு போய்விட்டானாம். போகட்டுமே, மாமன் முக்கியமா கல்யாணம் முக்கியமா? அப்படித்தான் பொன்னாவைத் தனக்கே உரியவள் என்று நினைத்திருந்தான். ஆனால் அவனை மீறிப் பொன்னா பெருநோம்பிக்குப் போய்விட்டதைப் பெரும் ஏமாற்றமாக உணர்ந்தான். அவளுக்குக் காலமெல்லாம் நினைத்திருக்கும்படி தண்டனை தர நினைத்தவன் தொண்டுப்பட்டிப் பூவரசில் நாணுக்கிடக் கயிறு போட்டான். அந்த இரவில் காளியும் தூங்கவில்லை. பொன்னாவும் தூங்கவில்லை. சீராயிகூடத் தூங்கவில்லை. நிலா உச்சிக்கு வரும்வரை தொண்டுபட்டியில் இருந்தாள். மாடுகளுக்கு இரண்டாம் முறை தீனி போட்டுவிட்டு வீட்டுக்குப் போய்ப் படுத்தாலாவது கண் மூடுமா, இனிமேல் எந்தத் திருடன் வந்துவிடப் போகிறான் என்று நினைத்துக் கிளம்பினாள்.

அவள் வாய் 'தேவாத்தா... எம் மருமவளுக்கு ஒரு நல்ல வழியக் காட்டாயா' என்று சொல்லியபடி இருந்தது. வீட்டுக்குப் போய்க் கட்டிலில் படுத்தபடி வெறுமனே புரண்டுகொண்டிருந்தாள். தொண்டுப்பட்டியிலேயே படுத்திருந்திருக்கலாம். மருமகளுக்கு வேண்டிய வாய் மகனை நினைக்காமல் விட்டுவிட்டதே. அதுதான் சாமிக்குப் பொறுக்கவில்லை போல. மகன் தொண்டுப்பட்டிக்கு வந்ததெல்லாம் அவளுக்குத் தெரியவில்லை. அவன் மாமனார் வீட்டில்தான் இருப்பதாக நினைத்திருந்தவள் மசமசவென்று இருட்டு இருக்கும்போது தொண்டுப்பட்டிக்கு வந்தாள். மாடுகளுக்குத் தீனி போடவும் சாணி அள்ளிக் கொட்டவும் வேலை இருந்தது. அவனிருந்தால் அவள் வர வேண்டியதில்லை. அப்படி வந்தபோதுதான் காளி பூவரசில் நாணுக்கிட இருந்ததைக் கண்டு தடுத்தாள்.

வேலை செய்துகொண்டும் சோறாக்கிக் கொண்டும் இருந்தாலும் காளியைப் பற்றியே யோசித்திருந்தாள்.

ஒருமுறை செத்துப் போகலாம் என்று எண்ணம் வந்தவனைத் தடுத்தாகிவிட்டது. அந்தக் கணத்தைக் கடந்துவிட்டால் சிலர் தெளிவாகிவிடுவார்கள். சிலருக்குள் அந்தக் கணம் மேலும் வலுப்பெற்றுக் கொண்டேயிருக்கும். இன்னொரு சந்தர்ப்பத்தை அது உருவாக்கும். அதனால் காளியைக் கண்காணித்தாள். காலையில் அப்படி ஒன்று நடந்த சுவடு ஏதுமில்லாமல் தூங்கியபடியே இருந்தான். நெல்லஞ்சோறும் கோழிக்கறிச் சாறும் செய்து வைத்துவிட்டு அவன் எழுவானா என்று எதிர்பார்த்தபடி உட்கார்ந்திருந்தாள். மாடு பிடித்து வரப் போகும்போது இட்டேரிப் பக்கம் கண்ணுக்குத் தெரிந்த காரனைக் கூப்பிட்டுக் அடையூருக்குப் போய்க் காளிப்பண்ணாடி ஊருக்கு வந்துவிட்டதாகவும் மாடுகளைப் பார்க்க வேண்டியிருப்பதால் இங்கேயே கோழி அடித்துக்கொள்வதாகவும் பொன்னா சிலநாள் இருந்துவிட்டுப் பொறுமையாக வரலாம் என்றும் சேதி சொல்லிவரச் சொன்னாள். எட்டணாவைக் கையில் கொடுத்ததும் அவன் சந்தோசமாகப் போனான். எப்படியும் அங்கும் எட்டணாவோ ஒருரூபாயோ கிடைக்கும். வீட்டில் பெரியாட்டுக் கறிச்சாறு என்றாலும் அங்கே போனால் கோழிக்கறி போடுவார்கள் எனப் பலவித எண்ணங்களுடன் அவன் போனான்.

சேதி சொல்லி அனுப்பாவிட்டால் காளியைக் காணோம் என்று அங்கிருந்து எல்லாரும் வந்துசேர்ந்தால் பெரிய பிரச்சினை ஆகிவிடும். அவர்கள் ஒன்று சொல்லக் காளி ஒன்று சொல்லச் சண்டை மூண்டு விஷயம் ஊருக்கே தெரிந்துவிடும். சில நாட்கள் போனால் காளிக்குக் கோபம் கொஞ்சம் ஆறிவிடும். அதற்குள் முடிந்தவரைக்கும் இந்த அம்மியை அடித்து நகர வைத்துவிடலாம் என்று நினைத்தாள். அவள் பேச்சுக்கு எதிர்ப்பேச்சு பேசுவது அவனுக்கு வழக்கமில்லை. அவளோடு பெரும்பாலும் ஒத்துப் போய்விடுவான். சின்ன வயதிலிருந்து ஒருத்தியாக வளர்த்து ஆளாக்கிய அம்மாவின் மனம் கஷ்டப்படக் கூடாது என்று நினைப்பான். அவள் சொல்வதில் சம்மதமில்லை என்றால் மௌனமாக இருப்பான். பின்னர் எப்போதாவது மென்மையாகச் சொல்வான். அவனை எப்படியெல்லாம் கையாளலாம் என்று மனதுக்குள் பலவிதமான திட்டங்கள் போட்டபடி இருந்தாள்.

அவனுக்கு அவள் வைக்கும் கறிச்சாறு ரொம்பவும் பிடிக்கும். பொன்னா என்னதான் பார்த்துப் பார்த்துச் செய்தாலும் அம்மா வைக்கிற மாதிரி வரவில்லை என்று சொல்லிவிடுவான். 'உங்கம்மா வெக்கற மாதிரிதான் நானும் வெக்கறன். அதே மொளவாதான். அதே வெளக்கெண்ணெதான். செக்கும் அதிலதான் நானும்

அர்த்தநாரி 27

ஆட்டறன். அப்பறம் ஏன் அந்த ருசி வர்ல?' என்று கேட்பாள். 'அதுக்கு ஒரு கைமணம் வேணும் பிள்ள' என்பான். அவள் சிரித்தபடி சொல்வாள்: 'அதெல்லாம் ஒன்னுமில்ல, உங்கொம்மா சாந்தரைக்கறப்பத் தண்ணி ஊத்தறதில்ல. ரண்டு வாயி மொத்தையா எச்சலத் துப்பி அரச்சிர்றா. அதான் அந்த நாத்தம்.' அதற்கும் கோபப்பட மாட்டான். 'அடுத்த மொற நீ உன்னோட எச்சலத் துப்பி ஆட்டேன். எப்பிடி இருக்குதுன்னு பாக்கலாம். முனியண்ணன் சரக்கு ஒரு சொப்பு அடிச்சாப்பல இருந்தாலும் இருக்கும்' என்று சொல்வான். அவளுக்கு ரொம்பவும் வெட்கம் வந்துவிடும். அதனூடே பொன்னா சொல்வாள் 'அப்பறம் ஏன் அங்க போயி ஏத்திக்கிட்டு வர்ற? நானே துப்பித் தர்றன் தெனமும்.'

சீராயி இளங்கோழியாகத்தான் பிடித்திருந்தாள். முட்டை அரும்பு கட்டியிருந்த கோழி. இன்னும் நான்கைந்து நாட்களில் முதல் முட்டையிடக் கூடும். முட்டை அரும்புகளை மட்டும் தனியே எடுத்துத் தாளிக்கும் கரண்டியில் போட்டு வறுத்து வைத்திருந்தாள். அதைக் காளி விரும்பித் தின்பான். தன் கைப் பக்குவத்தில் செய்த கறியும் சாறும் போட்டு அவன் வாய்க்குச் சுவை காட்டி வயிற்றை நிறைத்துவிட்டுப் பேசினால் எதையும் கேட்பான். தனக்குள் ஒத்திகை பார்த்தபடி அவள் அலைபாய்ந்து கொண்டிருந்தாள்.

4

பொழுது உச்சிக்கு வந்தும் காளி எழவில்லை. கட்டிலைப் போய்ப் பார்த்தாள் சீராயி. ஒரு துப்பட்டியைக்கூட விரிக்காமல் வெறும் கட்டிலில் படுத்திருந்தான். கயிற்றுத் தாரைகள் உடலில் பதிந்திருந்தன. உடம்பில் கோவணம் மட்டும் இருந்தது. வயிறு வாழையிலை போல லேசாகிக் கிடந்தது. வயிற்றுக்குள் ஒன்றுமில்லை. நல்ல பசியாகத்தான் இருக்கும். கட்டிலுக்கு வெளியே கால் நீண்டிருந்தது. பெண்களின் கூந்தல் போல அடர்ந்து விரிந்திருந்த மயிர். நேற்று ஊருக்குப் போக விளக்கெண்ணெய் தடவியிருக்கிறான். கறுத்தும் பிசுபிசுப்புமாய்க் கட்டில் பரப்பில் மயிர் அவனுக்கு ஒரு அணையெனப் படர்ந்திருந்தது. பெருங்கைகள் இரண்டை ஒருசேர விரித்து வைத்தது போல அகண்டிருந்த முகம். தாடியைச் சவரம் செய்து மீசையை நறுக்கியிருந்தான். நெஞ்சு பரந்தோடி இருந்தது. அப்பனை விடவும் இவன் வளர்த்தி என்றும் பெருத்த உடம்பு என்றும் அவளுக்குத் தோன்றியது.

பொன்னாவைக் கல்யாணம் செய்து கொள்கிறேன் என்று அவன் சொன்னபோது கல்லில் அடித்து எடுத்து நிறுத்தி வைத்த சிலை போலிருக்கும் இவனுக்கு ஏற்ற உடம்பு கொண்டவளாக அவள் இருப்பாளா என்றுதான் அவள் யோசித்தாள். 'உனக்கு ஏத்தவளா?' என்று கேட்டாள். அவள் கேட்டது அவனுக்குச் சரியாகப் புரியவில்லை. குணம் பற்றிப் பேசுகிறாள் என்று நினைத்து 'எல்லாம் நல்ல கொணமானவதான்' என்றான். அவள் வெளிப்படையாகச் சொல்ல வேண்டியாயிற்று. 'இல்லீடா மசையா... கருங்கட்ட எந்திரிச்சி நிக்கறாப்பல நீ இருக்கற. அவ எலிக்குஞ்சு மாதிரி இருந்தரப் போறான்னு கேட்டன்' என்றாள். அவனுக்குச் சிரிப்பு வந்தது. தன் மகன் மேல்

தானே இப்படிக் கண் வைக்கிற மாதிரி ஆகிவிட்டதே என்று நினைத்தாள். ஊர்க் கண்ணும் உற்றார் கண்ணும் மூளிக் கண்ணும் முண்டைக் கண்ணும் பாதிப்பதைவிட 'தாய்க் கண்ணும் தகப்பன் கண்ணுமே' ரொம்பவும் திருஷ்டி. தன் கண் பட்டு அவனுக்கு எந்தப் பாதிப்பும் வந்துவிடக் கூடாது என அன்றைக்கு மிளகாய் சுற்றிப் போட்டாள். இப்பேர்ப்பட்ட உடம்பைக் கொஞ்சநேரத்தில் வெறுங்கட்டை ஆக்கியிருப்பானே என்று நினைத்தவளுக்குப் புருசன் நினைவு வந்துவிட்டது. அவருடைய உடம்புதான் இவனுக்கு.

இதே போல முறுக்கமாக இருந்தபோது செத்துப்போனார். ஆடி மாதம் அப்போது. ஊரெங்கும் ஆரியப் பயிர்கள் தன்னைத் தவிர யாருமில்லை எனத் தலை நிமிர்த்தி நின்றுகொண்டிருந்தன. இந்தத் தருணத்தில் வெள்ளெலிகள் ஏராளம் பெருகும். அன்றாடம் ஒவ்வொரு குழு சேர்ந்துகொண்டு வேட்டைக்குப் போகும். அப்படி வேட்டைக்குப் போனார். ஒருபக்கம் வலை போட்டு இரண்டு பேர் பிடித்துக்கொள்ள இன்னொரு பக்கம் இருந்து காட்டுக்குள் புகுந்து எலிகளை விரட்டி வந்தார்கள். விரட்டிய ஆட்களில் அவரும் ஒருவர். ஆட்களின் அரவம் கேட்டு ஓட முயன்ற கிழட்டுச் சீவன் ஒன்று தடுமாறிக் கிடந்திருக்கிறது. சரியாக அவர் காலில் மிதித்துவிட்டார். ஒரே போடு. விழுந்தவரை வீட்டுக்குத் தூக்கி வருவதற்குள் உயிர் போய்விட்டது. அவர் இருந்திருந்தால் இத்தனை கஷ்டப்பட்டிருக்க வேண்டியதில்லை. பொன்னாவைக் காளி கொண்டாடுவதைப் போலத்தான் அவரும் சீராயிமேல் உயிரையே வைத்திருந்தார். அவருடைய சாயலும் உடல்வாகும் காளிக்கு அப்படியே வந்திருக்கின்றன. பார்வையை மேலே விட்டபடி மெல்ல அவனைத் தொட்டு எழுப்பினாள்.

அவன் அசையவில்லை. இது போதாது என்று உலுக்கினாள். எப்போதும் ஒரே தொடுதலில் எழுந்துகொள்வான். மாடுகள் ஒருசத்தம் கொடுத்தால் அவனுக்கு விழிப்பு வந்துவிடும். எழாமல் அப்படியே கிடக்கிறானே என்று பயமாகிவிட்டது. பூவரசில் கயிறு போடுவதற்கு முன் சாராயத்தில் எதையாவது கலந்து குடித்திருப்பானோ என்று அவளுக்கு நினைவோடியது. சாராயத்தில் அல்லது கள்ளில் அரளிக் கொட்டையை அரைத்துப் போட்டுக் குடித்துச் செத்துப்போனவர் கணக்குக்கு அளவில்லை. உடனே பதற்றத்தோடு அவன் கன்னங்களில் பட்பட்டென்று தட்டி 'காளீப்பா... காளீப்பா' என்று எழுப்பினாள். அவன் வெகு ஆழத்திற்குள்ளிருந்து மேலெழுந்து 'ம்' என்று சத்தம் எழுப்பி விழித்துப் பார்த்தான். அம்மாவின் முகம் எதிரில். நிலைக்கு வரக் கொஞ்சம் நேரமாயிற்று. சாப்பிடக் கூப்பிட்டாள். 'எனக்கு

வேண்டாம்மா' என்று ஒரே வார்த்தையில் சொல்லிவிட்டுத் திரும்பிப் படுத்துக்கொண்டான். 'இங்க பாருடா... கோழி அடிச்சுச் சாறு காச்சிருக்கறன். எந்திரிப்பீன்னு பாத்துக்கிட்டு இன்னம் நானும் திங்காத இருக்கறன். உனக்கு வேண்டான்னா நானும் திங்கல போ' என்று பிணங்கியவளாய்த் திரும்பி உட்கார்ந்தாள். 'ஏம்மா இப்பிடிப் பண்ற' என்று எரிச்சல் பட்டவன் எழுந்து வெளியே போனான். வெயில் வெளிச்சத்தை இத்தனை பிரகாசத்தோடு அவன் எதிர்கொண்டதில்லை. கொஞ்சநேரம் திக்குமுக்காடிப் போனான். நெற்றியில் கை வைத்து மறைத்தபடி மொடாவுக்கு அருகில் போய்த் தண்ணீரை அள்ளி முகத்தில் அடித்த பிறகே உணர்வு வந்தது. நேரத்தைக் கணக்கிட அண்ணாந்து பார்த்தான். பொழுது உச்சியைத் தாண்டி லேசாகச் சரிந்திருந்தது.

'காத்தால நீ சோறு தின்னியா இல்லியா' என்று கேட்டபடி கொட்டாய்க்குள் வந்தான். இரண்டு வட்டில்களில் சோற்றைப் போட்டு வைத்திருந்தாள். ஒன்றை எடுத்து நீட்டியபடியே 'நீ பண்ணுன வேலைக்கி எனக்குச் சோறு தொண்டைக்குள்ள எறங்குமா?' என்றாள். அவன் வட்டிலை வாங்கிக் கட்டிலில் உட்கார்ந்தான். மெதுவாகப் பிசைந்தான். அவன் மனம் இப்போது கனமற்று வெறுமையாக இருந்தது. சோற்றோடு நிறையக் கறியைப் போட்டிருந்தாள். அவற்றை ஒதுக்கிவிட்டுச் சோற்றைப் பிசைந்து அள்ளி வாய்க்குள் போட்டான். அவன் தின்பதையே பார்த்துக் கொண்டிருந்தாள். முதல் வாயை கொஞ்சம்கூடப் பிரியம் இல்லாமல் போட்டவனுக்கு ருசி தட்டுப்பட்ட மாதிரி தெரிந்தது. நிதானமாகவும் ருசி உணர்ந்தும் அவன் தின்னத் தொடங்கியதும் அவளுக்குத் திருப்தி ஏற்பட்டது. தானும் தின்றாள். அவன் வட்டிலைக் கவனித்து மீண்டும் கறியைப் போட்டாள். மனதில் எதுவும் இல்லை என்றாலும் அடிக்கடி பெருமூச்சு வருவதைத் தவிர்க்க முடியவில்லை.

வயிறு நிறையச் சாப்பிட்டுவிட்டு மீண்டும் அப்படியே கட்டிலில் படுத்துக்கொண்டான். சீராயி எதுவும் சொல்ல வில்லை. நன்றாகத் தூங்க விட்டுவிட்டாள். அன்றைக்கு எல்லா வேலைகளையும் அவளே செய்தாள். பொழுது இறங்கும் நேரத்தில் எழுந்தவன் வெளியே வந்து கல்லின்மேல் உட்கார்ந்தான். அம்மா செய்யும் வேலைகளை எல்லாம் பார்த்தபடி இருந்தானே தவிர அவனுக்கு வேலையில் நாட்டம் ஏற்படவில்லை. வெகுநேரம் உட்கார்ந்தபடியே இருந்தான். இரவுச் சாப்பாடும் நிறைவாகவே சாப்பிட்டான். வாசலில் கட்டிலைப் போட்டு விழித்தபடி படுத்திருந்தான். மனதில் எதுவுமே இல்லாமல் இப்படி

அர்த்தநாரி 31

வெகுநேரம் இருக்கும் வித்தியாசத்தை உணர்ந்தான். இது சுகமாக இருப்பதாகவே பட்டது. கல்லின்மேல் வந்து உட்கார்ந்தவள் மெல்லப் பேசத் தொடங்கினாள்.

'காளீப்பா . . . இங்க பாருப்பா. எங்கிட்டச் சத்தியம் பண்ணியிருக்கற, இந்த மாதிரி வேலயில இன்னமே எறங்கீரக் கூடாது பாத்துக்க. நீ போயிட்டயின்னா எனக்கு என்ன இருக்குது. நானும் உன்னோட வழியிலயே உங்காலப் புடிச்சிக்கிட்டு வந்திருவன். பொன்னா மட்டும் இருந்து என்ன பண்ணுவா? அவ உம்மேல வெச்சிருக்கற பிரியம் உனக்குத் தெரியாதா? நானாச்சும் கொஞ்சம் ஓசிப்பன். அவளுக்கு அதுக்குக்கூட நேரமிருக்காது. பொறத்தாண்டயே வந்திருவா. நம்ம குடும்பமே இப்பிடி நாசமாப் போறதுக்கா இத்தன கஷ்டப்பட்டன்? செத்துப் போறது ஒரு காரியமா? இன்னைக்குச் செத்தா நாளைக்கு ரண்டா நாளு. பொழச்சுக் காட்டோணும். அதுதான் மனசனுக்கு அழவு. எனக்குந்தான் எத்தன கஷ்டம் வந்திருக்கும் தெரீமா? நீ வளந்து ஆளாவற வரைக்கும் கொஞ்சக் கஷ்டமா பட்டிருப்பன் . . .'

அவன் கேட்டுக்கொண்டிருந்தான்.

'ராத்திரியானாப் போதும். கதவ வந்து தட்டறதும் ஊட்டு மேல கல்ல எடுத்துப் போடறதும் கத்திக் கூப்படறதுமின்னு இந்த ஊரு சும்மாவா இருந்திச்சு. எத்தன செஞ்சாலும் கதவத் தாழ் போட்டுக்கிட்டுப் படுத்தனா அவ்வளவுதான். இடியே உழுந்தாலும் கதவத் தொறக்க மாட்டன். இந்த நல்லான் இருக்கறானே, அவனச் சும்மா நெனச்சராத. நங்க எங்கூட இருந்துக்க, எஞ்சொத்த உம்பையனுக்கே எழுதி வெச்சிரமுன்னு கேட்டான் பாத்துக்க. அட போடா, உஞ்சொத்துமாச்சு எங்காலு மசுருமாச்சுன்னு சொல்லீட்டன். நம்மளுக்கு ஒன்னு இருக்குதே, இதுக்கு எந்தச் சங்கட்டமும் வந்தரக் கூடாதேன்னுதான் நான் வைராக்கியமா இருந்தன் பாத்துக்க . . .'

அவன் கேட்டுக்கொண்டிருந்தான்.

'ஒருகொழந்த இருந்தா அந்தக் கணக்கே வேறதான். அப்பத்தான் இந்தப் பொழப்புலயே ஒரு புடிப்பு வரும். கொழந்த இல்லாத ஏக்கத்துல நீ இங்க தொண்டுப்பட்டியே கெதின்னு கெடக்கற. பொன்னா எந்நேரமும் ஊட்டு மொவுட்டப் பாத்துக்கிட்டே படுத்திருக்கறா. எத்தனையோ சந்தோசமா இருக்கறதுவ ரண்டும் இப்பிடிக் கஷ்டப்படுதுவளேன்னு நாந்தான் இதச் சொன்னன். ஒருவார்த்த உங்கிட்டச் சொல்லாத பொன்னாளக் கூட்டியோயிருப்பன். நீ செரின்னு சொல்லாத அவ ஒத்துக்க மாட்டா. அதான் உங்கிட்டச் சொன்னன். இப்பக்கூட நீ

செரின்னு சொல்லீட்டயின்னுதான் பொன்னா நெனச்சுக்கிட்டு இருக்கறா. இல்லீனா அவ செரின்னு போவாளா ...'

அவன் கேட்டுக்கொண்டிருந்தான்.

'ஊருல ஒலகத்துல இல்லாத எதச் செஞ்சிட்டம்? நம்ம மாடக்காட்டுப் பெரிய பாட்டாரு இருக்கறாரே அவரு பேரு என்னன்னு உனக்குத் தெரீமாடா. மாச்சாமிதான் அவரு பேரு. அந்தக் காலத்துல அவரச் சாமிபையன்னு எல்லாரும் கையெடுத்துக் கும்புடுவாங்க. அப்பனுக்கும் அம்மாளுக்கும் பத்து வெருசம் கொழந்த இல்லாத அப்பறம் பொறந்தவரு அவரு. அவுங்க பொழைக்கலயா? என்ன கொறஞ்சு போயிட்டாங்க. அட ஊரு ஒலகத்துல எத்தன பொம்பளைவ புரசன் இருக்கறப்பவே இன்னொருத்தனோட போறாளுவ. அப்பிடியா சொன்னன்? எத்தனையோ காலமா நடக்குற காரியம்டா. அத அப்பிடித்தான் நெனக்கோணும். சாமிக்கு எத்தனையோ வேண்டுதல வெக்கறம். இது ஒரு வேண்டுதலதான். நீ குடு, உம் பேர வெக்கறமின்னு வேண்டுதல பாத்துக்க ...'

அவன் கேட்டுக்கொண்டிருந்தான்.

'பெருநோம்பிக்கு நீ போனது எனக்குத் தெரியாதுன்னு நெனச்சுக்கிட்டயா? அப்பவெல்லாம் உம் மூஞ்சியப் பாக்கோணுமே. அப்பிடியே பொலிஞ்சு கெடக்கும். இப்பிடி ஆசயா இருக்கற பையன ஏந்தடுப்பான்னுதான் நான் எதும் சொல்லுல. வேற ஒருத்திகிட்டப் போனவன்னு உன்னயப் பொன்னா சொன்னா என்னடா பண்ணுவ? உனக்கொரு நாயம் அவளுக்கொரு நாயமா சொல்லு. இங்க பாரு, இது முழுக்க முழுக்க என்னோட ஏற்பாடுதான். ஆரு மேலயும் நீ தப்புச் சொல்லக் கூடாது. உங்க மாமியா மாமனாருஞ் சேரி, மச்சனன் முத்துஞ் சேரி, நான் சொன்னபடிதான் செஞ்சாங்க. தப்புன்னா எம்மேலதான் தப்பு. என்னய என்ன வேண்ணாலும் செய்யி. அடிச்சுக் கொன்னயின்னாக்கூடச் செரி. இந்தப் பூவரச மரத்தில வாதா இல்ல, ஒன்னுல தூக்கிக் கட்டினயின்னாலுஞ் சேரி சந்தோசமாச் சாவறன். பொன்னாளயோ அவுங்களையோ ஒன்னுஞ் சொல்லீராத ...'

அவன் கேட்டுக்கொண்டிருந்தான்.

'என்னோட மவன் எல்லாருத்தாட்டவும் சிரிச்சுக்கிட்டு நாலு பக்கம் போயிக்கிட்டு வந்துக்கிட்டுச் சந்தோசமா இருக்கோணுமின்னு நாஞ் செஞ்சது இது. என்னோட வம்சம் தழைக்கோணும். நாளைக்கு நான் போயிச் சேர்றப்ப நெய்ப்பந்தம் புடிக்க எம் பேரன் பேத்தின்னு சொல்லிக்க ஒன்னாச்சும்

வேணும்னு எனக்கு ஆசைடா. என்னோட ஆசைக்காவ நாஞ் செஞ்சது இது. இதத் தப்புன்னு நெனச்சு நாஞ் செய்யில. சாமி காரியம்னு நெனச்சுத்தான் செஞ்சன். தப்புத்தான்னு நீ சொன்னயின்னா எந்தத் தண்டம் போட்டாலும் எனக்குப் போடு. என்னயக் குத்தஞ் சொல்லு. எல்லாம் எந்தல மேலதான்டா. ஆரு மேலயும் தப்பில்ல பாத்துக்க...'

அவன் கேட்டுக்கொண்டேயிருந்தான்.

○

குறிப்பு

பொன்னாவுக்குக் காளி சொன்ன கதை

'உனக்கு ஏத்தவளா?' என்று அம்மா கேட்டதைப் பற்றிப் பின்னொரு சமயம் நெருக்கமாக இருந்தபோது பொன்னாவிடம் சொன்னான். 'உங்கொம்மாவுக்கு அறிவு நெனவு இருந்தாத்தான. இதயெல்லாமா கேப்பாங்க' என்றாள் பொன்னா. 'கேட்டா என்னவாம்? நம்மூட்டுல நாலஞ்சு ஒலக்க இருக்குதுல்ல, எதுக்கு? கம்பு மூத்தலிட பெரும்பூண் போட்ட ஒலக்க. கம்பிடிக்கச் சிறுபூண் போட்ட ஒலக்க. அரப்படி இடிக்கோணும்னா சின்னச் செக்குப் போதும். நாலஞ்சு பேருக்குன்னா செக்குக் குழி ஆழமா இருக்கோணும். குத்தற பொட்டி பெரிசா இருக்கோணும். எத்தன இருக்குது இதுல. அது மாதிரிதான பிள்ள இதும்' என்று விளக்கினான். 'பையனப் பெத்தவங்களுக்குத்தான் இந்தக் கவல. பிள்ளயப் பெத்தவங்களுக்கு இந்தக் கவலயேது? எதோ ஒருத்தன் கெடச்சான்னாப் புடிச்சுக் குடுத்தர்றாங்க' என்றாள். 'அப்பிடிச் சொல்லாத. பிள்ளயப் பெத்தவங்க இன்னம் பாப்பாங்க. உனக்கு ஒரு கத தெரீமா?' என்று கதை சொல்லத் தொடங்கினான். அவனுக்குப் பல கதைகள் தெரியும். எல்லாம் ஆண்களிடம் மட்டும் புழங்கும் கதைகள். பொன்னாவிடம் அவ்வப்போது ஒவ்வொன்றை எடுத்துவிடுவான். 'இப்பிடிப் பேசறியே, உனக்குக் கொஞ்சங்கூட வெக்கமே இல்லயா?' என்று சொல்லிக்கொண்டே ஆர்வமாகக் கேட்பாள்.

ஒரு ஊர்ல ஒருத்தன் இருந்தானாம். அவனுக்கு ஒரே ஒரு பிள்ளையாம். அவள் பெரியவளாகி அஞ்சாறு வருசம் ஆகிவிட்டதாம். ஆனாலும் இன்னும் கல்யாணம் கூடவில்லையாம். அவளுக்கும் அவள் அம்மாவுக்கும் பெருங்கவலையாக இருந்ததாம். கலியாணம் கூடாமைக்கு அவன்தான் காரணம். அவனுக்கு மகள் மேல் அத்தனை பாசம். ஒத்தைக்கு ஒரே பிள்ளை. அவளைச் சிறுவயதில் அம்மணமாகப் பார்த்திருக்கிறான். உயிர்நிலை

மிகவும் சிறிய குள்ளான்பூச்சிக் குழி போல இருந்தது. தன் மகளுக்கு இருப்பது மிகச் சிறிது. சுண்டுவிரலைத்தான் அது தாங்கும். அதற்கேற்ற மாதிரி சின்ன மாணியாக இருக்கும் மாப்பிள்ளையைத்தான் பார்க்க வேண்டும் என்று முடிவு செய்துகொண்டான். பெரிய மாணியாக இருந்தால் பிள்ளை கஷ்டப்படுவாளே என்று அந்தத் தகப்பன் கவலைப்பட்டானாம்.

பெண் பார்க்க வரும் மாப்பிள்ளைப் பையன்களுக்குத் தண்ணீரும் மோரும் நிறையக் கொடுத்துக் குடிக்கச் சொல்வானாம். வந்தவன் கொஞ்சநேரத்தில் நெளிய ஆரம்பித்துவிடுவான். அப்போது ஏதாவது ஒருகாரணத்தைச் சொல்லிக் காட்டுப்பக்கம் கூட்டிப் போய்விடுவான். அங்கே அந்த மாப்பிள்ளைப் பையன் மல்லவோ வெளிக்கிப் போகவோ கோவணத்தை அவிழ்க்கும் வரைக்கும் பேசிக்கொண்டேதான் இருப்பான். அப்படி அவிழ்க்கும்போது மெதுவாகப் பக்கத்தில் போய்த் தானும் உட்கார்ந்து அந்தப் பையனின் மாணியைப் பார்த்துவிடுவானாம். ஒருசுண்டுவிரல் நீளம் இருந்தால் தன் மகளுக்குப் போதும் என்பது அவன் நினைப்பு. ஆனால் அவன் நினைக்கிற மாதிரி சின்ன மாணியாக எவருக்கும் இல்லை. இத்தனை நீளம் இருந்தால் மகள் எப்படிச் சமாளிப்பாள் என்று அவனுக்கு ஒரே கவலையாகப் போய்விடும். வந்தவனுக்கு அது சரி இல்லை, இது சரி இல்லை என்று ஏதாவது சொல்லி அனுப்பிவிடுவான்.

மகளுக்குப் பிடித்த மாதிரி மாப்பிள்ளைகள் பல பேர் வந்தபோதும் அவன் திருப்பி அனுப்பக் காரணம் தெரியாமல் அம்மாவிடம் சொல்லி என்னவென்று கண்டுபிடிக்கச் சொன்னாளாம். அம்மா ஒரு நல்ல சந்தர்ப்பத்தில் புருசனிடம் கேட்டாள். அவனும் இப்படி இப்படி விவரம் என்று சொன்னான். அம்மாக்காரி ‘உன்னாட்டம் திருவாத்தான எங்கயாச்சும் கண்டிருக்கறமா?’ என்று திட்டினாளாம். ஆனால் அவன் ஒத்துக்கொள்ளவில்லை. மகள்மேல் கொண்ட பிரியம் அப்படி. அம்மாக்காரி வந்து மகளிடம் சொன்னாள் ‘இப்பத்திக்கி உனக்குக் கலியாணம் ஆவாதுடி.’ மகள் யோசித்தாள். அவளுக்கு மாணிகளைப் பற்றி ஏற்கனவே கொஞ்சம் தெரியும். அடுத்து ஒருவன் பெண் பார்க்க வந்தான். அவன் பொடக்காலிப் பக்கம் கை கழுவ வந்தபோது அவனிடம் இப்படி இப்படி விஷயம் என்று விளக்கிவிட்டு வெளியே போகும்போது ஒரு சொம்பில் தண்ணீர் எடுத்துப் போகும்படியும் அதை மாணியில் அவ்வப்போது அடித்து விடும்படியும் சொன்னாள். அதே மாதிரி அப்பன்காரன் மாப்பிள்ளையை வெளியே கூட்டிப்போனான். தண்ணீர்ச் சொம்பைக் கையில் எடுத்துப் போன மாப்பிள்ளை

அவ்வப்போது ஒருகை தண்ணீரை அப்பன்காரனுக்குத் தெரியாமல் மாணிக்கு அடித்துக்கொண்டான். ஓரிடத்தில் ஒன்றுக்கிருக்க அவன் உட்கார்ந்தபோது அப்பன்காரனும் அருகில் உட்கார்ந்து கவனித்தான். மாணியே தெரியவில்லை. அவ்வளவு சிறிதாக இருந்தது. அதைப் பார்த்ததும் 'இவன்தான் நம் மகளுக்கு ரொம்பவும் பொருத்தமான மாப்பிள்ளை' என்று முடிவு செய்துவிட்டான். கல்யாணமும் நடந்தது. மகள் சந்தோசமாக இருந்தாள்.

கதையைச் சொன்னதும் பொன்னா வெட்கப்பட்டாள். 'இதுக்கு மேலயும் கத போவும். சொல்லட்டுமா' என்றான். 'வேண்டாம் போ' என்று வெட்கம் அதிகமாயிற்று. 'செரி, இன்னொரு நாளைக்குச் சொல்றன்' என்ற காளிக்கு அன்று அவள் வெட்கத்தைப் போக்கப் பெரும்பாடு பட வேண்டியாகிவிட்டது.

5

முத்துவுக்கு இரண்டு நாட்களாகவே இருப்புக் கொள்ளவில்லை. போய்க் காளியைப் பார்த்துவிட்டு வரலாமா வேண்டாமா என்று குழப்பமாக இருந்தது. பெருநோம்பியன்று அடையூருக்குக் காளி வந்திருந்தான். இரவு கரட்டூருக்குப் பொன்னாவைக் கூட்டிச் செல்லும் திட்டம் இருந்ததால் அங்கே காளி இருந்தால் சரிப்படாது என்று திட்டமிட்டுக் காளியைச் சாராயம் குடிக்க வெகுதூரம் அழைத்துச் சென்றிருந்தான் முத்து. அது ஒரு தென்னந்தோப்பு. அங்கே வசித்த மண்டையன் கொட்டாய்க்குப் போய்த் தென்னங்கள்ளில் தயாரிக்கப்பட்ட சாராயத்தை இருவரும் குடித்தார்கள். முத்து அங்கேயே படுத்துவிட்டான். காளிக்குப் பொன்னா வின் நினைவு வந்ததால் நள்ளிரவுக்கு மேல் கிளம்பி வந்தான். வீட்டில் பொன்னா இல்லை. அவள் பெருநோம்பிக்குப் போய்விட்டாள் என்பதை அறிந்தான். அந்த அதிர்ச்சியைத் தாங்கிக்கொள்ள முடியாமல் தொண்டுப்பட்டிக்கு வந்து பூவரசில் நாணுக்கிடக் கயிறு போட்டான்.

மண்டையன் கொட்டாயில் போதை மீறி படுத்துக்கொண்ட பிறகு நடந்த விஷயம் எதுவும் முத்துவுக்குத் தெரியாது. விடிந்து வெகுநேரம் கழித்துத்தான் முத்து எழுந்தான். இப்படித் தூங்கி ஆளை விட்டுவிட்டோமே என்றிருந்தது. மண்டையனுக்கோ காத்தாயிக்கோ காளி எப்போது போனான் என்று தெரியவில்லை. அவனைத் தனியாகப் போக விட்டிருக்கக் கூடாது என்று முத்து நினைத்தான். அடையூருக்குப் போனானா இல்லை, ஆட்டூருக்குத் தன் தொண்டுப்பட்டிக்கே போய்விட்டானா என்று அறிய முடியவில்லை. அடையூருக்குப் போயிருந்தால் இவன் போய்ச் சேர்வதற்குள் பொன்னாவும் அப்பா அம்மாவும் வந்து சேர்ந்திருப்பார்களா? தொண்டுப்பட்டியை விட்டு ஒருநாளும் காளியால் இருக்க முடியாது.

எப்போதும் அவன் நினைவில் ஆடுகளும் மாடுகளும் கத்திக்கொண்டேயிருக்கும். தொண்டுப்பட்டி வேலியில் எலி ஒன்று புதிதாக வந்து குடியேறி வங்கு பறித்திருந்தால் காலையில் முதல் காரியமாக அது அவன் கவனத்துக்கு வந்துவிடும். முத்து கேலியாகக் கேட்பான், 'தொண்டுப்பட்டி வேலியில எத்தன ஓடக்கான் குடியிருக்குதுடா?' சிரிப்பானே தவிர பதில் ஏதும் வராது.

சில வருசங்களாகவே தொண்டுப்பட்டியை விட்டு அவன் வெளியே எங்குமே செல்வதில்லை. யார் முகத்தையும் பார்ப்பதில்லை. அவன் காட்டை ஒட்டிய இட்டேரியில் செல்லும் யாராவது அவனிடம் பேச்சுக் கொடுத்தால்தான். அவனைத் தேடித் தொண்டுப்பட்டிக்கு வந்து யாரேனும் பேசினால்தான். குழந்தை இல்லாமை பற்றி எல்லாரும் விசாரிக்கிறார்கள் என்பதற்காகத் தன்னை ஒடுக்கித் தொண்டுப்பட்டிக்கு உள்ளேயே இருத்திக்கொண்டான். இளவயதில் முத்துவும் காளியும் இந்தப் பக்கத்தில் சுற்றாத ஊரில்லை, போகாத இடமில்லை. அவன் மேலிருந்த பிரியத்தால் தன் தங்கச்சி பொன்னாவைக் கட்டிக் கொடுத்து மாப்பிள்ளை ஆக்கிக்கொண்டான். குழந்தைப் பிரச்சினையால் இப்படி ஆகிவிட்டானே ஏதாவது செய்து அவனைப் பழைய நிலைக்குக் கொண்டுவர வேண்டும் என்னும் எண்ணத்தில்தான் முத்து இந்த ஏற்பாட்டில் தலையிட்டான்.

பொழுது கிளம்பிச் சுருக்கென்று உறைக்க ஆரம்பித்தவுடன் எழுந்து மண்டையனிடம் சொல்லிவிட்டு வீட்டுக்கு வந்தான். அவன் வந்து சேரும்போது அப்பன் கோழி அடித்துக் கருக்கிக் கொண்டிருந்தார். காளி அங்கே வரவில்லை என்று தெரிந்தது. தொண்டுப்பட்டிக்குப் போய்ப் பார்க்கலாமா என்று யோசித்தபடி கட்டுத்தரைக்கு வந்தான். அப்போது சீராயி அனுப்பிய ஆள் காரான் வந்து தகவல் சொன்னான். அதன்பின் கொஞ்சம் நிம்மதியானான். என்றாலும் மனதில் ஒரு உறுத்தல் இருந்தது. நேரில் போய் அவனை ஒருமுறை பார்த்துவிட்டு வந்துவிடலாம் என்று நினைத்தபடி உலாத்திக்கொண்டிருந்தான். 'ஏன் மாமன் போயிருச்சு' என்று கேட்ட பொன்னாவுக்குத் தக்கபடி பதில் சொன்னான். 'உம்மாமனுக்குத் தொண்டுப்பட்டிய உட்டு ஒருராத்திரிகூட இருக்க முடியிலியாமா. உன்னய இன்னம் நாலு நாளைக்கு இருந்துட்டு மெதுவா வரச் சொல்லீட்டுப் போயிட்டான்' என்றான். பெருநோம்பியில் எல்லாம் நல்லபடி நடந்ததா என்று மட்டும் அம்மாவிடம் கேட்டான். 'ம்' என்று அம்மா தலையசைத்தாள். பொன்னாவின் முகத்தில் உற்சாகம் பொலிந்திருந்ததைக் கண்டான். முகப் பூரிப்பைப் பார்த்தால் சாமி வரம் கொடுத்துவிட்டார் என்றே தோன்றியது. எப்படியாவது

இதில் குழந்தை உருவாகிவிட வேண்டும். காளியை அப்புறம் பழையபடி வெளியே கொண்டு வந்துவிடலாம் என்னும் நம்பிக்கை அவனுக்கு இருந்தது. பொன்னா விஷயம் அவனுக்குத் தெரிய வந்திருக்குமோ என்றிருந்த சந்தேகத்தை நிவர்த்தி செய்துகொள்ளாமல் அவனால் இயல்பாக இருக்க முடியவில்லை.

அன்றைக்கு உச்சிப் பொழுதில் கிளம்பினான். காளியின் காட்டுக்குள் போய்க் கால் வைத்ததுமே என்னவோ எல்லாம் வித்தியாசமாய் இருப்பதாகப் பட்டது. காளி ஆசை ஆசையாய் வைத்திருந்த ஒருபாத்தி கத்திரிச் செடி தண்ணீர் இல்லாமல் வாடித் தெரிந்தது. காளி ஒருபோதும் இப்படி விடுபவன் அல்ல. கிணற்றோரப் பால மரத்தடியில் உட்கார்ந்து ஆடுகளைப் பார்த்துக்கொண்டிருந்தாள் சீராயி. முத்துவைப் பார்த்ததும் ஓடோடி வந்து ‘தம்பீ . . . அந்தக் கதைய ஏங் கேக்கற. அன்னைக்குக் காத்தால வந்து பூவரச மரத்துலக் கவுறு போட்டுக்கிட்டான். என்னமோ அந்தக் கூளியாயா என்னய அனுப்பி வைக்கங்காட்டிக் காப்பாத்தீட்டேன். என்னன்னு சொல்லுவன், ஏதுன்னு சொல்லுவன். ஒருகஷ்டமா ரண்டு கஷ்டமா ஒம்போது கஷ்டம் ஒன்னா வந்தா என்னால தாங்க முடியுமா தம்பீ. அன்னையிலருந்து ஒரு வேலயும் செய்யுல அவன். சோத்து நெனப்புக்கூட இல்ல. அப்படியே விருமித்தி புடிச்சவனாட்டம் கட்டல்ல படுத்து மொவுட்டப் பாத்துக்கிட்டே கெடக்கறான். நானும் என்னென்னமோ பேசிப் பாக்கறன். எதுக்கும் அசையில. சின்னக் கொழந்தயா, அடிச்சு ரண்டு நல்ல புத்தி சொல்லறதுக்கு? நானும் அந்தப் பக்கம் இந்தப் பக்கம் போவாத இங்கயேதான் இருக்கறன். வளவுப் பக்கமே போவுல. செரி, நாலஞ்சு நாளானாக் கொஞ்சம் கோவம் தெளியும்னுதான் அப்பறம் பொன்னாள வரச் சொல்லலாம்னு இருந்தன். நீ போய்ப் பேசிப் பாரு. உஞ்சேக்காளிய எப்பிடியாச்சும் செரி பண்ணீட்டுப் போ’ என்று விவரம் எல்லாம் சொன்னாள்.

தொண்டுப்பட்டிப் பக்கம் காலெடுத்து வைக்கவே அச்சமாக இருந்தது. காளியின் முகத்தை எப்படிப் பார்ப்பது என்று தெரியவில்லை. தலைத்துண்டை அவிழ்த்துத் தோளில் போட்டுக்கொண்டான். பின்னால் சீராயி மெல்லக் குரலெடுத்துப் பாடும் ஒலி கேட்டது.

வெள்ள வேட்டி எடுத்து வரிஞ்சு கட்டிக்கிட்டு
வீசிவீசி நடந்துதான் வீதியில போவையில
வந்தசனம் கும்புட்டுக்கும் வாய் மூடி ஒதுங்கிக்கும்
வெள்ள வேட்டி எடுக்குல வரிஞ்சுந்தான் கட்டுல
வீசிவீசி நடக்கவில்ல வீதியில போகவில்ல
மொவுட்டப் பாத்துக்கிட்டு மூலயில கெடக்குதே.

எந்த நேரத்திலும் இப்படி ஒரு ஒப்பாரியைப் அவளால்தான் முடியும். ஒப்பாரிக் குரல் அவனுக்குக் கிலி உண்டாக்கியது.

காளியின் முகத்தைப் பார்த்து எப்படிப் பேசுவது? என்னவென்று தொடங்குவது? கயிறு போட்டுக்கொள்கிற அளவுக்கா அவன் மனசு விட்டுவிட்டான்? கயிறு போட்டுச் செத்துப்போயிருந்தால் என்னவாகியிருக்கும்? அதை யோசிக்கவே அவனுக்கு உடல் சிலிர்த்தது. அப்போது பொன்னாவுக்கு என்ன பதில் சொல்ல முடியும்? தொண்டுப்பட்டி அருகே போனான். உள்ளே சத்தம் ஏதுமில்லை. பூவரசடியில் படுத்திருப்பானோ கொட்டாய்க்குள் படுத்திருப்பானோ. தயக்கத்தோடு மெல்ல அடியெடுத்து வைத்தான். சரி, உயிரைக் காப்பாற்றியாகிவிட்டது. இனிமேல் என்ன செய்துவிடுவான். பார்த்துவிடலாம். எப்போது இருந்தாலும் அவனுக்குத் தெரியப் போகிற விஷயம்தானே. இப்போதே தெரிந்துவிட்டது. என்ன செய்துவிடுவான்? தலையைச் சீவியா விடுவான்? அவனுக்கு நல்லது நினைத்துச் செய்த விஷயம். அதைப் புரிந்துகொண்டாலும் சரி, கொள்ளாவிட்டாலும் சரி.

படலைக் கொஞ்சம் சத்தம் எழுப்புகிற மாதிரி தள்ளித் திறந்தான். நாய் ஓடி வந்து வாலை ஆட்டி வரவேற்பு தெரிவித்தது. 'போ ... ச்சுடாய்' என்று சத்தமாகச் சொன்னான். கொட்டாய்க்குள்தான் இருக்கிறான் போல. கொட்டாய்க் கட்டிலில் ஆள் தெரிந்தான். விழித்திருக்கிறானோ தூங்குகிறானோ. தூங்கினாலும் எழுப்பிவிடலாம். 'மாப்பிள மாப்பிள' என்று கூப்பிட்டுக்கொண்டே உள்ளே போனான். அவன் அழைப்பு காளிக்குக் கேட்ட மாதிரியே தெரியவில்லை. கண்கள் விழித்திருக்க எங்கோ பார்த்திருந்தான். அருகில் போய் நின்றும் அவனுக்குத் தெரியவில்லை. அசைவுகளும் குரலும் அவனை எதுவும் செய்யவில்லை. இந்த உலகத்திலேயே அவன் இல்லை. தைரியத்தை வரவழைத்துக்கொண்டு தோளைத் தொட்டு 'டேய் மாப்ள' என்றான். தொடுதலில் துணுக்குற்றுப் பதறி எழுந்தான் காளி. தலை தூக்கி முத்துவைப் பார்த்தான்.

'வாடா, எழவுக்கு வந்தயாடா? அதான் பொழச்சுக்கிட்டனே, எங்கம்மா அந்தப் பாழாப் போன முண்ட, என்னயப் பெத்து இந்தக் கோலத்துக்கு ஆளாக்கி வெச்சிருக்கற கண்டாரோலி, வந்து காலப் புடிச்சிக்கிட்டு உடமாட்டம்னுட்டாளே. இல்லீனா இந்நேரம் சுட்டுப் பொசுக்குன எடத்துல நாய் மண்டிருக்கும்' என்றான். முத்துவுக்கு உள்ளுக்குள் நடுக்கம். காளியின் கண்களில் இருந்து தானாகக் கண்ணீர் வடிவதைக் கண்டான். 'உடுடா மாப்ள. நல்லதே நடக்கும். இதுக்கா போயி இப்பிடியெல்லாம் பண்ணுன' என்று நாலு வார்த்தை பேசுவதற்குள் அவனுக்கு

உதடுகள் காய்ந்து நாக்கும் உலர்ந்து போயிற்று. ‘ஆமாண்டா. பொண்டாட்டிய இன்னொருத்தங்கிட்ட உடறது நல்லது. அன்னைக்குச் சாராயம் வாங்கிக் குடுத்தயே, அப்பிடியே அதுல வெசத்தக் கலக்கிக் குடுத்துக் கொன்னு போட்டுட்டு உந்தங்கச்சியக் கண்டவனோட அனுப்ப வேண்டிதுதானேடா’ என்றான்.

‘அப்பிடி எல்லாம் சொல்லாதடா. ஊர்ல எத்தனயோ பேரு இப்பிடிச் செஞ்சு சாமி வரம் வாங்கியிருக்கறாங்கடா. எல்லாருத்துக்கும் ஆனதுதானடா நம்மளுக்கும்’ என்றான் மெதுவாக முத்து. ‘அப்பிடி அனுப்புனவன் எல்லாம் முழு மனசோடதான் அனுப்புனான்னு உனக்குத் தெரீமாடா. நான் பட்ட மாதிரி அவனவன் மனசுல எத்தன வெச்சிருந்தானோ. பொறந்த கொழந்தயத் தூக்கிக் கொஞ்சறப்பெல்லாம் இது எவனுக்கோ பொறந்துதுன்னு நெனைக்காத இருக்க முடியுமாடா? ஒருக்காப் போனவளுக்கு இன்னொருக்காப் போவவும் எண்ணம் வராதாடா? எப்பிடியோ என்னூட்ட அவுசாரி ஊடாக்கிப் புட்டயேடா’ என்று கதறி அழுதான் காளி. ‘நாங்கெல்லாம் இருக்கறம்டா. ஒன்னும் ஆவாது, இப்பிடி அழுவாதடா’ என்றான் முத்து. ‘என்னடா ஒன்னும் ஆவாது. எவங்கிட்டயோ போய்ப் படுத்துட்டு வந்து அந்தத் தேவுடியா முண்ட அங்க சந்தோசமா இருக்கறாளா? எம்மூஞ்சியில எப்பிடி வந்து முழிக்கறான்னு பாக்கறன்’ என்று கத்தினான்.

‘பொன்னாள அப்பிடிச் சொல்லாதீடா. நீ செரின்னு சொல்லீட்டயின்னு பொய்ப் பேசித்தான் அவள அனுப்புனம்டா. அந்தப் பிள்ளய ஒன்னுஞ் சொல்லாதீடா’ என்றான் நடுங்கும் குரலில் முத்து. ‘நீங்க சொன்னா நம்பிப் போயிருவாளா? அட நானே சொல்லியிருந்தாக்கூட எம்மேல பாசமிருக்கறவளா இருந்தாப் போவாளாடா? அவளுக்கு அரிப்பெடுத்துக்கிருச்சு. ஒன்னு பத்துல, அதான் போயிருக்கறா’ என்று வன்மத்தோடு மேலும் சில வசைகளைச் சொன்னான் காளி. முத்துவால் பொறுக்க முடியவில்லை. ‘பிள்ளய எதும் பேசாதீடா. அதுக்கு உம்மேல இருக்கற பாசம் உனக்குத் தெரியாதாடா’ என்று கெஞ்சும் குரலில் பேசினான். உடனே கட்டிலில் இருந்து எழுந்த காளி சட்டென முத்துவின் துண்டைப் பிடித்து இழுத்து ‘வந்துட்டான். தங்கச்சியக் கூட்டிக் குடுத்த நாயி, எனக்குப் பித்தி சொல்ல வந்துட்டான். போடா’ என்று நெட்டி வெளியே தள்ளினான்.

தடுமாறி நின்ற முத்து ‘டேய் மாப்ள’ என்று தழுதழுத்தான். ‘ஆர்ரா மாப்ள. இன்னமே எந்த ஒறவும் கெடையாது. இந்தப்

பக்கம் காலெடுத்து வெச்சயின்னா கால வெட்டிப்புடுவன். ஓடிப் போயிருடா நாயே' என்று கத்தினான். மீண்டும் ஏதோ சொல்ல வாயெடுத்து உள்ளே நுழையப் போன முத்துவை ஓடிவந்து முதுகில் குத்தித் தள்ளினான் காளி. கீழே விழுந்தவனைக் கண்டபடி அடிக்க ஆரம்பித்தான். குடுமியைப் பற்றிப் பிடித்துக்கொண்டு கன்னத்தில் அறைந்தான். கால்களில் மிதித்தான். கீழே கிடந்த பூவரசு விளாறு ஒன்று கையில் சிக்கியது. அதை எடுத்துக் கண்களை மூடிக்கொண்டு முத்துவின் மேல் விளாசினான். கைகளைக் கொண்டு தடுத்துப் பார்த்த முத்து முடியாமல் போகவே அடிகளை வாங்கிக்கொள்ள உடலைப் பலவிதமாகத் திருப்பினான். உள்ளே ஓடிவந்த சீராயி 'டேய் பொசங்கெட்ட தாயோலி... ஒரம்பரப் பையன இப்பிடி அடிக்கலாமாடா. அதான் எல்லா நாந்தான் செஞ்சன்னு சொன்னனே, அப்பறம் எதுக்குடா அவன அடிக்கற. இந்தா உனக்கு வெறி அடங்கலீன்னா என்னய அடி. இந்தா குத்து. நெஞ்சடச்சுச் சாவறன். நீ பால் குடிச்ச மொல மேலயே அடி. அடிடா' என்று அவனுக்கு முன்னால் போய் மண்டியிட்டுத் தன் நெஞ்சை நிமிர்த்திக் காட்டினாள்.

'த்தூ' என்று முத்துவின் மேல் மொத்தையாய் எச்சிலைத் துப்பிவிட்டு வேகமாக உள்ளே போய்க் கட்டிலில் படுத்தான். ஆத்திரம் அடங்காத அவன் மூச்சு பூவரசு காற்றில் அசைந்து அசைந்து எழுப்பும் ஒலி போல வெளியாயிற்று. முத்துவைக் கைப்பிடித்துத் தூக்கினாள் அவள். மேலெல்லாம் மண் ஒட்டியிருந்தது. விளாறின் தடிப்புக்களில் ரத்தம் கசிந்தது. எழுந்து துண்டைத் தேடி எடுத்துத் துடைத்துக்கொண்டே சொன்னான் முத்து. 'டேய் காளி. என்னய அடிச்சியேன்னு வருத்தமில்லீடா. உனக்கு ஆசயின்னா இன்னங்கூட வந்து நாலு அடி போடுடா. அடிச்சுக் கொல்றதுன்னாலும் கொல்லு வா. பொன்னாள மட்டும் ஒன்னுஞ் சொல்லாதீடா. அவ நல்ல பிள்ளைடா. உம்மேல உசுரயே வெச்சிருக்கறா. ஒன்னே ஒன்னு சொல்றன் கேட்டுக்க. உனக்கு நல்லது செய்யத்தாண்டா நெனச்சன். அத நீ இப்ப இல்லாட்டியும் புரிஞ்சுக்குவீடா. எப்பவும் நீ எனக்குச் சேக்காளி காளிதாண்டா' என்று சொல்லிவிட்டு மெல்ல அடியெடுத்து வைத்துத் தொண்டுப்பட்டிக்கு வெளியே போனான் முத்து. அவன் பின்னாலேயே போனவளுக்கு எதுவும் பேசத் தோன்றவில்லை. அவன் மெல்ல நடந்து காட்டைத் தாண்டி இட்டேரி மேலேறிப் போய்த் தலை மறையும்வரை பார்த்துக்கொண்டேயிருந்தாள்.

6

காலைச் சோற்றுக்கேனும் முத்து வருவான் என்று பொழுது கரடேறி வரும்வரைக்கும் எதிர்பார்த்திருந்தாள் பூவாயி. ஆளைக் காணோம். நேற்றிலிருந்தே ஆள் இல்லை. மத்தியானச் சோறுண்ணவில்லை. தோட்டக்காட்டில் வீடிருந்தது. அங்கிருந்து ஐந்தாறு காடு தாண்டிப் போனால் மேட்டுக்காடு. கோடையில் மேட்டுக்காட்டுக்கு எருவாகும் என்று ஆட்டுப்பட்டியும் கட்டுத்தரையும் அங்கே போட்டிருந்தன. அதனால் முத்து மேட்டுக்காட்டிலேயே எந்நேரமும் இருந்தான். பனையிலிருந்து கள் இறக்கிக்கொண்டிருந்தார்கள். கள் பருவம் முடியப் போகிறது. கடைசியாய்க் கட்டைப்பாளையில் வடியும் கள். அது பெரும்போதை தரும். வயிறு முட்டக் குடித்துவிட்டு மேட்டுக்காட்டு மண்ணில் எங்கேனும் புரண்டு கிடப்பான் என்று நினைத்தாள்.

'நாயக்கூடக் கூப்பட்டா எங்கருந்தாலும் ஓடியாந்திரும். ஒருவாய் சோறு போட்டரலாம். இவன் எங்க போறான் வர்றான்னு ஆருக்குத் தெரீது. எப்பப் பாரு இதே எழவாப் போச்சு' என்று பேசினாள். இரவுச் சோற்றை ஆள்காரப் பையனிடம் கொடுத்துவிட்டாள். அவனிடம் கேட்டதற்கு அவனும் பார்க்கவில்லை என்றே சொன்னான். சோற்றுப்போவனியைக் கட்டுத்தரை அருகே இருந்த ஊஞ்சக்கொம்பில் மாட்டி வந்ததாகச் சொன்னான். பட்டிக்குடிசில் பார்த்தாயா என்று கேட்டாள். ஆடுகளை உள்ளோட்டிப் பட்டியை வெளியே கட்டுப் போட்டு வந்திருப்பதாகவும் அவர் பட்டியில் இல்லை என்றும் சொன்னான். எப்போதும் எட்டு மணிச் சங்கு ஊதிய பிறகுதான் பட்டிக்குப் படுக்கப் போவான். அவனுடைய அம்மா வல்லாயி திட்டிக்கொண்டிருந்தாள். 'பொழுதோடச் சோறு திங்கக்கூட ஒரு ஆம்பள ஊட்டுக்கு வர

மாட்டானா? பையன் பாரு அப்பன் வருவானான்னு ஏங்கித் தடத்தயே பாத்துக்கிட்டுக் கெடக்கறான். பையன் மூஞ்சியப் பாத்துட்டுப் போவ மாட்டான். இவனுக்குச் சும்மா உட உட ரொம்பத்தான் ஏறிக்கிட்டு நிக்குது' என்று பேசினாள். 'ஆமா, இப்ப இப்பிடித்தான் பேசுவீங்க. மவன் மூஞ்சியப் பாத்ததும் ஒரு வார்த்த வாயிலருந்து வராது' என்று பூவாயி பதில் சொன்னாள்.

பொன்னா தனக்குள் சிரித்தபடி இருந்தாள். அப்பனோ 'எங்க போயிருப்பான். எதுனா எலி வங்குக்குள்ள படுத்துக் கெடந்துட்டுக் காத்தால எந்திரிச்சு வந்திருவான் உடு' என்றார். காலையிலும் வரவில்லை என்றதும் பூவாயி மேட்டுக்காட்டுக்குப் போனாள். பட்டிப்படலை ஆள்காரப் பையன் வெளியே கட்டியிருந்த கட்டு அவிழ்க்கப்படாமல் அப்படியே இருந்தது. மாட்டுக் கட்டுத்தரைச் சாணி அள்ளவில்லை. ஆடுகள் அவளைப் பார்த்ததும் இடைவிடாமல் கத்தின. நாயைப் பட்டியில் கட்டவில்லை. அதுபாட்டுக்குக் காட்டுக்குள் திரிந்து சுற்றியது. 'நாய்க்கு இருக்கற அறிவுகூட இந்த மனசனுக்கு இல்ல. வெடிய வெடிய இத்தன ஆடுவளத் தனியா உட்டுட்டு எப்பிடி இருக்க மனசு வந்துச்சோ. எவனாச்சும் வந்து பட்டியோட ஓட்டிக்கிட்டுப் போயிருந்தாலும் போச்சு. ஒருநாளைக்கு அப்பிடித்தான் நடக்கப் போவுது. அப்பத்தான் புத்தி வரும்' என்று புலம்பிக்கொண்டே தூக்குப்போவனிச் சோற்றை எடுத்து நாய்ச்சட்டியில் கொட்டினாள்.

நாய் ஓடிவந்து வாலை ஆட்டிக்கொண்டு தின்றது. எப்போதும் இரவு ஒருவேளைச் சோறுதான் அதற்கு. மற்றபடி அது காடு மேட்டில் சுற்றி எலிப் பிடித்துத் தின்னும். இப்படி ஏதாவது மீந்ததைப் போட்டால் அதிர்ஷ்டம். 'நாயாட்டம் இன்னமே கட்டிவெச்சுத்தான் சோறு போடோணும்' என்று தனக்குள் பேசியபடியே வீட்டுக்கு வந்தவளுக்கு இன்னும் புலம்பல் அதிகமாயிற்று. பொன்னாவுக்கு அவள் புலம்பல் எரிச்சலாக இருந்தது. அண்ணன் புத்திதான் தெரிந்ததாயிற்றே எங்காவது சுற்றிவிட்டு வருவான், எங்கே போய்விடுவான் என்று நினைத்தாள். அண்ணன் பையன் முருகேசனோடு பொன்னாவுக்கு விளையாட்டு முசுவாக இருந்தது. இரண்டு வருசமாக ஊர்ப்பக்கமே காளி அனுப்பவில்லை. இந்த வருசம் ஊருக்கு வரவும் பெருநோம்பிக்குப் போகவும் ஒத்துக்கொண்டான். ஊரில் ஒருவாரம் இருந்து வரும்படியும் ஆளிடம் சொல்லிவிட்டிருந்தான். அவளுக்கு எல்லாம் சந்தோசமாக இருந்தது. பெருநோம்பிச் சந்தோசம் மனதில் முழுமையாக இருந்தது. சாமி வரம் கொடுத்துவிட்டதாகவே நம்பினாள். காளியைப் பார்த்தால் அன்றைக்கு இரவு நடந்த

விஷயத்தை எப்படிச் சொல்வது என்பதிலும் அவன் மூஞ்சியைப் பார்ப்பதிலும் அவளுக்குச் சங்கடம் இருந்தது. அதனால் ஒருவாரம் இருந்துவிட்டுப் போனால் நல்லதுதான் என்று நினைத்தாள்.

நங்கை பூவாயிடம் பொன்னாவுக்குப் பேச்சு வார்த்தை நின்றுபோய் நான்கைந்து வருசமாகிவிட்டது. இப்படித்தான் ஒருமுறை ஊருக்கு வந்திருந்தாள் பொன்னா. அப்போது முருகேசன் பிறந்து ஒருவருசம், ஒன்றரை வருசமிருக்கலாம். பொன்னாவுக்குக் கல்யாணம் ஆகிப் போன பிறகு இரண்டரை வருசம் கழிந்துதான் முத்துவுக்குக் கல்யாணம் நடந்தது. ஆனால் பூவாயிக்குப் பையன் பிறந்துவிட்டான். பொன்னா கோயில்களுக்கு வேண்டுதலை வைத்துக்கொண்டிருந்தாள். பொன்னா எப்போதும்போல் நாயுடன் ஓடிப் பிடித்து விளையாடிக்கொண்டிருந்தாள். ஆட்டுக்குட்டிகளைத் துரத்தினாள். இளம்பிள்ளை ஒருத்தி ஓரிடத்தில் கால் நிற்காமல் ஓடிக்கொண்டேயிருப்பது போலத் துள்ளாட்டம். தாய்வீட்டுக்கு வந்தால் பொன்னாவுக்கு அப்படித்தான் ஆகும். உற்சாகம் கொப்பளித்துப் பெருகும். ஒருவேலையும் செய்ய மாட்டாள். 'இவளுக்கு வேல சொன்னாப் பேழ வந்திரும்' என்று வல்லாயி திட்டுவாள். என்ன திட்டினாலும் காது ஏற்காது.

கைக்குழந்தையோடு அல்லாடிக்கொண்டிருந்த பூவாயிக்கு எரிச்சலாக இருந்தது. ஏதோ பேச்சுவாக்கில் 'கலியாணம் ஆனதுக்குக் காலாகாலத்துல பொறந்திருந்தா இந்நேரம் கையில ஒன்னும் மடியில ஒன்னுமா நண்டும் சிண்டும் தொந்தரவு பண்ணிக்கிட்டு இருந்திருக்கும். இந்த ஆட்டமெல்லாம் இருக்காது' என்றாள் அவள். 'அப்பவும் அம்மோட்டுக்கு வந்தா இப்பிடித்தான் இருப்பன்' என்றாள் பொன்னா சிரித்துக்கொண்டே. 'அந்தப் புத்தி மாறுனாத்தான் வவுறு தொறக்கும் பாத்துக்கோ' என்று வெடுக்கென்று சொன்னாள் அவள். பொன்னாவுக்குச் சுருக்கென்று தைத்துவிட்டது. 'உம் வவுறு தொறந்திருச்சுன்னு இப்பிடி எகத்தாளம் பேசறியா? பிய்யும் மல்லும் அள்ளற கஷ்டம் எனக்கில்லைன்னு இருந்திட்டுப் போறன் போ' என்று பதில் சொன்னாள். அன்றைக்கு நின்ற பேச்சு. இருவரும் நேருக்கு நேர் பார்த்துக்கொள்வதுகூட இல்லை.

பொன்னாவுக்கு அவள் பேச்சும் செயலும் இப்போதும் எரிச்சலாக இருந்தது. அதற்குள் அவள் அப்பன் மேட்டுக்காட்டுக்குப் போனார். எல்லாப் பக்கமும் பார்த்துவிட்டுப் பட்டிக்குள் பார்த்திருக்கிறார். ஆடுகளின் கால்களுக்குள் முத்துவின் செருப்பு மிதிபட்டுக்கொண்டு கிடந்தது. படலைத் திறந்து உள்ளே

அர்த்தநாரி

போய்ப் பார்த்தால் பட்டிக்குடுசுக் கட்டிலில் படுத்திருக்கிறான். தட்டி எழுப்பிக் கூட்டி வந்தார். அவர் பின்னால் ஒன்றுமே சொல்லாமல் வந்தான். கண்கள் இரண்டும் கண்வலிப் பூவெனச் சிவந்திருந்தன. மிகுபோதையினால் சிவந்திருக்கக்கூடும் என்று அப்பன் நினைத்து வரும் வழியெங்கும் திட்டிக்கொண்டே வந்தார். அவன் எதுவும் பேசவில்லை.

அண்ணனின் கோலத்தைப் பார்த்ததும் பொன்னாவுக்குத் தெரிந்துவிட்டது. அவன் இரவெல்லாம் தூங்கவில்லை. கண் கூடுகளின் ரப்பைகள் தடித்து வீங்கியிருந்தன. அவளுக்கு என்னவோ சரியில்லை என்று தோன்றியது. வாசலின் ஒருபுறம் எதுவும் தெரியாததுபோல் நின்றிருந்த பூவரசின் அடியிலிருந்த கட்டிலில் அவன் உட்கார்ந்தான். பக்கத்தில் போய் ‘என்னண்ணா ஆச்சு?’ என்றாள். அவன் குனிந்த தலையை நிமிர்த்தவில்லை. அவன் உடலெங்கும் தடிப்புகள் தெரிந்தன. ‘மேலெல்லாந் தடிச்சிருக்குது. எங்க சண்டைக்குப் போன, ஆருகிட்ட அடி வாங்குன?’ என்று கேட்டாள். அப்பன் அதைக் கவனித்திருக்கவில்லை. அதனால் ‘நாய் எங்கயாச்சும் கல்லுல மண்ணுல உழுந்து கெடந்திருக்கும். இந்தக் கொட்டப்புழுவப் போயி எவன் அடிக்கறான்’ என்றார். பூவாயி ஓடி வந்து அவன் மேலைத் தடவிப் பார்த்தாள். ‘இப்பிடித் தடிச்சிருக்குதே’ என்று வீட்டுக்குள் ஓடினாள். எல்லாரும் பதறுவதைக் கண்டதும் அவனுக்கு அழுகை வந்தது. அவனால் தன்னைக் கட்டுப்படுத்திக்கொள்ளவே முடியவில்லை. ‘சொல்லுண்ணா, என்னாச்சு?’ என்று அவன் தோளைத் தொட்டு உலுக்கினாள். அவன் அழுதுகொண்டே சொன்னான், ‘மாப்ளைக்கு எல்லாந் தெரிஞ்சு போச்சு பிள்ள.’

பொன்னா திடுக்கிட்டுப் போனாள். ‘அப்ப இதுவரைக்கும் மாமனுக்கு எதுந் தெரியாதா?’ என்று கத்தினாள். முத்துவால் பதில் சொல்ல முடியவில்லை. பொன்னா அம்மாவைப் போய்க் கேட்டாள். அவளும் தடுமாறினாள். ‘அதென்னமோ உம் மாமியாதான் எல்லாம் நாஞ் சொல்லீட்டன், ஒன்னும் பிரச்சினயில்லன்னு சொன்னா’ என்று சமாளிக்கப் பார்த்தாள். பொன்னாவின் மனதுக்குள் எல்லாம் காட்சியாய் விரிந்தன. காளி இந்த ஏற்பாட்டை ஏற்றுக்கொள்ளவில்லை. பூவரசடியில் உட்கார்ந்து அவன் பலகாரம் தின்றுகொண்டிருந்தபோது அவனிடம் பேச விடாமல் தொந்தரவு செய்து அம்மா கூப்பிட்டுக் கொண்டேயிருந்தது நினைவு வந்தது. பொன்னா அவனிடம் ஏதும் பேசவில்லை. ‘நான் போகட்டுமா?’ என்று கேட்கச் சங்கடமாக இருந்தது. அதே போலப் போவென்று சொல்ல அவனுக்கும் தயக்கமாக இருந்திருக்கும் என்று நினைத்தாள். ‘போ

பாத்துக்கலாம்' என்று அவன் சொன்னது ஊருக்குப் போவதைப் பற்றி மட்டும்தானோ. 'பாத்துக்கலாம்' என்பதை அவன் மறைமுகமாகக் கொடுக்கும் சம்மதம் என்று நினைத்துவிட்டாள்.

அண்ணன் சொன்னானே 'சாமி காரியம்னு சொல்லி மாப்ளய ஒத்துக்க வெச்சுட்டன்' என்று. எல்லாம் பசப்பு. பொய். விஷயம் தெரிந்ததும் என்னவாயிற்றோ என்று பதறினாள். முத்துவை உலுக்கிச் 'சொல்லு, மாமன அடிக்கப் போனியா' என்றாள். 'அவந்தான் என்னய அடிச்சான்' என்று அழுகையும் விசும்பலுமாய் அன்றைக்கு விடிகாலம் முத்துவுக்குத் தெரியாமலே காளி எழுந்து வந்ததும் எல்லாம் புரிபட்டதும் தொண்டுப்பட்டிக்குப் போய்க் கயிறு போட்டதும் நேற்று முத்து போனதும் அவனை அடிக்க வந்ததும் என எல்லாவற்றையும் சொன்னான். 'எஞ்சாமீ கவுறு மாட்டிக்கப் போயிருச்சா? பாவீங்களா, எல்லாரும் இப்பிடி நிக்க வெச்சுக் கழுத்த அறுத்துப்புட்டீங்களே, ஒருவார்த்த மாமனுக்குச் சம்மதமில்லைன்னு எங்கிட்டச் சொல்லீருக்கக் கூடாதா? எங்குடியக் கெடுக்க எத்தன நாளா இப்பிடித் திட்டம் போட்டீங்க. எம் மாமனப் பத்தி எனக்குத் தெரிஞ்சும் இவுங்க சொன்னாங்கன்னு நம்பீட்டனே. எம்புத்தியச் செருப்பால அடிக்கோணும். அய்யோ, எஞ்சாமீ எப்பிடி மருவுச்சோ, மயங்குச்சோ, என்னென்ன நெனச்சுச்சோ' என்று மாரில் அடித்துக்கொண்டு அழுதாள்.

'சாமி காரியம்னு சொல்லி ஒத்துக்க வெச்சுட்டன்னு இப்பிடி பச்சையாப் பொய்ப் பேச உனக்கு எப்பிடிடா தாயோலி மனசு வந்துச்சு. ரண்டு பேரும் போய் ஒழிஞ்சிட்டா அந்த மண்ண அள்ளி வாயில போட்டுக்கலாமுன்னு திட்டம் போட்டயாடா எச்சக்கலத் தாயோலி' என்று இருகைகளாலும் முத்துவின் முகத்தில் அடித்தாள். அவன் தலை குனிந்து அடிகளைத் தலையில் வாங்கிக்கொண்டாள். 'ஒரு ஆம்பளைய எதுக்குடி இப்பிடி அடிக்கற? இவளக் கட்டிக் குடுத்துப் படற பாடு கொஞ்ச நஞ்சமில்ல' என்று வந்து முத்துவுக்கும் பொன்னாளுக்கும் குறுக்கே புகுந்தாள் பூவாயி. 'அடிக்கட்டும் உடு. எனக்கு இன்னம் வேணும். அடி பிள்ள நீ அடி பிள்ள' என்று முத்து முகம் காட்டினான்.

திடுமெனச் சாமி மருள் வந்தவள் போலப் பொன்னா 'என்னய நம்ப வெச்சு இப்பிடி ஏமாத்துன நீங்க நாளைக்கு எஞ்சொத்து வேணுமின்னு சோத்துல வெசம் வெச்சுக்கூடக் கொன்னுருவீங்க. இன்னமே எனக்கு அப்பன் அம்மா இல்ல, பெத்துப் பொறப்பு இல்ல, பொறந்த ஊடுன்னு ஒன்னு இல்ல. இந்தூட்டுல இனி ஒருசொட்டுத் தண்ணிகூடக் குடிக்க மாட்டன்.

நாஞ் செத்தாலும் ஆரும் வரக்கூடாது. இங்க எந்த எழவு உழுந்தாலும் எனக்கு ஆள் உடக்கூடாது. அந்தக் கூளி ஆயாளக் கும்பிட்டுச் சொல்றன். எம் மூஞ்சியப் பாக்கோணும்னுகூட என்னூட்டுப் பக்கம் ஒரு காக்கா குஞ்சு வந்தரக்கூடாது. எச்சலாட்டம் துப்பீட்டன். இன்னமே வாயில எடுத்து வெச்சுக்க மாட்டன்' என்று சொன்னாள். வாயில் மொத்தையாய் எச்சிலைக் குவித்துத் தூவெனத் துப்பினாள். 'அடி பொன்னா என்ன பண்ற?' என்று அம்மா கத்தக் கத்தப் பூவரசடியில் கிடந்த மண்ணை இருகைகளாலும் அள்ளி வீட்டைப் பார்த்துத் தூற்றினாள். பின் ஒரே ஓட்டமாய் அங்கிருந்து குறுக்குத்தடத்தில் ஓடினாள்.

◯

7

பொன்னாவின் ஓட்டம் வெகுதூரம் கடந்து இட்டேரிமேல் ஏறிய பிறகுதான் நடையாக மாறியது. அவளுக்கு இப்போது தன்மேல்தான் கோபமாக இருந்தது. மாமியார் சொன்னாள், அம்மா சொன்னாள், அண்ணன் சொன்னான் என்று ஏமாந்துவிட்டோமே. அவன் இதை எப்படி வாய் திறந்து சொல்வான்? ‘போய் வா’ என்று வாயாரச் சொல்லி அனுப்புவான் என்று எதிர்பார்க்க முடியுமா? எப்படி இருந்தாலும் அவனிடம் வாய் விட்டுக் கேட்டாவது இருந்திருக்கலாம். எல்லாரும் இப்படி ஒரு திட்டம் போடுவார்கள் என்று கனவிலும் அவள் நினைக்கவில்லை. ஏற்றுக்கொள்பவனாக இருந்தால் ஏன் இரண்டு வருசங்களாக அவன் தாமதிக்க வேண்டும்? இரண்டு வருசங்களுக்கு முன்னால் மாமியாரும் அம்மாவும் இந்த ஏற்பாட்டைப் பற்றிச் சொன்னார்கள். என்றாலும் அதைக்கூட ரொம்பவும் தாமதமாகவே காளி அவளிடம் சொன்னான். ‘அவுங்க சொல்றாப்பல பெருநோம்பிக்குப் போறயா பிள்ள’ என்று ஒரு நெருக்கமான சமயத்தில் கேட்டான். அப்போது இருந்த நிலையில் அவனுக்கு அந்த ஏற்பாடு சம்மதம்தான் என்று நினைத்து ‘நீ சொன்னாப் போறன்’ என்று பதில் சொன்னாள்.

அவனால் அதையே ஏற்றுக்கொள்ள முடியவில்லை. அதற்கு எத்தனையோ விதமான சமாதானங்கள் சொல்லிப் பார்த்தாள். அதைப் பற்றிப் பேசினால் மௌனமாகிவிடுவான். அடிக்கடி பேசினால் அவளுக்கு அதில் விருப்பம் இருப்பதால்தான் அதையே பேசுகிறாள் என்று எண்ணுகிறானோ எனச் சந்தேகப்பட்டு அந்தப் பேச்சையே நிறுத்திவிட்டாள். அதற்காகவே பிறந்த வீட்டுக்குப் போவதைப் பற்றிக்கூட அவனிடம்

கேட்கவில்லை. இந்த வருசம் முத்து வந்து ரொம்பவும் வற்புறுத்திக் கூப்பிட்டான். இப்படி ஒரு திட்டம் உள்ளே இருக்கும் என்பதை அவள் உணரவில்லை. இந்த இரண்டு வருசத்தில் காளிக்கும் சரி என்று தோன்றியிருக்கும் என நம்பினாள். குழந்தை இல்லாத பிரச்சினை பற்றி என்றைக்குத்தான் பேச்சு இல்லை? தொண்டுப்பட்டிக்கு உள்ளேயே கூட்டுப்புழுப் போல அவன் அடைந்து கிடந்தாலும் மற்றவர்கள் விடுகிறார்களா?

இரண்டு மாதத்திற்கு முன் இதே இட்டேரியில் நடந்த விஷயம். இட்டேரி மேல் ஆடுகளை ஓட்டிவிட்டு நின்றுகொண்டிருந்தான். மாடுகளைப் பிடித்துக்கொண்டு வந்த வவுத்துப்பாட்டார் தன் வயிற்றை நீவிக்கொண்டே காளியிடம் பேச்சுக் கொடுத்தார். இப்படி யாரேனும் பேச்சுக்கு வந்தால் மெதுவாகக் கழன்று போவது அவன் வழக்கம். பொழுதிறங்கி நேரத்தில் ஆடுகள் முசுவாக மேய்ந்துகொண்டிருந்தன. மசமசவென்று இருட்டும் நேரம் வரைக்கும் ஆடுகள் நன்றாக மேயும். அதைக் கெடுக்க வேண்டாம் என்பதற்காக அவருடைய பேச்சுக்கு ஓரிரு வார்த்தைகளில் பதில் சொல்லிக்கொண்டிருந்தான். அவருடைய மாடுகளும் இட்டேரியில் மேயத் தொடங்கிவிட்டன. அவற்றின் கயிற்றை தளவிசாக விட்டுக்கொண்டே பேசினார். பேச்சின் இடையில் போன வருசம் அவருடைய காட்டில் கடலைச்செடிகள் சரியாக முளைக்காமை பற்றிப் பேச்சு வந்தது.

‘என்ன காளீப்பா செய்யறது, வெத பாக்கறதுக்கு நல்லாத்தான் இருக்குது. போட்டா மொளைக்க மாட்டீங்குது. கூலியேரு ஓட்ட வந்தாம்பாரு, செல்லூருக்காரன், அவன் கலப்பக் குட்டக் கலப்ப. மேலாக்கக் கீறி உட்டுட்டுப் போயிட்டான். வெத மேலாப்பலயே நின்னுக்கிடுச்சு. மே வெயிலுக்கே காஞ்சு போச்சு. அதான் மொளைக்கல பாத்துக்க. என்ன பண்றது. உங்களாட்டந்தான். உனக்கும் பொன்னாளுக்கும் என்ன கொற? பாக்கறதுக்கு ஆளு சேவேறுன பனமரமாட்டந்தான் இருக்கற. ஆனா ஒன்னும் நடக்க மாட்டீங்குது. குட்டக் கலப்பயின்னாலும் பரவால்ல. நல்லா அழுந்த உழுது ஆழமா வெதயூனு. அப்படியாச்சும் மொளைக்குதான்னு பாக்கலாம்’ என்று சொல்லி அவராகவே சிரித்தபடி போய்விட்டார். அன்றைக்கு இரவு பொன்னாவிடம் அதைச் சொல்லி வருத்தப்பட்டான். ‘ஒரு சனியனும் வேண்டாமின்னுதான இப்பிடி ஒதுங்கி இருக்கறம். அப்பவும் வேலியில் போற ஓடக்கானுவ வந்து மடியேறிக்கிட்டுக் கொடையாத உட மாட்டீங்குதுவ’ என்று அவரைத் திட்டினாள் பொன்னா. இப்படி மனிதர்களிடம் பட்ட அவமானம் கொஞ்சமா? அதையெல்லாம் யோசித்து இந்த ஏற்பாட்டுக்கு அவன் சம்மதித்து விட்டான் என்று சந்தோசப்பட்டாள்.

உள்ளுக்குள்ளே இத்தனை சூட்சுமம் இருக்கும் என்று அவள் நினைக்கவில்லை. கயிறு போட்டுக்கொள்ளப் போய் விட்டானாமே. அப்படிப் போட்டுப் போயிருந்தால் அவளுடைய நிலை என்னவாவது? அவனையே நம்பி இருக்கும் அவளைப் பற்றிக் கொஞ்சமும் நினைத்துப் பார்க்கவில்லை என்றால் அத்தனை கோபம் என்று அர்த்தம். 'இது ஆருக்கும் தெரியாதுடா. நம்ம நாலு பேருத்துக்கு மட்டுந்தான்' என்று சீராயி சொன்னதற்கு அவன் பதில் சொல்லியிருந்தான். 'ஆருக்குந் தெரியாது செரி, எம் மனசுக்குத் தெரியுமே, அது குத்திக் குத்திக் கேட்டுக்கிட்டே இருக்குமே, அதுக்கு என்ன பதில் சொல்றது?' என்று கேட்டான். அப்படித்தான் அவன் யோசனை போகும். பொன்னாவை எந்நேரமும் தன் மடிக்குள் கட்டி வைத்திருக்கவே விரும்புவான். அம்மா வீட்டுக்குப் போனால் ஒருநாள்கூடப் பொறுக்க மாட்டான். பின்னாலேயே வந்துவிடுவான். இல்லாவிட்டால் இந்த வேலை இருக்கிறது, அந்த வேலை இருக்கிறது என்று சொல்லி ஆள் அனுப்பிவிடுவான்.

வல்லாயி 'இப்பிடி ஒரு பிரசனப் பாத்ததில்லயாயா. இன்னம் ரண்டு பிள்ளப் பெத்திருந்தா எப்பிடி வெச்சுத் தாங்குவானோ' என்பாள். பொன்னா 'அட நீ வேற. பிள்ளப் பெத்திருந்தாப் பாசமெல்லாம் பிள்ளைங்க மேல போயிருக்கும். அது இல்லாததுதான் நல்லது' என்று சிரிப்பாள். அப்படி ஒரு ஈடுபாடு. போன வேகத்தில் அவன் கால்களைக் கட்டிக்கொள்ள வேண்டும் என்று நினைத்தாள். எனக்கு இதில் சம்பந்தமில்லை என்று சொன்னால் நம்புவானா? அவ்வளவு ஈவு இரக்கம் இல்லாதவனா காளி? இட்டேரியின்மேல் தடம் இப்போது நன்றாக இருந்தது. இருபுறமும் அடர்ந்த மரங்களும் குத்துச்செடிகளும் தழைந்து கொண்டிருந்தன. அங்கங்கே சரசரப்புகள் கேட்டன. அவள் எதையும் கவனிக்காமல் வேகமாக நடந்தாள். வழியில் பார்த்த ஒன்றிரண்டு பேர் காடுகளுக்கு ஆடோட்டிக் கொண்டும் மாடுகளைப் பிடித்தும் நடந்தபடி இருந்தனர். யாரிடமும் அவள் பேச்சு வைத்துக்கொள்ளவில்லை. அவளைக் கவனித்தவர்கள் 'என்னமோ பொன்னா இப்பிடி ஓடறாளே. ஊருல இருந்து வர்றவ தலகூடச் சீவுல. பீத்தப் பொடவயக் கட்டிக்கிட்டு எங்கயோ தீப் புடிச்சாப்பல போறாளே' என்று பேசிக்கொண்டனர்.

அவள் இட்டேரி இறங்கிக் காட்டுக்குள் நுழைந்து போவதைக் கண்டாள் சீராயி. 'லே பொன்னா பொன்னா' என்று அவள் கூப்பிட்டதைத் துளியும் காதில் வாங்கிக்கொள்ளாமல் ஓடினாள். முத்து விஷயத்தைச் சொல்லிவிட்டான் என்று தெரிந்தது. முத்துவையே அடித்துத் துவைத்துவிட்டான். சீராயிக்கேகூடப் பயமாக இருந்தது. நேற்று முத்து போன பிறகு அந்த வேகத்தில்

'அவன் உம்மேல உசுரா இருக்கற பையன். இந்தக் காலத்துல எந்த மச்சனன் இப்பிடி இருக்கறான். ஒராளு உட்டாப் போதும் பறந்துக்கிட்டு ஓடியாருவான். உனக்கு நல்லது நெனக்கறவன் அவன். அவனப் போயி இப்பிடி அடிக்கிறியே. உனக்குப் புத்தி கெட்டுப் போச்சா, பைத்தியம் புடிச்சுக்கிச்சா?' என்று கொஞ்சம் பேசினாள். அதற்கு அவன் மௌனமாகவே இருந்தான். அதிகம் பேசினால் முத்துவின் மேலிருக்கும் கோபம் தன்மேல் திரும்பிவிடுமோ என்றும் அவளுக்குப் பயமாக இருந்தது. அதனால் அதன் பிறகு எதுவும் பேசவில்லை. இரவுச் சோற்றுக்குக் கூப்பிட்டாள். சாப்பிட்டான். அத்தோடு சரி. காலையில் எழுந்து ஏதோ கொஞ்சம் வேலை செய்தான். சாணி எடுத்துப் போட்டான். மிளகாய் கிள்ளும் நேரத்திற்குள் அந்த வேலையை முடித்துவிடுபவன் இன்றைக்கு வெகுநேரம் செய்தான். ஒவ்வொரு மொத்தைச் சாணியையும் உருட்டி விளையாடுகிறானோ என்று பார்த்தாள். மெதுவாகவேனும் வேலைக்கு வந்துவிட்டானே என்று சந்தோசமாக இருந்தது.

பொன்னாவுக்குப் பின்னாலேயே சீராயியும் ஓடினாள். தொண்டுப்பட்டிப் படல் திறந்தே இருந்தது. உள்ளே நுழையும்போதே 'மாமா' என்று கத்தியபடி போனாள். பூவரசங் கொம்பு வெட்டப்பட்டு வெளியே கிடப்பதையும் மரத்தில் வெட்டுத்தடத்தையும் அவ்விடம் வெறிச்சிட்டு இருப்பதையும் பார்த்தாள். அவளுக்கு எல்லாம் புரிந்தது. சீராயி இல்லை யென்றால் அவன் இன்றைக்கு இல்லை என்பதை உணர்ந்தாள். அவன் எங்கே இருக்கிறான் என்று கண்டுபிடிக்க முடியவில்லை. தொண்டுப்பட்டியின் வடமூலையில் பல்லுக்குச்சியை மென்றபடி எங்கோ கத்தும் காக்கையைப் பார்த்தபடி தெரிந்தான். 'மாமா மாமா' என்னும் கதறலுக்கு அவனிடம் இருந்து எந்த அசைவும் இல்லை. போன வேகத்தில் அவன் கால்களைப் பிடித்துக்கொண்டாள். 'மாமா எனக்கு ஒன்னுந் தெரியாது மாமா. நீ செரின்னு சொல்லீட்டயின்னு என்னயப் போவச் சொன்னாங்க. உங்கிட்டப் போயி இத எப்பிடிக் கேக்கறது, பொய்யா சொல்லீரப் போறாங்கன்னு நெனச்சன். பொய் சொல்லீட்டாங்களே, எங்குடியக் கெடுத்திட்டாங்களே. நான் செஞ்சது தப்புத்தான். அந்தத் தப்புக்கு என்னயக் கொன்னிரு. என்னய என்ன வேண்ணாலும் செய்யி. நீ எதுக்குச் சாவோணும். நீ என்ன மாமா செஞ்ச' என்று அழுதாள்.

காக்கை ஒன்று இடைவிடாமல் கத்தியது. அதன் ஒலியினூடே 'ஒன்னுந் தெரியாத ஓலுகள்ளி' என்று காளி சொன்ன மாதிரி காதில் விழுந்தது. ஆவேசம் அடங்கியவளாய் அவன் முகத்தைப் பார்த்தாள். அதில் எந்தச் சுவடும் தெரியவில்லை. பேசிய

மாதிரியோ பேசாத மாதிரியோ முகம் இல்லாமல் எங்கோ ஒரே பார்வையாய் வெறித்துக்கொண்டிருந்தது. 'மாமா எதுனா சொல்லு மாமா. என்னய எட்டி நாலு ஒத ஒதச்சிரு' என்று கேட்டாள். அவன் மிக இயல்பாகக் கால்களை விடுவித்துக் கொண்டு மூலை ஓரத்திற்குப் போய் பல்லுக்குச்சியை இரண்டாகப் பிளந்து நாக்கு வழித்தான். காறிக் காறிச் சளியைத் துப்பினான். பின் போய் மொடாத் தண்ணீரில் வாய் கொப்பளித்தான். சீராயி பூவரசடியிலேயே நின்றுகொண்டிருந்தாள். அவன் பின்னாலேயே போன பொன்னா 'மாமா, இப்பிடி இருக்காத. எதுக்கு இந்த மாதிரி செஞ்ச? இன்னமேலு இப்பிடி நெனைக்கறத உட்டுரு. தேசமெல்லாம் திரிஞ்ச ஆளு, தொண்டுப்பட்டியே கதின்னு கெடக்கறயேன்னுதான் நான் ஒத்துக்கிட்டன். அதும் உனக்குச் சம்மதம் இல்லைன்னு தெரிஞ்சிருந்தா ஒத்திருப்பனா? உன்னய ஏமாத்திட்டாங்க, என்னயும் ஏமாத்திட்டாங்க' என்றாள். கொப்பளித்துத் திரும்பிய அவன் வாய் என்னவோ சொன்ன மாதிரி உணர்ந்தாள்.

திரும்பவும் வாயசைவை நினைவுக்குக் கொண்டுவந்து சொல்லை ஊகித்தாள். 'அவுசாரி.' அவளை அவுசாரி என்று சொல்லியிருக்கிறான். அவளுக்குத் தெரியும். அவன் மனம் பேசும்போது உதடுகள் மட்டும் அசையும். உதடுகளைக் கவனித்தால் அவன் பேச்சைப் படித்துவிடலாம். இப்போதும் அவன் உதட்டசைவு அவளுக்கு நன்றாகப் பிடிபட்டது. அந்த வார்த்தைதான். அதே வார்த்தைதான். அவன் பின்னாலேயே போய் 'என்ன மாமா சொன்ன, நீ சொன்னயா இல்லயா. நேரா என்னப் பாத்துச் சொல்லு. உன் ஒதடு அசஞ்சுது, உம் வாயி பேசுச்சு. எனக்குக் கேட்டுச்சு. என்னயச் சொன்ன, அப்பிடிச் சொல்லலாமா? நீ என்னய அப்பிடிச் சொல்லலாமா?' என்று அவன் தோளைப் பற்றி இழுத்துக் கேட்டாள். தன்னை விடுவித்துக்கொள்ளத் தோளை அசைத்துப் பார்த்தான். அவள் பிடி இறுகியிருந்தது. சட்டெனப் பலம் முழுவதையும் பயன்படுத்தி அவளை உதறிவிட்டான். கூடையிலிருந்து வீசிய குப்பை விசிறலாய்ப் பறந்து போவது போல ஒருபக்கமாகப் போய் விழுந்தவளை ஓடி வந்து தூக்கிய சீராயி 'என்னடி சொன்னான்?' என்று கேட்டாள். 'உம்மவன் என்னய அவுசாரின்னு சொல்றான். நான் அவுசாரியா நீ சொல்லு. எனக்கு எல்லாரும் சேந்து அவுசாரின்னு பட்டம் வாங்கிக் குடுத்திட்டீங்களே. நீங்க நல்லா இருப்பீங்களா?' என்று தலையில் அடித்துக்கொண்டு கதறி அழுதாள் பொன்னா.

8

பொன்னாவையும் சேர்த்துப் பார்த்துக் கொள்ளும் பொறுப்பு சீராயிக்கு வந்துவிட்டது. தான் முன்னெடுத்த ஒருவிஷயம் இந்த அளவுக்குப் போகும் என்று அவள் நினைக்கவில்லை. காளி ஏதோ ஓரிரு நாட்கள் சண்டை போடுவான், அப்புறம் வழிக்கு வந்துவிடுவான் என்றுதான் நினைத்தாள். வெகுகாலத்திற்குப் பிறகு அவளுக்கு ஒரு சுறுசுறுப்பும் கூடியிருந்தது. எங்காவது கூப்பிடும் காடுகளுக்கு வேலைக்குப் போவது, காளி ஏதாவது சொன்னால் செய்து தருவது, நாலு பேருடன் பழமை பேசுவது, ஏதாவது முடிந்ததைச் செய்து தின்பது என்று அன்றாடத்தில் பெரிய சுவாரசியமில்லை. இப்போது அவளையும் அறியாமல் பெரிய பொறுப்பை ஏற்றுக்கொண்டாள். இரண்டு பேரும் எப்படியும் சரியாகிவிடுவார்கள் என்னும் நம்பிக்கை அவளுக்கு இருந்தது.

காளி ஒரு வார்த்தைகூடப் பேசுவதில்லை. 'என்னடா ஊமையப் பெத்துட்டனா?' என்று கேட்டும் பார்த்துவிட்டாள். எதற்கும் பதிலில்லை. பொன்னாவிடம் ஏதாவது பேசினால் அழுகைதான் பதிலாக வருகிறது. பிறந்த வீட்டின்மேல் மண்ணள்ளித் தூற்றிவிட்டு வந்தது பெரிய அதிர்ச்சியாக இருந்தது சீராயிக்கு. வியாழன் அன்று சந்தைக்குப் போகும் போது அப்படியே அடையூருக்குப் போனாள். ஒருவர் முகத்திலும் துளி சந்தோசமும் இல்லை. அவளுக்குத் தண்ணீர் கொடுக்கவே தயங்கினார்கள். அப்புறம் விசாரித்தபோது காளிமேல் வைத்து மண்ணள்ளித் தூற்றித் தொலவு போட்டுவிட்டாள் என்பது தெரிந்தது. அதைக் கேட்டதும் அவள் தண்ணீரும் குடிக்கவில்லை. 'ஊடு தேடி வந்த

ஓரம்பரைக்கு ஒருவாய் தண்ணி குடுக்கக்கூட முடியாதவளாப் போயிட்டனே’ என்று வல்லாயி அழுதாள். முத்துவுக்கு என்ன சொல்வது என்றும் அவளுக்குப் புரியவில்லை. தொண்டுப்பட்டியில் அப்படி அடி வாங்கினானே. மாமன் மச்சினன் முறை உள்ளவன் கை தொட்டுவிட்டாலே கொலை வரைக்கும் போய்விடுகிற இந்தக் குடியான இனத்தில் பிறந்த முத்துத்தான் இவன். இவர்களோடா பொன்னா தொலவு போட்டு வந்தாள்? இந்த விஷயத்தைச் செரித்துக்கொள்ள அவள் ரொம்பவும் கஷ்டப்பட்டாள்.

தனக்கும் தன் குடும்பத்திற்கும் இருக்கும் ஒரே சொந்தம் இதுதான். எதுவென்றாலும் இவர்களைச் சார்ந்துதான் இருக்க வேண்டும். காளியின் அப்பனும் வீட்டுக்கு ஒரே பையன். தாத்தனும் ஒரே பையன். அதற்கு முன்னால் எப்படி என்று தெரியவில்லை. அண்ணன் தம்பியோ அக்கா தங்கையோ இருந்திருந்தால் சித்தப்பன் பெரியப்பன், அத்தை மாமன் என்று ஓரம்பரைகள் கூட்டம் இருந்திருக்கும். மூன்று தலைமுறையாக ஒத்தையாகக் குழந்தை பிறந்தால் அந்தக் குடும்பத்திற்கு என்ன உறவு இருக்க முடியும்? ஊரில் பங்காளிகள் உண்டு. அவர்கள் எல்லாம் ஒரே அடையாளத்தின் காரணமாக உண்டான உறவுகள். பதினேழு பதினெட்டுக் குடும்பங்கள் உண்டு. ஏதாவது ஒன்று என்றால் அவர்களையே கூப்பிட வேண்டும். அவர்களும் பேரளவுக்கு வருவார்கள், போய்விடுவார்கள்.

சீராயி பக்கத்துச் சொந்தம் அப்படியே விட்டுப்போயிற்று. பொன்னாவைக் கலியாணம் செய்துகொண்டு வந்தபோதே அவர்களோடு சுணக்கம் நேர்ந்தது. தங்கள் பக்கம் பார்த்துக் காளிக்குப் பெண் எடுக்காமல் வெளிச் சொந்தத்திற்குப் போனது அவர்களுக்குப் பிடிக்கவில்லை. பொன்னா வருவதற்கு முன்னால் காளியின் மாமன்கள் பெண்டாட்டி பிள்ளைகளோடு மாதம் ஒருமுறையாவது வந்துவிடுவார்களாம். கோழி அடித்துச் சாப்பிட்டுவிட்டு இரண்டு நாள் தங்கிப் போவார்களாம். பொன்னா வந்த பின்னும் அது தொடர்ந்தது. ஒருமுறை சீராயியின் பெரியதம்பி வந்திருந்தான். காதுகளில் பெரிய கடுக்கன் போட்டுக்கொண்டு குடுமியைப் பொம்பளைகள் மாதிரி கழுத்துக்கு மேல் தூக்கிக் கொண்டையாகக் கட்டிக்கொண்டிருந்தான். அவனும் மூன்றாவது பிள்ளையும் வந்திருந்தார்கள். ஆளைப் பார்த்தாலே பொன்னாவுக்குப் பிடிக்கவில்லை. தொண்டுப்பட்டியிலேயே தங்கிக்கொண்டு பெரிய அதிகாரம். கோழி அடித்துக் குழம்பு வைத்து நெல்லஞ் சோற்றோடு போட வேண்டும். திரும்பிப் போகும்போது கையில் ஒருபெருங்கூட்டுச் சேவலையும் பிடித்துப் போனார்கள்.

பதினைந்து நாட்களுக்குப் பிறகு சின்னத்தம்பியும் அவன் பையன்கள் இரண்டு பேரும் வந்துவிட்டார்கள். சின்னத்தம்பி பொன்னாவை முறைத்து முறைத்துப் பார்த்தான். அவனுடைய பார்வையில் கள்ளம் இருப்பதை எளிதாகக் கண்டுகொண்டாள் பொன்னா. அதைக் காளியிடம் சொன்னால் பெரிதாக எடுத்துக்கொள்ள மாட்டான். ஆம்பளைகள் அப்படித்தான் பார்ப்பார்கள் என்று எளிதாகச் சொல்லிவிடுவான். அவர்களுக்கும் கோழியும் நெல்லஞ்சோறும். அவர்களும் கையில் கோழி ஒன்றோடு போனார்கள். கோழியைக் கொண்டு போகும்போது ஒருபையன் கையில் தொங்கிய கோழியைப் பார்த்துப் பொன்னா சொன்னாள். 'ஒருபடி அரிசிய வவுறு புடிக்கத் தின்னுட்டுத் திருட்டுப்பார்வ பாக்குது பாரு. தீக்கொள்ளியக் கொண்டாந்து அந்தக் கண்ணுல வெச்சுச் சுடோணும்.' திருட்டு விழியோடு ஒன்றும் பேசாமல் போனச் சின்னத்தம்பி அப்புறம் வரவேயில்லை. அவர்கள் வரும்போது கையில் ஒருபழமோ ஒருபடி கல்லக்காயோகூடக் கொண்டு வருவதில்லை. புருசனில்லாமல் பையனை அக்கா இப்படிக் கஷ்டப்பட்டு வளர்த்திருக்கிறாளே அவளுக்கு ஏதாவது விதத்தில் உதவுவோம் என்றில்லை. வருவதும் மூக்குப் பிடிக்கத் தின்பதும் இருப்பதைக் கொண்டு போவதுமாக இது என்ன பழக்கம்?

இப்படி ஒரு ஒரம்பரை தேவையா? சீராயிடம் கேட்டால் 'தம்பீவ அக்கோட்டுக்கு வராதயா இருப்பாங்க? வந்தா எப்பிடிச் சும்மா வெறுங்கையோட அனுப்பறது?' என்று சொன்னாள். பொன்னா 'ஏன் அவுங்க அக்கோட்டுக்குப் போறமேன்னு ஒன்னும் கொண்டாறாத வெறுங்கையோடதான வர்றாங்க' என்று கேட்டாள். 'அவுங்க குடுத்துத்தான் பொழைக்கறமா நாம. பிள்ள குட்டியோட இருக்கறாங்க. தின்னுட்டுப் போறாங்க போ' என்று சொன்னாள் சீராயி. காளிக்குப் பெரும்போக்கு. வருபவர்களை எப்படி வேண்டாம் என்று சொல்வது? வருவதுகூடப் பிரச்சினை யில்லை. வந்ததும் கோழி பிடிக்கச் சொல்லி அதிகாரம் செய்வதைப் பொன்னாவால் பொறுத்துக்கொள்ள முடியவில்லை. சரி, நடக்கட்டும். எத்தனை நாளைக்கு இந்தப் பன்னாட்டு நடக்கும் என்று சந்தர்ப்பத்தை எதிர்பார்த்துக்கொண்டிருந்தாள் பொன்னா.

கொண்டைக்கார மாமனும் அவன் மகன் ஒருவனும் வந்த நாளொன்றில் பொன்னா மட்டும்தான் தொண்டுப்பட்டியில் இருந்தாள். சீராயி வளவு வீட்டில் இருந்தாள். காளி ஆடுகளை இட்டேரியில் மேய்த்துக்கொண்டிருந்தான். 'வாங்க' என்று மட்டும் சொல்லிவிட்டுப் பொன்னா அவள்பாட்டுக்குக் கட்டுத்தரை வேலையைப் பார்த்துக்கொண்டிருந்தாள். அவர் பூவரசடிக்

கட்டிலில் கால்களை நீட்டிப் படுத்துக்கொண்டார். அந்தப் பையனுக்குப் பதினாலு பதினைந்து வயதிருக்கும். அவன் வந்து பொன்னாவிடம் 'அப்பன் வெடக்கோழியா ஒன்னு புடிக்கச் சொல்றாரு' என்றான். அவளுக்கு வந்தது வெறி. 'அப்பனும் மவனும் வெறுங்கைய வீசிக்கிட்டு வர்றீங்களே, வர்றப்ப ஒருகோழியும் அக்கா ஊட்டுக்குச் சீரா அஞ்சு படி அரிசியும் கொண்டாரது தானடா. இங்க என்ன நெல்லா நட்டு வயக்காட்டு வெள்ளாமயா பண்றம்? செரி, அப்பனும் மவனும் அந்தப் பூவரச மர நெவுல்ல படுத்துக் கெடங்க, மழ பேஞ்சு கெணத்துல தண்ணி வந்து ஒழவோட்டி வயலடிச்சு நடவு நட்டு நெல்லு வெளையட்டும். நெல்லஞ்சோறு ஆக்கிப் போடறம். பொறுத்துக்கங்கப்பா, அதுவரைக்கும் பொறுத்துக்கிட்டு நெவுல்ல நல்லாப் படுத்திருங்க. நெல்லஞ்சோறும் கோழிக்கறியும் திங்க மாசம் ஒருக்கா நாக்கத் தொங்கப் போட்டுக்கிட்டு வந்தர்றாங்க, த்தூ' என்று பேசித் துப்பினாள்.

ஆட்டுப்பட்டியைக் கூட்டிவிட்டு வருவதற்குள் ஆளையும் காணோம், பையனையும் காணோம். அவர்கள் வந்து போனதைப் பற்றி சீராயிடமும் காளியிடமும் பொன்னா சொல்லவேயில்லை. அப்புறம் ஒருநாள் சந்தையில் சீராயியைப் பார்த்த பெரியதம்பியின் பெண்டாட்டி 'என்ன உம்மருமவ அப்பிடி எகிறுறாளாம்' என்று கேட்டாளாம். ஆனால் என்னவென்று விஷயத்தைச் சொல்லவே இல்லை. பெரிய வாயாடி, உம்மணாமூஞ்சி என்றெல்லாம் என்னென்னவோ திட்டினாளாம். சீராயி வந்ததும் 'பெரியதம்பி வந்தானா?' என்று கேட்டாள். பொன்னா 'எந்தப் பெரியதம்பி' என்றாள். 'அதாண்டி என்னோட பெரியதம்பி' என்றதும் 'வந்தா உங்களுக்குத் தெரியாத எனக்கு எப்பிடித் தெரியும்?' என்று சொல்லிவிட்டாள். அவர்கள் வந்ததாகவே அவள் காட்டிக்கொள்ளவில்லை. அவள் கேட்டதைப் பற்றி அவர்களால் எப்படி வெளியே சொல்ல முடியும்? சொன்னால், எல்லாரும் அவள் கேட்டது நியாயம்தானே என்பார்கள். சீராயிக்குக் குழப்பமாகிவிட்டது. பொன்னா சொன்னாள், 'எதுனா கெனாக் கண்டிருப்பாங்க. கெனாவுல என்னன்னு நான் சொன்னனாம்?' காளி கேட்டபோது சிரித்தாள்.

அதற்கப்புறம் அவர்கள் வருவது நின்றுபோயிற்று. பின்னொரு நாள் காளி 'என்னமோ தந்திரம் பண்ணி மாமமூடு வராத நிறுத்திப்புட்ட' என்றான். அவர்கள் வந்து வெறுமனே தின்று போவதில் அவனுக்கும் விருப்பம் இல்லைதான் என்றுணர்ந்த பொன்னா 'கோழி ஒன்னு கையோட கொண்டாந்திருந்தா

ஆவாதான்னும் இரு, வயலடிச்சு நெல்லு வெளையட்டும்னும் சொன்னன்' என்றதும் சிரித்தான். அந்த உறவு அத்தோடு நின்றுபோயிற்று. அதில் சீராயிக்குப் பெருவருத்தமாகவே இருந்தது. என்றாலும் போகப் போக அவர்கள் வராமல் போனது நல்லதுதான் என்று புரிந்துகொண்டாள். இப்போது அப்பன் வீட்டுக்கே மண் வாரித் தூற்றித் தொலவு போட்டு வந்திருக்கிறாள். இனி எப்போது மனம் மாறி ஒன்று சேர்வது? அப்புறம் தொலவை நீக்குவது என்றால் அத்தனை சுலபமில்லை. கூளிமேல் தொலவு போட்டதால் அந்தக் கோயிலுக்கே போய் இரண்டு வீட்டாரும் பொங்கல் வைத்து அபிசேகம் செய்து ஒன்றாகச் சேர்ந்து கும்பிட்டுத் தொலவை நீக்க வேண்டும். அதுவரைக்கும் ஒருவர் வீட்டில் ஒருவர் தண்ணீர்கூடக் குடிக்கக் கூடாது. பேச்சு வார்த்தையும் இருக்கக்கூடாது.

சீராயி சொன்னாள், 'என்னமோ ஆத்தரத்துல போட்டுட்டா. அதுக்காவ பேசாத இருக்க வேண்டாம். கூளி நம்ம சாமி. ஆயா எதும் நெனச்சுக்க மாட்டா. செரி, கொஞ்ச நாளுப் போவட்டும். காலம் இப்பிடியேவா போயிரும். ஒன்னு சேந்துக்கலாம். எங்களுக்கு உங்கள உட்டா ஒரம்பரைன்னு ஆரு இருக்கறா. இப்பத்திக்கிக் கை நனைக்காத இருந்துக்கலாம். என்னமோ எம் பேச்சக் கேட்டு நீங்கெல்லாம் நல்லதுதான் நெனச்சீங்க. அதுவ ரண்டு கழுதைகளுக்கும் அது புரியில. ஒருநாளைக்கு இல்லாட்டியும் இன்னொரு நாளைக்குப் புரியும். அப்பத் தேடிக்கிட்டு வந்துதான ஆவோணும். எங்க போயிருவாங்க. ஆயரம் சொந்தம் என்னூட்டுக்கு வா உன்னூட்டுக்கு வான்னு இழுத்துக்கிட்டு நிக்குதா. இருக்கறது ஒன்னே ஒன்னு. வந்துதான் தீரோணும். நீங்க ஆரும் கவலப்படாத இருங்க. என்னமோ எல்லாரும் சேந்து செஞ்சம். அது நல்லபடியா நடந்து அவ வவுத்துல ஒன்னு உதிச்சிட்டாப் போதும், எல்லாஞ் செரியாயிரும்.' அவர்களுக்கு ஆறுதல் சொல்லிவிட்டு வந்தாள் சீராயி.

பொன்னாவிடம் அதைப் பற்றி ஏதும் கேட்கவில்லை. காளியிடம் சொன்னாள். 'இருக்கற ஒரே ஒரம்பர, அவ அப்பமூடுதான். அதயே தூக்கி எறிஞ்சு தொலவு போட்டுட்டு வந்துட்டா, அவ மேல தப்பிருந்தா இப்பிடிச் செஞ்சிருப்பாளா, நெனச்சுப் பாருடா. நெஞ்சுல கொஞ்சம் ஈரத்தோட நெனச்சுப் பாருடா காளீப்பா' என்று அவனுக்குச் சுருக்கென்று தைக்கிற மாதிரி சொன்னாள். அவன் அப்போதும் எதுவும் பேசவில்லை. 'கல்லு மண்ணுகிட்டச் சொல்லலாம், மரமட்டைகிட்டச் சொல்லலாம். உங்கிட்டச் சொல்லி என்னடா ஆவப் போவுது. ரண்டு மக்க மனசரோட பொறந்திருந்தா இந்தக் கஷ்டம்

தெரியும். ஓரியாப் பொறந்து ஓரியா வளந்து ஓரியா வாழ்ற நாயிக்கு என்ன இருக்குது' என்று சொல்லிவிட்டு ஒப்பாரியைத் தொடங்கினாள்.

ஆணுமில்ல பொண்ணுமில்ல
ஆதரவு ஆருமில்ல
ஆகாசம் போவயில
அள்ளித் தூக்கவுமே
ஆளுக்கு என்ன செய்வன்?

ஒப்பாரியைக் கேட்ட எரிச்சலைக் காட்டத் தடியை எடுத்து மாட்டின் முதுகில் ஓங்கி விளாசினான் காளி. அப்படி அடியை ஒருநாளும் வாங்கியிராத மாடு அஞ்சிக் கட்டுத்தரையைச் சுற்றி ஓடியது. முத்து அடி வாங்கிய காட்சியும் அவள் நினைவில் வந்தது. ஒப்பாரியை அத்துடன் நிறுத்திவிட்டு அவன் மாட்டை அடிப்பதையே பார்த்துக்கொண்டிருந்தாள்.

❍

9

'அவுசாரி' என்று காளி சொன்னதும் பொன்னாவுக்கு எல்லாம் விட்டுப்போன மாதிரி ஆயிற்று. அதற்குமேல் அவனிடம் பேச அவளுக்கும் எதுவும் இல்லை. இப்படி ஒருவார்த்தையைச் சொல்ல அவனுக்கு எப்படி மனம் வந்தது? பன்னிரண்டு வருசங்கள் குடும்பம் நடத்தியிருக்கிறோம். இத்தனை வருசத்தில் உடனிருக்கும் ஒருவரைப் பற்றித் தெரியாதா? இதற்கு முன்னாலும் ஒருமுறை இப்படி ஒருவார்த்தையை அவன் சொல்லியிருக்கிறான். கல்யாணமான புதிதில் இரவு வீட்டுக்குச் சாப்பிட வருவான். அப்படியே அங்கேயே பொன்னாவோடு தங்கிக்கொள்வான். இரவு விழிப்பு வரும்போது எழுந்து அவளிடம் சொல்லிக் கதவைத் தாழ்ப் போட்டுக்கொள்ளச் சொல்லிவிட்டுத் தொண்டுப்பட்டிக்குப் போவான். நாளாக ஆகத் தொண்டுப்பட்டியிலேயே இருந்துவிடுவான். பொன்னா சோறு கொண்டுபோய்க் கொடுப்பாள். சிலநாள் அவளை அங்கேயே தங்கச் சொல்வான். சிலநாளுக்கு அவனாகவே நள்ளிரவில் அவள் நினைவு தோன்றும் நேரத்திற்கு வீட்டுக்கு வந்து கதவைத் தட்டுவான்.

பெருநோம்பியன்றைக்குக்கூட அண்ணனோடு போயிருந்த அவனுக்குத் திடுமென விழிப்பு வந்ததும் அவள் நினைவு வந்திருக்கும். அதுவும் அன்றைய பகலில் அவனுடைய சீண்டல்கள் எல்லாவற்றிலும் காமம் பொங்கி வழிந்தது. ஊரிலாக இருந்தால் பகலிலேயே அவளைக் கொட்டாய்க்குள் கூட்டிப் போயிருப்பான். அவனுக்கு எந்த நேரத்தில் அவள் நினைப்பு வரும் என்று சொல்லவே முடியாது. போதையில் இருக்கும் நாட்களில் கட்டாயம் அவளைத் தேடி வருவான். அது போதையின் தொடக்கத்திலாகவும் இருக்கும். போதை மிகுந்த பின்னாகவும் இருக்கும். சிலசமயம் போதையில்

பேருறக்கம் போட்டுவிட்டுத் திடுமென விழித்தெழுந்து வருவான். அவள் எப்பேர்ப்பட்ட சமயத்திலும் மறுப்புச் சொல்ல மாட்டாள். தூரமாகும் நாள் மாதாமாதம் துக்கமான நாள் என்பதால் அது அவனுக்குத் தெரிந்திருக்கும். முட்டுத்துணிகளைத் தொண்டுப்பட்டியில்தான் கொண்டு போய்க் காயப் போட்டிருப்பாள். அதை ஏக்கத்தோடு பார்ப்பான். இந்த மாதமும் ஒன்றும் ஆகவில்லை என்பதற்கான பார்வையா இன்றைக்கு அவளோடு சேர்ந்திருக்க முடியாது என்பதற்கானதா என்று கண்டுபிடிப்பது ரொம்பவும் கஷ்டம். அவனுக்கு வாரம் குறைந்தது இரண்டு முறையாவது அவள் வேண்டும். அவனது பகல் பேச்சுக்களையும் செயல்களையும் வைத்து இன்றைக்கு வருவான் என்று ஒருவாறு ஊகிப்பாள். அப்படி ஊகிக்க முடியாமலும் போவதுண்டு. அவள்மீது பிரியம் காட்டுவதோடு அவளுக்கும் முக்கியத்துவம் கொடுத்துப் பெருங்கனிவோடு நடந்துகொள்வான்.

'நீயா ஒருநாளைக்காச்சும் என்னயக் கூப்பட மாட்டயா?' என்று ஒருநாள் கேட்டான். 'பொம்பள அப்பிடிக் கூப்படலாமா?' என்று திருப்பிக் கேள்வி கேட்டாள். 'பொம்பளைக்கு மட்டும் வேணுமின்னு இருக்காதா? நீ என்ன மரக்கட்டையா? இதா என்னயக் கட்டிப் புடிக்கையில தெரியுதே உன்னோட ஆச எவ்வளவுன்னு' என்றான். அதற்குப் பின் தொண்டுப்பட்டியில் ஒருநாள் அவன் சாப்பிட்டு முடித்துக் கட்டிலில் படுத்திருந்தான். போசியை எடுத்துக்கொண்டு 'போவுட்டுமா?' என்று ஒருமாதிரி இழுத்தாள். 'போவேன்' என்று சொன்னவன் அவளைப் பார்த்தான். அவள் எழுந்து வந்து கட்டிலில் உட்கார்ந்து கொண்டாள். அவன் வாயைத் தன் கையால் அழுந்தப் பற்றி முத்தம் கொடுத்தாள். 'ஓ... இந்தப் போவா' என்று சொல்லிவிட்டுக் கட்டிக்கொண்டான். அன்றைக்கு அவளுடைய ஆதிக்கம் மிகுந்திருந்தது. உச்சத்தில் அவள் கிறங்கிக் கிடந்தபோது மேலும் இறுக்கி அணைத்துக்கொண்டு காதில் மெல்ல 'இத்தன ஆசய மறச்சு வெச்சுக்கிட்டு இருந்தயாடி தேவடியா' என்றான்.

அந்த வார்த்தையைக் கேட்டதும் அவன் முகத்தைத் தள்ளிவிட்டு அழ ஆரம்பித்துவிட்டாள். அவன் பலவிதமாகச் சமாதானம் சொன்னான். 'இந்த மாதிரி சமயத்துல சொல்ற வார்த்தைக்கெல்லாம் அப்பிடியே அர்த்தம் எடுத்துக்கலாமா? செல்லமாச் சொல்றதுதான்' என்றான். 'அதுக்குன்னு இப்பிடியா சொல்வாங்க?' என்று அழுதாள். 'ஊருல பிரசன் பொண்டாட்டி சண்ட போட்டுக்கறப்ப எத்தன பேசிக்கறாங்க. ஊர் மேயற தேவுடியான்னு பிரசன் சொல்றான். ஊர் மேல போறவன்

அர்த்தநாரி

நீதாண்டான்னு பொண்டாட்டி சொல்றா. மக்காநாளுப் பாரு ரண்டு பேரும் சிரிச்சுப் பேசிக்கிட்டுப் போறாங்க. ஊரே பாக்கறாப்பல பேசுன வார்த்தைக்கே ஒரு மதிப்பும் இல்ல. இது ஆசையில சொன்ன வார்த்த. இதுக்குப் போயி இப்பிடி மொரண்டு பண்ணலாமா' என்று கொஞ்சினான். அவளுக்குச் சமாதானமாகவில்லை. 'அதுக்குன்னு நானாக் கூப்பிட்ட நாளுப் பாத்து இப்பிடிச் சொல்லலாமா?' என்றாள். 'எங்க பாட்டியா, சின்னப் பிள்ளைங்கள ஆசயா வாடி தட்டுவாணின்னு கூப்புடும். அது பிரியத்தக் காட்டறது அப்பிடித்தான். அதுமாதிரிதான் இதுவும்' என்றான். 'கெழவீங்க ஆயரம் பேசுவாங்க. அதெல்லாம் பொணையாவுமா?' என்று அப்போதும் ஒத்து வரவில்லை.

அப்புறம் ஒரு வலுவான வாதைப் பிடித்தான். 'மொரட்டுத் தாயோலி, உனக்கு எத்தன இருந்தாலும் பத்தாதுடா. உங்கைக்குப் பாறையில செஞ்சு வெச்சிருக்கோணும்னு அன்னைக்கு ஒருநாச் சொன்ன. இன்னொரு நாளு மாடு மாடு... தாழியில தவட்ட உழும்புதுன்னு சொன்ன. அதுமாதிரி எத்தன சொல்லியிருப்ப. நான் கோவிச்சுக்கிட்டனா' என்று கேட்டான். அப்புறம் ஒருவாறு சமாதானத்திற்கு வந்தாள். அப்போது 'இன்னமே நிய்யாக் கூப்படற வரைக்கும் நான் வர மாட்டன்' என்று சொல்லிவிட்டான். ரொம்பநாள் அவனால் வைராக்கியமாக இருக்க முடியாது என்று நினைத்தாள். எப்படியும் வந்து எலி பிறாண்டுகிற மாதிரி கதவைச் சுரண்டுவான் என்று எதிர்பார்த்தாள். ஆனால் ஆள் வரவேயில்லையே. அந்த மாதம் முட்டுத்துணியைக் காயப் போடும்போது 'இந்த மாசமும் வந்திருச்சா' என்று துக்கத்தோடு கேட்டான். 'பின்ன. வந்தாத்தான வராத இருக்கும்' என்றாள் சிரித்துக்கொண்டு.

அப்புறம் அவள்தான் இறங்கிப் போக வேண்டியிருந்தது. அத்தனை பிடிவாதம். அதற்குப் பின் அப்படி ஒரு வார்த்தையை அவன் பயன்படுத்தியதே இல்லை. அவளுக்கும் என்னவோ தயக்கம். அன்றைக்குப் போல அப்படி வேகத்தோடு நடந்து கொள்ள முடிந்ததும் இல்லை. இருந்தாலும் அன்றைக்குச் சொன்ன வார்த்தைக்கும் இப்போது சொன்ன வார்த்தைக்கும் எத்தனை பெரிய வேறுபாடு. அன்றைக்கு வெளிப்படையாக வாய் விட்டுச் சொன்னதில் ஒரு பிரியமும் இத்தனை நாளாக இதை எங்கே மறைத்து வைத்திருந்தாய் என்னும் பாராட்டும் இருந்தன. இப்போது சொன்னது அவன் அப்படித்தான் நம்புகிறான் என்று உணர்த்தும் வார்த்தை. அதுவும் வாய் விட்டுச் சொல்லவில்லை. உதட்டசைவைக் கொண்டு உணர்த்திவிட்டான். இல்லை, அவன் மனதுக்குள் சொல்லிக்கொண்ட வார்த்தையை அவனுக்கே தெரியாமல் உதடுகள் காட்டிக்கொடுத்துவிட்டன.

கரட்டூர்த் தெருவில் போய் நின்றேனா? கண்ணுக்குத் தெரிகிற ஆளை எல்லாம் கை காட்டி அழைத்தேனா? ஊரில் மறைவாக அங்கும் இங்கும் திரிகிற பெண்கள் மாதிரி இரவுகளில் வேறு ஆட்களைத் தேடி ஓடினேனா? இவனுக்குத் தெரியாமல் எங்கெங்கே போயிருக்கிறேன்? எல்லாரும் கூடிச் சொல்லி, இவனும் சம்மதித்துவிட்டான் என்று உறுதி கொடுத்துப் போய்வா என அனுப்பினார்களே. அங்கே அவளுக்கு எல்லா முகங்களும் காளியாகத்தானே தெரிந்தார்கள். காளியை மறந்துவிட்டு ஒரு முகத்தையும் பார்க்க முடியவில்லையே. காளி அந்த அளவுக்கு மனதுக்குள் பதிந்து போயிருக்கிறான். அவளால் இன்னொரு ஆணை மனதுக்குள் கொண்டு வந்து ஒட்ட வைக்கவே இயலவில்லை. இதே பெருநோம்பிக்கு முத்தோடு சேர்ந்துகொண்டு அவன் போயிருக்கும் தகவல் தெரிந்தபோது சிறுபிணக்கோடு அவன் சொன்னதை ஏற்றுக் கொண்ட மாதிரி காட்டிச் சமாதானமானாள். அவன்மேல் கொண்ட பிரியம் அப்படி. மனதுக்குப் பிரியமானவர்கள் செய்பவை ஒருபோதும் தப்பாகத் தோன்றுவதே இல்லை. அப்படியே தோன்றினாலும் அது எத்தனை பெரிய தப்பாக இருந்தாலும் நெற்றியில் வந்து விழும் மயிரை அசட்டையாக விரல் ஒதுக்குகிற மாதிரி தள்ளிவிடுகிறது பிரியம். அவனுக்கு அப்படி ஒரு பிரியம் அவள்மேல் இல்லையே?

அவுசாரிப் பட்டம் கட்டி ஒதுக்கிவிட்டு இன்னொருத்தியைக் கட்டிக்கொள்ளும் எண்ணம் இருக்குமோ. அப்புறம் எதற்குக் கயிறு போட்டுக்கொள்ளப் போனான்? அவள்மேல் தன் கை தவிர வேறு யாருடைய தீண்டலும் நேர்ந்துவிடக் கூடாது என்று விரும்புபவன் அவன். அதை அவள் இரண்டு வருசத்திற்கு முன்பே நன்றாக உணர்ந்துதான் இருந்தாள். அப்போது கொஞ்சம் பயமாகக்கூட இருந்தது. இப்படி இருப்பவனுக்கு எந்தச் சமயத்திலும் சந்தேகம் வந்துவிடலாம். சின்னப் பொறி போதும் என்று நினைத்தாள். முன்னைவிட இப்போது இன்னும் எச்சரிக்கையாக இருக்க வேண்டும். அவனுடைய காலோசை அவளுடைய காதுகளுக்கு மிகவும் பழக்கமானது. எத்தனை காலோசைகளுக்கு இடையிலும் அவனுடையதை அடையாளம் கண்டுவிடுவாள். பலபேர் நடக்கும் இடத்திலும் கண்ணை மூடிக்கொண்டு கேட்டால் அவனுடைய காலோசையைப் பிரித்தறிவாள். இரண்டு கால்களையும் அழுந்தப் பதித்து ஒன்றுக்கு ஒன்று வேறுபாடு இல்லாத மாதிரி நடப்பான். இப்படி நடை எல்லாருக்கும் சாத்தியமானது இல்லை.

அப்போதெல்லாம் சிலநாள் இரவு வீட்டுக்குள் அவள் படுத்திருக்கும்போது அவன் காலோசை கேட்ட மாதிரி இருக்கும்.

கதவைத் தட்டுவான் என்று எதிர்பார்த்துப் படுத்திருப்பாள். கதவுத் தட்டல் கேட்காது. பின் காலோசை திரும்பிச் செல்வது கேட்கும். சட்டென ஓடிவந்து திறப்பாள். அவன் இருக்க மாட்டான். சிலசமயம் கதவருகில் வந்து காலோசை நின்றதும் திறக்க நினைப்பாள். ஆனால் அது அவனாக இல்லாமல் போய்விட்டால்? இல்லை, பக்கத்து வீட்டில் மாமியார் படுத்திருந்தாலும் இங்கே அவள் தனியாகப் படுத்திருப்பதை அறிந்துகொண்டு வேறு யாராவது காளி மாதிரியே நடை போட்டு வந்து நின்றால்? என்னென்னவோ பலவிதமாகக் குழப்பம் தோன்றும். அவனிடம் கேட்கவும் செய்திருக்கிறாள். 'ராத்திரி நீ வந்த மாதிரியே கால் சத்தம் கேட்டுது மாமா. எந்திரிச்சிப் பாக்கலாமான்னு நெனச்சன். இருந்தாலும் பயமா இருந்துச்சு. அப்பறம் கெனாவா இருக்குமுன்னு அப்பிடியே தூங்கிட்டன்' என்பாள். அவன் சிரிப்பான். 'உனக்கு நெனப்பு அப்பிடி' என்பான்.

'பொய் சொல்லாத. எங்காது என்னய ஏமாத்தாது. உன்னோட நடச் சத்தம் எனக்கு அப்பிடியே தெரியும். கதவு வரைக்கும் வந்துட்டு அப்பறம் எதுக்குத் திரும்பிப் போன' என்று கிடுக்கிப் பிடி போடுவாள். 'அட உனக்குப் பைத்தியமா புடிச்சிருக்குது. நான் எதுக்கு வந்துட்டுத் திரும்பி வர்றன். கூத்தியோட்டுக்கா போறன்? அவ புரசங்கீது இருக்கறானோ என்னமோன்னு வேவு பாத்துட்டுத் திரும்பி வர்றதுக்கு. நான் வந்தனா கதவத் தட்டி இருந்துட்டுத்தான் வருவன். உனக்குப் பிரம புடிச்சிட்டுது. வா, சாமியா கோயிலுக்குப் போயித் திந்நீறு போட்டுக்கிட்டு வரலாம்' என்பான். இருந்தாலும் அவளுக்குச் சந்தேகம் போகவில்லை. எல்லாம் இந்தப் பெருநாள் நோம்பிக்கு அனுப்பலாமா என்னும் பேச்சு வந்த பிறகுதான். அவள் அவனுடைய பிடிக்குள்ளேயே இருக்க வேண்டும் என்று விரும்புகிறான் என்பது அவளுக்குத் தெரியும். இருந்தாலும் இந்தக் குழந்தைக்காக ஒத்திருப்பான் என்று நம்பிவிட்டாள். அவனுக்கும் குழந்தைமேல் அத்தனை ஆசைதான். இந்த ஊரும் உலகமும் சொல்வது ஒருபக்கம் இருந்தாலும் அவனுக்கே குழந்தை ஏக்கம் நிறைய உண்டு. நான்கு குழந்தைகள் சேர்ந்து விளையாடும் இடத்திற்குப் போனால் மெய்ம்மறந்து நின்றுவிடுவான். அந்த ஆசை அவனை ஒத்துக்கொள்ள வைத்திருக்கும் என்று நினைத்தாள். கணக்குத் தப்பாகிவிட்டது. இந்த 'அவுசாரி'ப் பட்டத்தை அவன் மனதில் இருந்து போக்க முடியுமா?

◯

10

பொன்னா கொண்டுபோய் வைக்கும் சோற்றை அவன் தொடுவதேயில்லை. அவளுக்கும் இரண்டு நாள் கழித்துத்தான் தெரிந்தது. காலையில் களி அல்லது கம்மஞ்சோறும் தயிரும் கொண்டு போவாள். அதுதான் நெடுநாள் வழக்கம். இரவிலும் களியோ கம்போ சூடாகச் சாற்றோடு செய்வாள். எப்போதாவது நல்ல சாறு காய்ச்சும் வாய்ப்புள்ள நாளில் நெல்லஞ்சோறு ஆக்குவாள். அன்றைக்கு மாமியாருக்கும் கொடுப்பாள். சில நாட்கள் அவளும் எதுவும் செய்யாமலே கிடந்தாள். சீராயிதான் திட்டினாள். ‘பிரசனும் பொண்டாட்டியும் ஆளுக்கொரு பக்கம் இப்பிடிக் கெடந்தா, நானென்ன பண்றது? கொமுரியா கொமரனா எல்லா வேலையும் இழுத்துப் போட்டுக்கிட்டுச் செய்யறதுக்கு? கை காலெல்லாம் ஓஞ்சு போய் நானே கெடக்கறன். அந்த நாயிதான் ஊமக்கோட்டானாட்டம் எது பேசுனாலும் மறுபேச்சே இல்லாத நிக்கறான். கடப்பாரய முழுங்குனவன்கூடக் கொஞ்சநஞ்சம் மூச்சு வாங்குவான், கத்தப் பாப்பான். இவனுக்கு என்ன வந்திருச்சோ. அப்பிடியே இருக்கறான். நிய்யும் இப்பிடி இருந்தா எப்பிடி? எந்திரிச்சு அடுப்புப் பத்த வெய்யி. மூனு பேருக்கும் என்னால ஆக்கிப் போட்டுட்டுக் கட்டுத்தர வேலயும் செய்ய முடியலயாயா’ என்று பலவிதமாகப் பேசிப் பேசிப் பொன்னாவை எழுப்பிவிட்டாள்.

சோறாக்கினாள். அவனுக்குக் கொண்டுபோய்த் தொண்டுப்பட்டியில் வைத்தாள். அவள் போகும் போது அவன் எங்கே இருக்கிறான் என்றுகூடப் பார்க்க மாட்டாள். அவனும் அப்படித்தான். வழக்கமாகக் கொட்டாயில் வைக்கும் இடத்தில் வைத்துவிட்டு வருவாள். இரவுச் சோறு மறுநாள் போய்ப் பார்க்கும்போது அப்படியே இருந்தது. இராத்திரி கள்ளைக் குடித்துவிட்டுச் சோற்றை

மறந்திருப்பான் என்று நினைத்தாள். தாழியில் போடலாம் என்று போனாள். தாழிக்குள் இவள் கொட்டும்போது சோற்றுருண்டை தொப்பென விழுந்தது. உள்ளே இன்னும் என்னவோ கிடப்பது போலத் தெரியக் கையை விட்டுப் பார்த்தாள். இன்னும் இரண்டு உருண்டைகள். நேற்றுக் காலையில் கொண்டு வந்து வைத்த உருண்டைகள். இரண்டு நாள் பார்த்தாள். அப்படியேதான். சீராயிடம் 'உம் மவன் அவுசாரி கையில சோறு திங்க மாட்டானாம். எல்லாத்தயும் நாச்சட்டியிலயும் மாட்டுத் தாழியிலயும் கொட்டறான். இன்னமே நிய்யே ஆக்கிக் கொண்டோயிக் குடு. அம்மா உத்தம பத்தினி கையிலயே திங்கட்டும்' என்று சொன்னாள் பொன்னா.

'ரண்டு நாளா என்னத்தத் தின்னானாமா' என்று கேட்டாள் சீராயி. 'இட்டேரி மேல கெடந்ததத் தின்னிருப்பான்' என்று எரிச்சலோடு சொன்னாள் பொன்னா. அன்றைக்குச் சீராயி சோறு கொண்டு போனாள். கொட்டாயில் வைத்துவிட்டு 'அடேயப்பா, அவ ஆக்குன சோத்தத் திங்கலியாமே. இன்னமே ஆக்க மாட்டன்னு சொல்லீட்டா. இதா நானாக்குன சோறு. பட்டினி கெடக்காத. இதத் தின்னுட்டு எதுனாக் கட்டுத்தர வேலையாச்சும் பாரு. எனக்கு வேல செஞ்சு செஞ்சு இடுப்பே முறிஞ்சு போவுது' என்றாள். அப்புறம் சாப்பிட ஆரம்பித்தான். அவள் மெதுவாகப் பொன்னாவையே சமைக்கச் சொல்லிக் கொண்டு போய்க் கொடுப்பதை மட்டும்தான் செய்தாள். 'எல்லாருஞ் சேந்து ஏமாத்திட்டீங்கன்னு கவுறு போட்டுக்கப் போன ஆளு. நானாக்கி நீ கொண்டோயிக் குடுத்தா, நாளைக்கி இது ஏமாத்துத்தான்னு சொல்லப் போறான். அப்பறம் பூவரச மரத்துல இன்னொரு வாத வெட்டோணும்' என்று எச்சரிக்கை செய்தாள் பொன்னா.

'அதெல்லாம் ஒன்னுஞ் சொல்ல மாட்டான். சொன்னாப் பாத்துக்கலாம். அப்பிடியாச்சும் வாய் தொறந்து பேசட்டும் பாக்கலாம்' என்று சொன்ன சீராயி 'அந்தக் கத்திரிப் பாத்தியக் கொஞ்சம் எடுத்துக் கட்டி உட்டா, எதோ நாலு காயி காய்க்கும். கெணத்துலயாச்சும் சேந்தி ஊத்தலாம். அதயாச்சும் செய்யேன்' என்று கோரிக்கை வைப்பது போலக் கேட்டாள். படிப்படியாக ஏதாவது வேலையில் இரண்டு பேரையும் ஈடுபடுத்தினால் கொஞ்சம் கொஞ்சமாக மீண்டுவிடுவார்கள் என்றும் நினைத்தாள். அவள் சொல்லுக்குப் படிந்தவளாய்க் காட்டுக்குப் போனாள். காட்டைப் பார்க்க மனசு திக்கென்றது. தொண்டுப்பட்டிக்கு வந்து போய்க்கொண்டிருந்தாலும் காட்டை இப்படிக் குனுப்பமாகப் பார்க்கவில்லை. ஊர்க்காடுகள் எல்லாம் விதைப்பு விழுந்து செழித்துக் கிடக்கின்றன. கடலையும் கம்புமாக எங்கும் பச்சை

படர்ந்திருக்க நம்முடைய காடு இப்படிக் கிடக்கிறதே என்று மனம் பதைத்தது. தொண்டுப்பட்டிக்குள்ளேயே கிடந்தால் எல்லாம் ஆகிவிடுமா? ஆடி பிறந்து ஒருமழை பெய்தால் சோளமாவது விதைக்க வேண்டும்.

கிணற்றடிக்குப் பக்கத்திலேயே கத்தரிப் பாத்தி. ஒரே ஒரு பாத்தி. இரண்டு வருசங்களுக்கு முன்பு மாடு காளைக்குக் கொண்டு போனபோது பழையூரில் யார் காட்டிலோ நட்டுக் கொண்டிருந்தார்கள் என்று அவர்களிடம் கேட்டு வாங்கி வந்தான். மொத்தம் பதின்மூன்று செடிகள். அவற்றிலும் இரண்டு மூன்று தழையுமா என்று சந்தேகமாக இருந்தது. அத்தனை சிறிது. வெயில் காலத்தில்கூட வாய்க்கால் குடிக்காமல் தண்ணீர் விடலாம் என்று நினைத்துக் கிணற்றுக்குப் பக்கத்திலேயே பாத்தி போட்டிருந்தான். பெரும்பாத்தி. செடிகளுக்கு இடையே நிறைய இடம் விட்டு நடும்படி சொன்னான். எதற்கு இத்தனை இடம் என்று கேட்டதற்குச் 'சும்மா நடு' என்றான். செடி வளர்ந்த பிறகுதான் அவளுக்குத் தெரிந்தது. அது பூனைத்தலைக் கத்தரி. காய் ஒவ்வொன்றும் கடுவன் பூனை ஒன்றின் தலை போலப் பெருத்திருக்கும். ஒருகாயை அரிந்து குழம்பு வைத்தால் குடும்பமே தின்னலாம். காயும் மணமாக இருக்கும். விதவிதமாகச் சாறு காய்ச்சினாள். காட்டுப்பக்கம் வந்த ஒவ்வொருத்தருக்குக் கொடுத்தனுப்பினாள். கத்தரியின் சிறப்பு ஊரே பரவிவிட்டது.

தினந்தோறும் கத்தரிக்காய்க்காகவே ஆட்கள் வர ஆரம்பித்துவிட்டார்கள். சிலபேர் அவர்களாகவே வந்து பறித்துப் போகவும் தொடங்கினார்கள். உடனே காய்க்கு ஒருகாசு என்று விலை வைத்துவிட்டாள். காசு கொடுத்துக் கத்தரிக்காய் வாங்க யாருக்கும் மனமில்லை. 'கத்தரிக்கா ஒருகாசாம். பொன்னாளுக்கு ஆசையின்னாலும் இப்பிடி இருக்கக்கூடாது' என்று பேசினார்கள். அந்த வாரம் யாரும் காய்க்கு வராததால் செடிகளில் காய்கள் நிறைந்திருந்தன. பறித்துக் கூடையில் வைத்து வியாழச் சந்தைக்குக் கொண்டு போனாள். காசுக்கு ஒருகாய் என்றதும் பறந்தோடிப் போயிற்று. கையில் சுளையாக எட்டணா. சந்தோசமாகச் செலவு செய்து வந்தாள். ஊரிலேயே கத்தரிக்காயைக் கொண்டுபோய் விலைக்கு விற்றவள் என்று பெயராயிற்று. அதுவரைக்கும் கத்தரிச்செடி என்றால் ஒன்றோ இரண்டோ வீட்டு வாசலில் சோச்சட்டி கழுவும் தண்ணீர் ஓடும் இடத்தில் வைத்திருப்பார்கள். அதில் காய்ப்பதைப் பறித்து வீட்டுச் சாற்றுக்கு வைத்துக்கொள்வார்கள். வாய்க்கால் வரப்பிலும் செடி வைப்பதுண்டு. இப்படிப் பாத்தியளவு யாரும் போட்டதில்லை.

பொன்னா சில வாரங்கள் கத்தரிக்காய்க் கூடை சுமந்தபடி சந்தைக்குப் போனாள். அதன் பிறகு சிலபேர் கத்தரி வைத்துப் பார்த்தார்கள். ஆனால் காளியைப் போல யாராலும் பராமரிக்க முடியவில்லை. அவன் செடியில் ஒரு புழு அண்ட விடமாட்டான். இலையில் அசுவிணி கட்டாமல் பார்த்துக்கொண்டு இருப்பான். ஒருநாள் விட்டு ஒருநாள் அடுப்புச் சாம்பலை இலைகளின் மேல் தூவிவிடுவான். இலைகளின் அடிப்பகுதியிலும் படும்படி உதறுவான். அந்தச் செடிகள் போன வருசமும் காய்த்தன. அப்படிப் பாங்கு பார்த்திருந்தான். இந்த வருசமும் காய்க்கும். இன்னும் வலுவுள்ள செடிகள். போன வருசமே புழு விழாமல் பதமாகப் பார்த்து இரண்டு காய்களை விதைக்கு விட்டான். நன்றாகச் செடியிலேயே பழுக்கவிட்டு அது சுண்ட ஆரம்பித்த பிறகு பறித்துக் கொண்டுபோய்க் காய வைத்து விதை எடுத்து வைத்திருக்கிறான். இந்த வருசம் ஒரு செரவு அளவுக்கு நட்டுவிடலாம் என்று சொல்லியிருந்தான். அவ்வளவு நட்டால் வாரம் சந்தைச் செலவு முழுவதற்கும் காசு வந்திருக்கும். நல்ல மனநிலையில் இருந்திருந்தால் இப்படி விட்டிருக்க மாட்டான். இந்நேரம் எடுத்துக்கட்டிக் காய் காய்க்க வைத்திருப்பான். அவளுக்குச் செடிகளைப் பார்க்கவே முடியவில்லை. அவன் வந்து பார்த்தாலும் பதறித்தான் போவான். பார்க்கச் செய்ய வேண்டும். எப்படி? சரி, இப்போதைக்கு ஆகிற காரியமில்லை.

இரண்டு நாள் காட்டுக்குப் போய்க் கத்தரிப் பாத்திக்கு வேலை செய்தாள். காய்ந்த சிம்புகளை ஒடித்துவிட்டுச் செடிகளின் அடிப்பகுதியையும் பருத்த கிளைகளையும் விட்டாள். இலைகள் எல்லாவற்றையும் பறித்துப் போட்டாள். ஈக்கிக் குச்சிகளாய்ச் செடிகள் நின்றன. உள்ளே கொத்தால் கிளறிவிட்டுச் சாணிக்குப்பையைப் பொடித்துத் தூவிக் கிளறினாள். மூன்றாவது நாள் கிணற்றில் தண்ணீர் சேந்தி ஊற்றினாள். பத்துக் குடம் இருக்கும். பொழுதிறங்கி நேரத்தில் ஊற்றிய தண்ணீர் பாத்தியில் தேங்கி நின்றது. அப்புறம் தினமும் இரண்டிரண்டு குடம் என்று கணக்கு வைத்து ஊற்றி ஈரம் காயாமல் பார்த்துக்கொண்டாள். ஒருவாரத்தில் அடித்தண்டுகள் பசுமை கொண்டு லேசாகத் தளிர் காட்டின. காட்டுக்கு வருகிற பழக்கத்தைக் கத்தரிச் செடிகள் ஏற்படுத்திவிட்டன. மீந்த நேரத்தில் காட்டுக்குள் இருந்த கொளுஞ்சிகளை எல்லாம் பிடுங்கினாள். அவற்றைப் பிடுங்கியதும் காடு களம் போலாகிவிட்டது.

என்றாலும் தொண்டுப்பட்டிக்குள் இப்போது காலெடுத்து வைக்க அவளுக்குக் கூசியது. அது என்னவோ தனக்குத் துளியும் சம்பந்தம் இல்லாத இடம் போலாகிவிட்டது. அதற்குள்ளே இருக்கும் எல்லாம் அவனுக்கானவை. எதையாவது தொட்டால்

என்னவாவது சொல்வானோ. சொல்லாவிட்டாலும் ஒருபார்வை பார்ப்பான். அதுவே பொசுக்கி விடுகிற மாதிரி இருக்கும். சோறு கொண்டுபோய் வைக்கும் வேலையும் இப்போது இல்லை. நேராகக் காட்டுக்கு வந்தால் கிணற்றடிக்கு வந்துவிடுவாள். பால மரத்தடியில் உட்கார்வாள். அப்புறம் கத்தரிக்காட்டு வேலைதான். கொளுஞ்சி பத்துக் கத்தைக்கு மேல் கட்டி எடுத்துப் பாறை மேல் போட்டிருக்கிறாள். அதைக் கொண்டு போனால் வெய்யூரில் வயக்காட்டுக்காரர்கள் வந்து வாங்குகிறார்களாம். அவர்களுக்கு விற்கலாம். அவ்வளவு தூரம் போக அவளுக்குச் சடவாக இருந்தது. சீராயி ஒருவழி சொன்னாள். காரானின் மருமகள் வெங்காயிக்குச் சொன்னால் அவள் கொண்டுபோய்ப் போட்டு வருவாள். ஒருகத்தைக் காசு அவளுக்கு. ஒருகத்தைக் காசு இவர்களுக்கு. அப்படியாவது செய்யச் சொல்லியிருந்தாள்.

பால மரத்தடியிலிருந்து பார்த்தால் தொண்டுப்பட்டி நன்றாகத் தெரியும். கொட்டாயின் முகடும் தட்டுப் போர்களின் கொண்டயங்களும் தெரியும். பூவரசு ராக்காசி போல நிற்கும். வேலிச் சந்தில் மாடுகளின் அசைவுகள் தெரியும். ஆட்டுப்பட்டி உள்ளேதான் இருந்தது. இன்னாக் காலத்தில் வெளியே காட்டுக்குள் போட்டால் எருவாகும். தொண்டுப்பட்டிக்குள்ளேயே இருந்தால் தினமும் கூட்டி அள்ளும் வேலை. அதற்குள் புழங்கிய காலம் இனிமேலும் வருமா என்பதை நினைத்தால் அவளுக்கு அழுகை வந்துவிடும். கொட்டாய்க்கு வடபுறம் இருக்கும் வெட்டவெளியில் கட்டில் போட்டுப் படுக்கக் காளிக்கு ரொம்பவும் பிடிக்கும். யாராவது வந்தால்கூட அத்தனை சீக்கிரம் தெரியாது.

படலை அவிழ்த்து உள்ளே வந்ததும் பூவரசு நிற்கும். அதனடியில் இருக்கும் கட்டுத்தரைகளையும் போர்களையும் தாண்டிக் கொட்டாய்க்கு வர வேண்டும். அதன் பின்னான மறைப்பில் அந்த இடம். நிலா வெளிச்சமும் இருந்துவிட்டால் அவன் செய்யும் அழிம்புகள் தாங்காது. ஒருகணமும் அவளை நீங்காமல் அப்படி அணைந்து கிடப்பான். குழந்தை போல அவளுக்குள் ஒண்டிக்கொள்வான். அப்படியேதான் தூங்குவான். அவள் கொஞ்சம் அசைந்தாலும் விழித்து 'ம்' என்பான். இன்னும் இறுக்கிப் பிடித்துத் தூங்குவான். அவளுக்குப் பெருமையாக இருக்கும். தனக்குள் இப்படி அடங்கிக் கிடக்கும் அந்த உடம்பை ஆசையாய்க் கட்டிக்கொள்வாள். 'நான் வராத அன்னைக்கு என்ன செய்வ?' என்றால் 'உன்னய நெனச்சுக்கிட்டே தூங்குவன். இந்தக் கட்டல்ல நீ இருக்கற மாதிரி நெனச்சுக்கிட்டாலே போதும்' என்பான். இனி தொண்டுப்பட்டி இப்படி நினைவில் மட்டும் இருக்க வேண்டிய இடமாகவே நிரந்தரமாகிவிடுமா?

11

பொன்னாவைப் பார்க்கக் காளிக்குப் பிடிக்கவில்லை என்றாலும் அவள் முகம் நினைவில் வந்தபடியே இருந்தது. கூடவே இன்னொரு முகமும் வந்தது. அந்த முகத்தை அவனால் அடையாளம் கொள்ள முடியவில்லை. அவனுக்குத் தெரிந்த எந்த முகமும் அதனோடு பொருந்தவில்லை. அது சும்மா இருக்கவில்லை. பொன்னாவின் முகத்தோடு முகம் வைத்து உரசிற்று. அவள் உதடுகளைக் கவ்விற்று. விலகி நின்று நிர்வாணமான அவள் உடம்பைப் பார்த்தது. அவனால் அதற்குமேல் பொறுத்துக்கொள்ள முடியாமல் தன் கன்னத்தில் பளார்பளாரென்று அறைந்துகொண்டான். தன்னிடத்தை அபகரித்துக்கொண்ட அந்த முகத்தைச் சிதைத்துவிட வேண்டும் என்று வெறி ஏற்பட்டது. அப்போதைய பொன்னாவின் முகத்தைக் கற்பனை செய்ய அவனுக்குத் துணிவில்லை. ஆழ்ந்த திருப்தியில் முகம் பொலிந்திருக்குமா. ஆசூயையில் முகம் சுழித்திருப்பாளா.

பொன்னாவின் ஒவ்வொரு உறுப்பும் அவனுக்கு அத்தனை அறிமுகம். அவன் உடலைப் பற்றிக்கூட அவ்வளவாக அறிய மாட்டான். பொன்னாவின் உடலை அணுஅணுவாக அறிந்து வைத்திருந்தான். அவளுடைய கண் சூட்டில் ஒரே ஒரு ஒற்றை மயிர் தடித்துப் பிரிந்திருக்கும். அதை வாயில் கவ்வி லேசாக இழுப்பான். 'சொல்லு அதப் புடிங்கிர்றன்' என்றாள் ஒருமுறை பொன்னா. 'இது எனக்கு ரொம்பப் புடிச்ச மயிரு பாத்துக்க' என்றான். அதை இப்போது பிடுங்கிப் போட்டிருக்கக்கூடும். நாக்கை விரலால் தொட்டு விளையாடுவான். தொட்டதும் உள்ளோடும். அதை வெளியே கொண்டுவரச் சொல்லுவான். 'நத்தயத் தொடறாப்பல மெத்துனு இருக்குது' என்பான். 'நத்த இப்பப் பாரு ஓட்டுக்குள்ள ஓடிரும்' என்று வாயை மூடிக்கொள்வாள். அவள் நவண்டு அவனுக்கு ரொம்பவும் பிடிக்கும். ஒருமுறை

அதில் இருக்கும் சுருக்கங்களை எண்ணிப் பதினான்கு என்று சொன்னான். 'உனக்குக் கிறுக்குப் புடுச்சிருச்சி' என்றாள். 'ஆமா நான் கிறுக்குத்தான்' என்று ஒத்துக்கொண்டான். அந்த உதடுகளை இன்னொரு முகம் சப்பிச் சுவைத்திருக்குமோ. அதில் இருக்கும் லேசான எச்சில் இனிப்பை அதுவும் உணர்ந்திருக்குமோ.

அந்த யோசனை அவனுக்குள் ஓட ஓட மீண்டும் போய்ப் பூவரசில் கயிறு போட்டுக்கொள்ளலாம் என்று வேகம் வரும். அது அடங்க வெகுநேரமாகும். அம்மாவின் சொற்களைத் துணைக்குக் கொண்டு வருவான். சிலசமயம் பொன்னாவின் முகத்தையே முழுக்கவும் மறந்துவிட்டால் இந்தத் தொந்தரவு இல்லையே என்று நினைப்பான். ஆம், மறந்துவிடலாம். அந்த எண்ணமே நிம்மதியைத் தரும். ஆனால் எப்படி மறப்பது? மனசே மறந்துவிடு என்று சொன்னால் அது கேட்டுக்கொள்ளுமா. மனசைப் போலப் பெரிய எதிரி யாருமில்லை. நினைப்பை ஆதரிப்பது போலத் தோன்றும். ஆனால் மாறாகவே எதையும் செய்யும். மறந்துவிடலாம் என்றால் சரி, மறந்துவிடலாம் என்கும். உடனே அந்த முகத்தைப் பெரிதாக்கித் திரைப்படத் திரையில் தெரியும் முகம் போலக் கொண்டு வந்து நிறுத்தும். அது ஒருபோதும் அழியாத பிம்பமாக நின்றுவிடும். இந்த மனத்தை நம்பி எந்தப் பிரயோசனமும் இல்லை.

பெருநோம்பிக்குப் பொன்னா போனாள் என்பதே தெரியாமல் இருந்தால் எப்படி இருக்கும்? தெரியாது என்றே நினைத்துக்கொள்ள முயல்வான். அவள் போகவில்லை என்று சொல்லச் சொல்ல மனம் போனாள் என்று எதிரொலிக்கும். கயிறு போட்டுக்கொண்டான் என்று கேட்டதும் பிறந்த வீட்டில் தொலவு போட்டுவிட்டு ஓடி வந்தாளே, வந்தவள் 'மாமா, நான் பெருநோம்பிக்குப் போனது நெசந்தான். ஆனா அங்க போயி வேடிக்கதான் பாத்தன். உன்னய உட்டுட்டு என்னால இன்னொருத்தன நெனைக்க முடியுமா?' என்று சொல்லியிருக்கலாம். ஏதோ ஒரு சாமியோடு போய்த்தான் வந்திருக்கட்டும். காளியின் மனசுக்காகவாவது அப்படி ஒரு வார்த்தை சொல்லியிருக்கலாம். அவனுக்குத் திருப்தியாக இருந்திருக்கும். அவள் முகத்தைப் பார்க்கலாம் என்று துணிச்சல் கொண்டிருப்பான். எவனோடோ போனதை உறுதிப்படுத்தித்தான் சொன்னாள். அதற்கு யாரெல்லாம் காரணம் என்று சொன்னாளே தவிர மறுத்து ஒருவார்த்தையும் சொல்லவில்லை. அட, போனேன் என்றே சொல்லட்டும். சாமி காரியத்தில் விருப்பமே இல்லை எனக்கு என்று சொல்லவில்லையே. 'அவுசாரி' என்று அவன் மனம் சொன்னதைப் படித்துவிட்டாள். பெரிய கெட்டிக்காரி. பெரும்பாலும் அவன் பேசுவதில்லை, அவன் மனம்தான் பேசும்.

மனம் என்ன பேசுகிறது என்பதைக் கண்டுபிடித்துவிட முடிகிற அளவு அவனை உணர்ந்திருக்கிறாள். அப்படிப்பட்டவளுக்கு அவன் மனம் இதைப் பற்றி என்ன நினைக்கிறது, போனாள் என்று கேட்டால் என்ன நினைக்கும் என்பதைப் பற்றி ஏன் உணர முடியவில்லை. அவளுக்கு இன்னொரு முகத்தை முத்தமிட ஆசை இருந்திருக்கும். இன்னொரு உடலின் தொடுதலை அறியும் ஆவலும் அதை உள்வாங்கிக்கொள்ளும் எதிர்பார்ப்பும் கொண்டிருந்திருப்பாள்.

கலியாணத்துக்கு முன்னால் நீ போனது தெரியாதா என்று அம்மா கேட்கிறாளே, அவள் ஒரு வார்த்தை சொல்லியிருந்தால் அதை மீறிப் போயிருப்பேனா. அம்மா சொல்லுக்காவே இன்றைக்கு வரைக்கும் கட்டுப்பட்டு இருப்பவன் காளி. இள வயதிலேயே புருசனை இழந்து நெஞ்சில் தூங்க வைத்து வளர்த்த தாய். அன்றைக்குச் சத்தியம் வாங்கினாள். அதை மீறக் கூடாது என்றே இன்றுவரைக்கும் இன்னொரு முறை பூவரசை நாடிச் செல்லவில்லை. அப்படியிருக்க இவ்வளவு வருசம் கழித்து எனக்குத் தெரியும் என்று சொல்கிறாளே, அப்போது ஏன் சொல்லவில்லை. ஆம்பளைப் பையன் என்ன வேண்டுமானாலும் செய்யலாம் என்று விட்டாள். இதுவே பிள்ளையாக இருந்திருந்தால் விட்டிருப்பாளா? ஆம்பளை செய்வதை எல்லாம் பொம்பளை செய்ய ஒத்துக்கொள்வாளா? இன்னொரு கல்யாணம் செய்துகொள்ளச் சொல்லி அவனைக் கேட்டவள், ஏன் பொன்னாவைக் கேட்கவில்லை.

பொன்னாவைக் கல்யாணம் செய்துகொள்கிறேன் என்று முத்துவிடம் கேட்டபோது அவன் மறுத்துவிடுவானோ என்று பயந்திருந்தான். பல இடங்களுக்கும் அவனோடு சேர்ந்து போனவன் காளி. அதையெல்லாம் மனதில் கொண்டு இல்லை என்று சொல்லிவிடுவானோ என்று நினைத்தான். முத்து சொன்னான், 'நா மட்டும் யோக்கியமாடா மாப்ள. பசங்க அப்பிடி இப்பிடி இருக்கறதுதான. அத ஆரும் ஒன்னுஞ் சொல்ல மாட்டாங்க. எந்தங்கச்சி கொஞ்சம் வாய் பேசுவாளே தவிர, ரொம்ப நல்லவ. பெரிய குடும்பம்னாலும் எடுத்து நடத்தீருவா. கலியாணத்துக்கு அப்பறம் அவ எதும் நெனைக்கறாப்பல நடந்துக்காத இருந்தீனா அது போதும் எனக்கு. நீ நடந்துக்க மாட்ட. இருந்தாலும் சொல்லி வெக்கறன்' என்றான். முத்துவுக்கு அன்றைக்குக் கொடுத்த வாக்கை இதுவரையிலும் காப்பாற்றித்தான் வந்திருக்கிறான். ஒருபோதும் மீறவில்லை. ஒருமுறை சின்னப்பள்ளத்துக்கு நல்ல சாராயம் இருக்கிறது என்று கூட்டிப் போனான். குடித்துவிட்டுப் பேசிக்கொண்டிருந்தபோது அங்கே இருந்தவன் 'பக்கத்திலேயே வளவு இருக்கிறது. சொல்லி

அனுப்பினால் உடனே ஆள் வந்துவிடும். எப்படி வேண்டுமோ அப்படி. வேண்டுமானால் ஏற்பாடு செய்கிறேன்' என்றான். முத்துவுக்கு ரொம்பவும் விருப்பம். 'ஊட்டுச்சோறு தின்னு நாக்கெல்லாம் மரத்துப் போயிருச்சிடா. கௌப்புக் கடையில என்னமோ பொராட்டான்னு ஒன்னு வந்திருக்குதாமா ருசி பாக்கலாமா' என்று ஒருநாள் கூப்பிட்டான். 'பொறாக் கறியா' என்றான் காளி. 'இல்லீடா, பொராட்டா' என்றான். அதைப் போய்த் தின்று பார்த்துவர அப்போது நேரம் கூடவில்லை. அதை மனதில் வைத்துக்கொண்டு 'என்ன சொல்ற. நாக்குச் செத்துப் போச்சின்னயே. இங்கயே பொராட்டா திங்கலாமா' என்று கேட்டான். காளி மறுத்துவிட்டான். 'பொன்னா எனக்குப் போதும்டா. எங்கயும் நா வர்ல' என்று சொல்லிக் கிளம்பியவன் பின்னாலேயே ரொம்பவும் சந்தோசமாய் முத்துவும் வந்தான். 'நல்லவனாப் பாத்துத்தான் பிள்ளயக் குடுத்திருக்கறம்' என்றான். சோதித்துப் பார்த்தானோ என்றும் தோன்றியது.

கல்யாணத்திற்குப் பிறகு பொன்னாளைத் தவிர வேறு எந்த உருவமும் அவன் மனத்தை அசைத்ததில்லை. அப்படித்தானே இருக்கிறான். அப்பப் போனியே, அப்பப் போனியேன்னு திரும்பத் திரும்பச் சொல்லும் அம்மாவுக்கு இதுவெல்லாம் தெரியாதா? இரண்டு பேரும் செய்யும் மாத்துவேலை தெரியாது என்று நினைத்திருக்கிறார்கள். பொன்னா கையால் சமைத்ததைச் சாப்பிடப் பிடிக்கவில்லைதான். முதலில் ஆளைப் பிடித்தால்தான் செயல் பிடிக்கும். அவள் செய்ததைத் தின்னக் கூடாது என்று தீவிரமாக முடிவு செய்திருந்தான். சில நாட்கள் வெறும்பட்டினியாகவே கிடந்தான். கள் மட்டும்தான் சோறாக இருந்தது. அப்புறம் அம்மா கொடுத்தாள். கொஞ்சம் கொஞ்சமாக அம்மாவின் கைச்சுவை மாறியதைக் கண்டான். பிறந்தது முதல் சாப்பிடுகிறான். அவனுக்கு அம்மாவின் ருசி தெரியாமல் போய்விடுமா? காட்டில் கத்தரிச் செடியைப் பொன்னா பாங்கு பார்த்து அது காய்ப்பதையும் பார்த்தபடி இருந்தான். தொண்டுப்பட்டிக்கு வெளியே போகக்கூடாது என்றிருந்தாலும் கத்தரி காய்த்ததை அறிந்தான். அடுத்தடுத்துக் கத்தரியில் வகைவகையாகப் பொரியலும் சாறும் வந்தன. அவையெல்லாம் பொன்னாவின் கைப் பக்குவம் என்று அவனுக்குத் தெரியும்.

பச்சை மாறாமல் கத்தரிக்காயைத் தேங்காய் போட்டு வணக்குவாள். அந்த ருசி அம்மாவுக்கும் வராது, யாருக்கும் வராது. ஒருநாள் கத்தரிக்காயும் கருவாடும் போட்டு வைத்திருந்தாள். ரொம்பவும் ருசியாக இருந்தது. களிக்கும் அதற்கும் அத்தனை பொருத்தம். துளி விடாமல் வழித்து நக்கினான். இரண்டு

வருசங்களாகக் கத்தரிக்காயின் ருசியை நாக்குக்குக் கொடுத்தவள் பொன்னா. இப்போதும் சமரசமாவதற்காகச் சோற்றில் தூது விடுகிறாளோ என்று நினைத்தான். அம்மாவுக்காகவே இதைப் பொறுத்துக்கொள்கிறான். எத்தனையோ வேலைகளைச் செய்கிறாள். மேலோட்டமாகச் செய்துகொண்டு பாடுபழமை பேசிக்கொண்டு காலத்தைக் கழிக்க வேண்டிய வயதில் அவளுக்குக் கஷ்டம் கொடுக்கக்கூடாதே என்றுதான் பேசாமல் இருக்கிறான். இல்லாவிட்டால் அந்தச் சாற்றை ஓங்கி வீசியிருப்பான். காடு முழுவதையும் இனிமேல் குறையாகப் போட்டுவிடலாம் என்றே நினைத்திருந்தான். மாடுகளையும்கூட விற்றுத் தொலைத்துவிட்டுத் தொண்டுப்பட்டிக்குள்ளேயே கிடந்து புதையலாம் என்பதே அவன் எண்ணம். அம்மா விடவில்லை. அவள் சொல்லியிருப்பாள். மாமியாரும் மருமகளும் ஒருகாலத்தில் கீரியும் பாம்புமாக இருந்தார்கள்.

மாமன் வீட்டை என்னவோ சொல்லிப் பொன்னா வரவிடாமல் செய்துவிட்டாள் என்னும் பிரச்சினை இருந்த சமயத்தில் சீராயி அப்படி வெறுத்திருந்தாள். 'இவ என்ன கொண்டாந்து ஆயரம் ஆயரமாக் கொட்டிட்டா. என்னமோ இருக்கற ரண்டு கோழிவள எந்தம்பிவ தின்னாத் தின்னுட்டுப் போறாங்க. இன்னம் ரண்டு மொட்டு சேத்து அட கூட்டி வெச்சிட்டுப் போறன்' என்றெல்லாம் காளியிடம் நியாயம் பேசியவள் அவள். ஆனால் இப்போது இரண்டு பேருக்கும் அத்தனை நெருக்கம். தொண்டுப்பட்டியில் இருந்து பார்த்தால் தெரியும். இரண்டு பேரும் பால மரத்தடியில் உட்கார்ந்துகொண்டு வெகுநேரம் அப்படிப் பேசிக்கொண்டிருக்கிறார்கள். 'சோளம் வெதச்சுடுடா. ஆடுமாடும் இல்லீனா வருசத்திக்கும் சோத்துக்கு என்ன பண்றது? ஆரியமும் நடுல. கம்பும் வெதக்கல. எல்லாத்தயும் காசுக்குத்தான் வாங்கோணும். மாமியோட்டயும் தொலவு போட்டுட்டு வந்துட்டா. அவுங்ககிட்டயும் வாங்க முடியாது. மூனு சீவனும் உசிரோட பொழச்சிருக்க வேண்டாமா. ஊர்ல இருக்கறவங்க கேக்கறதுக்கு மறுபேச்சு சொல்ல முடியில. என்னாச்சு எதும் வெதக்கலன்னு கேக்கறாங்க. காளிக்கும் பொன்னாளுக்கும் என்ன பிரச்சினைங்கறாங்க. மாமியோட்டோட தொலவாமாங்கறாங்க. எல்லா விஷயமும் இந்தச் சனத்து காதுக்கு எப்பிடித்தான் போகுமோ' என்று நச்சிக்கொண்டே இருந்ததால் சோளம் விதைத்துவிட்டான். அவன் தொண்டுப்பட்டிக்குள் புகுந்து இரண்டு மாதம் முடிந்து மூன்றாம் மாதம் பிறந்துவிட்டது. சோளம் விதைப்பதற்காகத்தான் வெளியே போனான். இரட்டை உழவு போட்டுக் காடு முழுவதிலும் வெள்ளைச் சோளம் விதைத்தான். பயிர்கள் முளைக்கத் தொடங்கியிருந்தன.

12

பொன்னா ஒவ்வொரு இரவும் காளியை எதிர்பார்த்துக்கொண்டிருந்தாள். பகலில் பால மரத்தடியில் கொஞ்சநேரம் கண்ணயர்வாள். அதனாலோ என்னவோ இரவில் சீக்கிரம் தூக்கம் வருவதில்லை. பக்கத்து வீட்டு பொரசாவின் பிள்ளைகள் ஓடி வந்து கொஞ்ச நேரம் விளையாடும். திண்ணைக் கூச்சத்தைச் சுற்றுவதும் அங்கிருந்து கீழே குதித்து வாசலில் ஓடுவதும் என ஒரே சத்தமாக இருக்கும். எல்லாரும் கரட்டூர் ஏழு மணிச் சங்கு ஊதியதும் படுக்கப் போய்விடுவார்கள். அதுவும் இது வெள்ளாமைக் காலம். காடுகளில் களை வெட்டவும் புல் பிடுங்கவும் ஆடு மாடுகளை மேய்க்கவும் என எல்லாருக்கும் நிறைய வேலைகள் இருந்தன. சோளம் விதைப்பும் முடிந்துவிட்டது. விடிகாலையில் எழுந்து சோற்றுக்குக் கம்பிடித்துப் போட வேண்டும். இல்லாவிட்டால் ஆரியம் நெரித்துக் களிக் கிளற வேண்டும். இன்னாக் காலத்தில் நக்கிரிகள் எளிதாகக் கிடைக்கும் என்பதால் குமிட்டியோ பண்ணையோ பறித்து வந்து கடைவதுண்டு.

ஊர் சீக்கிரத்தில் அடங்கிப் போகும் சாலை மரங்களில் இரையும் காக்கைகள் சத்தமடங்கும். சோறுண்ணப் பிள்ளைகளையும் புருசனையும் அழைக்கும் பெண்களின் குரல்கள் அடங்கும். பட்டிகளில் நாய்ச்சோற்றைக் கையில் வைத்துக் கொண்டு 'த்வோ த்வோ' என்று பட்டி நாயை அழைக்கும் ஆட்களின் குரல்கள் அடங்கும். கைக்குழந்தைகளின் சிணுங்கலும் அடங்கும். எங்காவது ஓரிரு நாய்கள் குரைக்கும் ஒலியும் அடங்கும். இனி இரவுப்பூச்சிகளின் ரீங்காரம். அதுவும் கொஞ்சம் கொஞ்சமாக அடங்கும். இரவில் உணவு தேடும் ஆந்தைகள் ஊருக்குப் பின்னால் உள்ள காட்டுப் பனைகளில் இருந்து

அலறும். அவையும் அடங்கும். எல்லாம் அடங்கிய பிறகும் பொன்னாவின் மனம் அடங்காது. ஒவ்வொரு சத்தத்தையும் உற்றுக் கேட்டுக்கொண்டே படுத்திருக்கும் அவள் காதுகள் காளியின் காலோசையை எதிர்பார்த்திருக்கும். மனத்திற்கு வாகாகக் காதுகள் கூர்மைப்பட்டு விறைத்துக்கொண்டு நிற்கும். உடல் சோர்ந்திருந்தாலும் கண்கள் சிவப்போடு விழித்திருக்கும்.

பொன்னாவும் என்னென்னவோ தன்னையே திட்டித் தீர்ப்பாள். அவுசாரி என்று திட்டினானே அவனையா எதிர்பார்த்துக் கிடக்கிறாய், உனக்குக் கொஞ்சமேனும் மானம் ரோசம் வெட்கம் இருக்கிறதா என்று கேட்பாள். சிலசமயம் வாய் விட்டும் பேசுவாள். ஒருபெரிய அறையும் தாவாரம் ஒன்றும் முன்னால் சாய்திண்ணையோடு கூடிய பட்டாசாளையும் கொண்ட வீடு அது. பெரிய அறையில் ஒன்பதடுக்குப் பானைகளும் பொன்னாவின் கட்டிலும் சோற்றுச் சட்டியும் இருக்கும். அது பொன்னாவின் குடியிருப்பு. பக்கத்துத் தாவாரத்தில் சீராயி. இரண்டு பேருக்கும் ஒத்து வராதபோது காளிதான் இந்த ஏற்பாட்டைச் செய்தான். இந்தப் பிரச்சினை வந்தபின் சிலநாள் சீராயி பெரிய அறைக்குள் தன் கட்டிலையும் போட்டுப் பொன்னாவுக்குத் துணையாகப் படுத்திருந்தாள். ஆனால் அங்கே தூக்கம் பிடிக்கவில்லை. தாவாரத்தில் படுத்தால்தான் கொஞ்ச நேரமாவது கண் மூட முடிகிறது. முன்பெல்லாம் எங்கே படுத்தாலும் தூக்கம் சொக்கும். இப்போது தொண்டுப்பட்டியிலும் தூக்கம் வருவதில்லை. வழக்கமாகப் படுக்கும் இடத்தில் மட்டும்தான். தூக்கத்தையே மறந்திருந்த பொன்னா விடிகாலையில்தான் தன்னை மறந்து கொஞ்ச நேரம் தூங்குவாள்.

சீராயி கட்டிலில் புரண்டு கிடப்பதைப் பார்த்துவிட்டு 'அத்த... நீ ஏன் இங்க வந்து காவக் காத்துக்கிட்டுக் கெடக்கற? நானொன்னும் உன்னோட மவனாட்டம் மூள கெட்டவ இல்ல. என்னமோ இந்த உசிராப் பொறந்துட்டம். இருக்கற வரைக்கும் பொழச்சிட்டுச் சாவலாம்னு நெனைக்கறவதான். ஒன்னும் பண்ணிக்க மாட்டன். நீ தாவாரத்துல போயி நிம்மதியாத் தூங்கு' என்று சொன்னாள். அதன்பின் தைரியத்தோடு சீராயி தன் வழக்கமான இடத்திற்குப் போய்விட்டாள். பொன்னா தன்னையே திட்டிக்கொள்ளும் பேச்சு சிலசமயம் அவளையும் மீறி உரக்க ஒலித்துவிடும். அப்போது மட்டும் 'என்ன பொன்னா' என்று சத்தம் கொடுப்பாள். 'ஒன்னுமில்ல, எலி' என்று சொல்வாள். எத்தனை பாங்கு பார்த்தாலும் முகட்டெலிகள் வீடுகளுக்கும் வந்துவிடும். அவற்றின் உருட்டலும் ஓட்டமும் பெரும் விளையாட்டுப் போலிருக்கும். கையோடுகள் சிலசமயம்

புரண்டு உதிரும். அவற்றைப் போலவே எதற்கு இந்த மனம் இப்படி இரைகிறது என்றிருக்கும்.

அவன் எப்படி வருவான்? அவுசாரி வீட்டில் காலெடுத்து வைப்பானா? அப்படி ஒரு வார்த்தையைச் சொன்னவனுக்கு முகத்தை நேராகப் பார்க்கும் தைரியம் எப்படி வரும்? அவன் காலோசைக்கு ஏங்கியபடியே படுத்துக் கிடப்பாள். அப்படி ஒரு வார்த்தை சொன்னவனை எதிர்பார்த்திருக்கும் மனதை என்ன சொல்வது? வந்து நான் சொன்னது தப்பு என்று மன்னிப்புக் கேட்பான் என நினைக்கிறதோ. அவன் கைகள் கதவில் படும் ஓசையும் அவளுக்குத் தெரியும். எல்லாரும் உறங்கிக் கொஞ்ச நேரமே ஆகியிருக்கும் முன்சாமத்தில் வந்தால் பூனை போல நடைபோடுவான். கதவை லேசாகச் சுரண்டுவான். எலி தேங்காயைக் கரண்டு தின்னும் ஓசை அது. அதே நடுச்சாமத்தில் வந்தால் கதவை இரண்டு முறை தட்டுவான். ஒற்றை விரலை மடித்துத் தட்டும் ஒலி. விடியற்காலத்தில் வந்தால் கையைப் படிய வைத்துத் தட்டுவான்.

அவனை இப்படிப் பல வருசங்களாக ஒலிகளாய் இரவுகளில் உணர்ந்து வைத்திருந்தாள். இப்போதும் அப்படி வருவான், கதவைத் தட்டுவான் என்று காத்திருந்தாள். வளவுக்குள் புகுந்து வந்தால் நாய்கள் குரைக்கும் என்று ஊரைச் சுற்றிக்கொண்டு வருவான். இரண்டு மூன்று காடுகளுக்குள் போய்வர வேண்டும். அங்கங்கே பட்டிகள் இருக்கும். நாய்களும் கட்டியிருப்பார்கள். அவற்றில் இருந்தெல்லாம் விலகி ஒரு நாயும் அவன் வருகையை உணராதபடி வீட்டுக்குப் பின்புறமாக இருக்கும் வேலிக்கடவுக்குள் நுழைவான். 'பூச்சிகீது இருந்தா என்ன பண்றது? சோறு தின்னுட்டு இங்கயே இருந்துட்டு அப்பறம் போயிரு' என்பாள். 'எனக்கு எப்ப உன் நெனப்பு வருதோ அப்ப வர்றதுதான் சந்தோசம்' என்பான். 'அப்ப எந்நேரமும் என் நெனப்பு உனக்கு இருக்காதா?' என்று கோபிப்பாள். 'எந்நேரமும் இருக்கும். எப்பவாச்சுந்தான் தேவப்படும்' என்று சிரிப்பான். இந்த இரண்டு மாதமாகத் தான் அவனுக்குத் தேவைப்படவில்லையா? எப்படி இவ்விதம் மறந்தான்? இனிமேல் வரவே மாட்டானோ. அவனோடான வாழ்க்கை முடிந்துவிட்டதா? ரொம்ப நேரம் யோசித்துக் கிடந்தாள். பின் எந்நேரம் தூங்கினாள் என்பது அவளுக்கே தெரியவில்லை.

அன்றைக்குச் சாமத்திற்குமேல் வந்தான். தன்னை அறியாமல் தூங்கிப்போயிருந்த அவள் காதுகளில் அந்தக் காலடியோசை கேட்கிறது. பதறி விழிக்கிறாள். உற்றுக் கேட்கிறாள். அவன் காலோசைதான் அது. இருகால்களும் மண்ணில் ஒன்றே போலப்

பதிகின்றன. சீராக எட்டி வைத்து வருகிறான். ஓசை வரவரப் பெரிதாகிறது. வாசலுக்கு வந்து படியேறுகிறான். பட்டாசாளையில் நிற்கிறான். இப்போது சத்தம் இல்லை. கதவுக்கு முன்னால் நிற்கிறான். கதவை விரல் மடித்துத் தட்டும் ஒலி அவளுக்குத் தெளிவாகக் கேட்கிறது. கட்டிலில் இருந்து தாவி எழுகிறாள். இரவில் படுக்கும்போது விளக்கை அணைத்துவிடுவாள். வடபுறச் சுவரில் இருந்த சின்ன ஜன்னலை வெயில் காலத்தில் மட்டும் திறந்து வைப்பாள். விளக்குக்கட்டை மேல் இருந்த விளக்கின் அடியிலேயே நெருப்பெட்டியை வைத்திருப்பாள். சட்டென நெருப்பெட்டியை எடுத்து விளக்கை ஏற்றுகிறாள். இடைவெளி விட்டு இன்னொரு முறை அதே போலக் கதவைத் தட்டும் ஒலி. அவன்தான். அது ஒற்றைப் பெருங்கதவு. மரத் தாழ்ப்பாள். கதவை அழுத்திக்கொண்டு மெதுவாகத் தாழை நீக்க வேண்டும். இல்லாவிட்டால் சத்தம் பெரிதாகி எல்லாரையும் எழுப்பிவிடும். அவள் திறக்க வாகாக வெளிப்புறம் அவன் கதவை இழுத்துப் பிடித்திருக்கிறான். தாழை நீக்குகிறாள்.

இருளிலிருந்து விளக்கொளிக்குள் அவன் வருகிறான். அவள் தலையைக் குனிந்து நிற்கிறாள். அவனைப் பார்க்க விருப்பமில்லை என்பதை உணர்த்துகிறாள். கதவைச் சத்தமில்லாமல் தாழிடுகிறான். பின் உடனே அவளருகே வந்து தாவி அணைக்கிறான். அவள் திமிருகிறாள். அவனுக்குள் அடங்க அவள் மறுக்கிறாள். 'இதா இங்க பாரு' என்று சொல்லியபடி வற்புறுத்தி அவளை இறுக அணைக்கிறான். அவன் இரும்புப் பிடிக்குள் அடங்குகிறாள். அவள் தலையை உயர்த்துகிறான். கண்களில் வடியும் கண்ணீர் விளக்கொளியில் பளபளக்கிறது. 'கோபமா' என்கிறான். 'என்னமோ தெரியாத அன்னைக்கு அந்த வார்த்த எம் வாயில வந்திருச்சி. அத நீ கண்டுபுடிச்சிட்ட. இன்னமே எப்பவும் அப்பிடிச் சொல்ல மாட்டன்' என்கிறான். 'சொன்னதுக்கு?' என்கிறாள் அவள் அழுகையினூடே. 'சொன்னதுக்கு உங் கையால என்னய அடிச்சிரு' என்று சொல்லி அவள் கையை எடுத்துத் தன் கன்னங்களில் மாறி மாறி அடித்துக்கொள்கிறான். அவளுக்கே பாவமாக இருக்கிறது. கையை இழுக்கிறாள். 'உன்னோட ஆத்தரம் தீர்ற வரைக்கும் அடிச்சுக்கோ. தப்பு வார்த்த சொன்ன இந்த வாய அடி' என்று அவள் கைகளால் வாயின்மீது அடிக்கிறான். உதடுகள் ரத்தம் வருவது போலச் சிவக்கின்றன. அவள் பயந்துபோய் அவனிடமிருந்து கைகளை மீட்டுக்கொள்கிறாள். அந்தச் சிவந்த உதடுகளில் தன் உதடுகளை வைத்து ஒத்தடம் கொடுக்கிறாள். இத்தனை நாட்களாகப் பிரிந்திருந்த ஏக்கம் அந்தத் தொடுதலில் முழுமையாக வெளிப்படுகிறது. அவளை அப்படியே கட்டிலுக்கு நகர்த்துகிறான்.

பெரிய கயிற்றுக் கட்டில். கல்யாணம் முடிவானதும் அஞ்சூர் ஆசாரியிடம் போய் அளவு சொல்லிச் செய்த கட்டில். குத்துக்கால்கள் நான்கும் வேம்பு. சட்டங்கள் பூவரசு. இருவர் தாராளமாகப் படுத்துப் புரளலாம். அந்தக் கட்டிலை யாரேனும் பார்த்தால் கேலி செய்வார்கள் என்று நினைத்து இரவு நேரத்தில் மாட்டுவண்டியில் கொண்டு வந்து தொண்டுப்பட்டியில் இறக்கினான். பின்னொரு நாள் இதே மாதிரி நடுச்சாமத்தில் கட்டிலைத் தலையில் தூக்கிக்கொண்டு வந்து இங்கே வீட்டுக்குள் போட்டான். அப்போதே சீராயி 'எதுக்குடா இத்தாப் பெரிய கட்டலு?' என்று சிரித்தாள். அவனுக்கு வெட்கமாகப் போய்விட்டது. பொன்னாவுக்கு ரொம்பவும் பிடித்த கட்டில் அது. கத்தாழைக் கயிறுதான் அவனுக்குப் பிடிக்கும். அது முதுகுக்கு இதமாக லேசாகக் குத்தல் கொடுத்துச் சுகம் தரும். கட்டிலில் அவளைப் படுக்க வைக்கிறான். இருவரும் அருகருகே படுத்திருக்கிறார்கள். அவன் சும்மா படுத்திருப்பதைப் பார்த்து அவள் அவன் பக்கம் திரும்புகிறாள். அவன் கண்களில் கண்ணீர். உடனே துடைக்கிறாள். 'அழுவாத மாமா' என்கிறாள். 'உனக்கு ரொம்பக் கஷ்டம் குடுத்திட்டனில்ல' என்கிறான் பரிதாபமாக. 'நீ என்னய என்ன வேண்ணாலும் சொல்லு மாமா. உனக்கு இல்லாத உரிம வேற ஆருக்கு இருக்குது. ஆனா என்னய எப்பவும் தனியா மட்டும் உட்றாத. என்னால தாங்க முடியாது' என்று அவளும் அழுகிறாள். 'எந்தங்கத்த இனித் தனியா ஒருநாளும் உட மாட்டன். உன்னய ஒன்னுஞ் சொல்ல மாட்டன்' என்று கன்னத்தைக் கிள்ளிக் கொஞ்சுகிறான். அவனுடைய உடலுக்கு அடியே அவள் சிக்கிக்கொள்கிறாள். முகத்தை முகத்தோடு இழைக்கிறான். அவள் இப்போது அவனை முழுதாக உள்வாங்குகிறாள். அவனுக்கு அவசரமே இல்லை. அவளுடைய ஒவ்வொரு அணுவுக்குள்ளும் படிப்படியாகப் புகுகிறான். அவன் தனக்குள் புகுவதைத் தெளிவாக உணர்கிறாள்.

○

13

காலையில் வெகுநேரம் ஆகியும் பொன்னா எழவில்லை. வீட்டுக்குள் படுத்திருந்தவளுக்கு விடிந்ததே தெரியவில்லை. நேரமே எழுந்து சீராயி காட்டுக்குப் போய்விட்டாள். அங்கே போனால்தான் காளி ஏதாவது செய்வான். இல்லாவிட்டால் அவனும் முகட்டை வெறித்துக் கிடப்பான். அவள் இருட்டு இருக்கும்போது கிளம்பிவிட்டாள். அதனால் பொன்னாவை எழுப்பவில்லை. கொஞ்சம் வேலைகளைப் பார்த்துவிட்டு வந்து சோறு கொண்டு போகலாம். அதற்குள் பொன்னா எழுந்து ஏதாவது செய்து வைத்திருப்பாள். பக்கத்து வீட்டுப் பொரசா சோறாக்கிக்கொண்டும் பிள்ளைகளோடு ஓரியாடிக் கொண்டும் இருந்தவள் அடிக்கடி பொன்னா வீட்டுக் கதவைப் பார்த்து முகத்தைத் தோளில் இடித்துக்கொண்டாள். கொடுத்து வைத்தாலும் இப்படி வாழக் கொடுத்து வைத்திருக்க வேண்டும் என்று வாய்விட்டே சொன்னாள். ஒரு வேலையும் கிடையாது. ஏதோ சோற்றை ஆக்க வேண்டியது, தின்ன வேண்டியது, காட்டில் போய்க் கொஞ்ச நேரம் உட்கார்ந்திருக்க வேண்டியது. அடேங்கப்பா இதுவல்லவா கொடுத்து வைத்த வாழ்க்கை என்று அவளுக்குள் தோன்றியது. ஆனாலும் வெளியே சொல்ல முடியுமா?

அந்தப் பக்கம் வந்த வீராயிடம் ‘பொழுது ஏறி உச்சிக்கு வந்தாலும் பொச்சடச்சுக்கிட்டுத் தூங்கற சொகம் நம்புளுக்கெல்லாம் கெடைக்குமா? நண்டையும் சிண்டையும் பெத்துக்கிட்டுச் சீப்படறம். அவ அவ இன்னம் எந்திரிச்சு வெளியகூட வல்ல’ என்று ஜாடையாகப் பொன்னாவின் கதவைக் காட்டினாள். வீராயி கதவைப் பார்த்துச் சிரித்துக் கொண்டே போய்விட்டாள். ஏதாவது வார்த்தை சொல்லி அது பொன்னாவின் காதுக்குப்

போய்விட்டால் பின் அவளிடம் பேச்சுக் கேட்க முடியாது என்னும் பயம். தன் வேலைகளைச் செய்துகொண்டே கதவு திறந்தால் ‘பொன்னா இப்பத்தான் பொழுது கௌம்பிருக்குது’ என்று சிரித்தபடி எகத்தாளமாக ஒருவார்த்தை சொல்லிப் போகலாம் என்று எதிர்பார்த்தாள். அதற்குப் பொன்னா வாய்ப்புக் கொடுக்கவில்லை. ஏக்கத்தோடு கதவையே பார்த்துக்கொண்டு காட்டுக்குக் கிளம்பினாள் பொரசா.

பொழுதேறிய பிறகு சீராயி வீட்டுக்கு வந்தாள். ராத்திரி களிக் கிளறித் தொய்ய நக்கிரி கடைந்திருந்தாள். அதே களியை இப்போது தயிரோடு கொடுக்கப் போகிறாளா, ஏதாவது புதிதாகச் செய்திருப்பாளா என்னும் எண்ணத்தோடு வந்தாள். பொன்னாவின் கதவு சாத்தியே இருந்தது. சீராயிக்குப் பயமாயிற்று. அநியாயமாகப் பொன்னாளைத் தொலைத்துவிட்டோமோ என்று பதறிப்போனாள். அக்கம் பக்கம் யாரையும் காணோம். எல்லாரும் காட்டுக்குப் போய்விட்டார்கள் போல. அவசரமாகப் போய்க் கதவைப் படாரென்று தட்டிப் ‘பொன்னா பொன்னா’ என்று கூப்பிட்டாள். உள்ளே பொன்னாவுக்கு அந்தக் குரல் கனவுக்குள் இருந்து கேட்பது போலிருந்தது. வெகுநாள் கழித்துக் காளி வந்திருக்கிறான், இந்தக் கிழவி எதற்கு இப்படிக் கத்துகிறாள் என்று எரிச்சலோடு பக்கத்தில் கையைக் கொண்டுபோய் ‘மாமா’ என்று கூப்பிட்டுக்கொண்டே துழாவினாள். அவன் இல்லை. எந்நேரம் போயிருப்பான்? எழுந்து கதவைத் தாழ்போட்ட மாதிரி நினைவில்லையே. போட்டிருந்தால் எதற்குச் சீராயி தட்டுகிறாள். எல்லாம் மனதில் தோன்றியபோதும் கண்களைத் திறக்க முடியவில்லை. ‘ம்’ என்று குரல் மட்டும் கொடுத்தாள்.

முனகலாகக் கதவுக்கு வெளியே சென்ற குரல் கேட்டு அவளுக்கு நிம்மதி ஆயிற்று. ‘அடியே பொன்னா’ என்று இப்போது கொஞ்சம் ஓங்கிக் குரல் கொடுத்தாள். தடுமாறி எழுந்த பொன்னா கண்களைத் தேய்த்து விழித்தாள். இருள் இன்னும் பிரியாத மாதிரியே இருந்தது. கண்கள் கொஞ்சம் பிரிபட்டதும் ஓட்டுச் சந்துகளின் வழியாக வந்த வெளிச்சம் பட்டுக் கூசியது. சீராயி கதவைத் தட்டியபடி இருந்தாள். தட்டல் ஓய்ந்த சமயத்தில் ‘வர்றன் அத்த’ என்றாள். சீராயி பொறுத்து நின்றாள். பொன்னா கட்டிலைப் பற்றி எழுந்து நின்றாள். காளி வந்து உடம்பின் சக்தி முழுவதையும் உறிஞ்சிப் போய்விட்டானா? புடவைக் கட்டு கொஞ்சமும் நெகிழவில்லை. மறுபடியும் புடவையைக் கட்டிய நினைவே இல்லை. வந்தானா காளி? தலை கிறுகிறுத்துச் சுற்றியது. ஒரு எட்டி வைத்தாலும் கீழே விழுந்துவிடுவோம் என்றிருந்தது. குத்துக்காலைப் பிடித்துப் பின் சுவரில் கையை

நீட்டி ஊன்றினாள். ஒருவழியாகச் சுவரைப் பற்றியபடி நடந்தாள். வெளிச்சம் வீட்டுக்குள் வெகுவாகப் பரவியிருப்பது தெரிந்தது. ரொம்ப நேரம் ஆகிவிட்டது என்று நினைத்தாள். சொல்லாமல் காளி வீட்டுக்குள் தாழிட்டுவிட்டு எப்படிப் போனான்? கதவுத் தாழ் அவள் இரவு படுக்கும்போது போட்ட மாதிரி அப்படியே இருந்தது. மிகவும் பிரயாசைப்பட்டுத் திறந்தாள்.

திறந்த கதவின் பின்னால் வெளிச்சம் குவியலாக வந்து முகத்தில் அடித்தது. கதவைப் பற்றியபடி சமாளித்து நின்றாள். ‘பொன்னா என்னாச்சுடி’ என்று சீராயி உள்ளே வந்து அவளைத் தாங்கிப் பிடித்தாள். என்னவென்று சொல்ல முடியவில்லை. படுத்துக்கொள்ள வேண்டும் போலிருந்தது. சீராயியைப் பிடித்துக்கொண்டே கட்டிலுக்குப் போய்ப் படுத்துக்கொண்டாள். சீராயி பொன்னாவின் நெற்றியில் கை வைத்துப் பார்த்தாள். சூடு ஒன்றும் தெரியவில்லை. ‘உம்மவன் எங்க?’ என்று மெலிதாகக் கேட்டாள் பொன்னா. ‘அவனுக்கென்ன, தொண்டுப்பட்டிக்குள்ள சாணி போட்டுக்கிட்டு மாட்டோட மாடாக் கெடக்கறான்’ என்றாள் அவள். ‘இங்க வர்ல’ என்று சந்தேகமாகக் கேட்டாள். ‘அவன் எங்க இங்க வர்றான்?’ என்றவள் ‘இரு உனக்குச் சுடு தண்ணி வெச்சாரன். என்னமோ ஒடம்புக்குச் சேர்லியாட்டம் இருக்குது’ என அடுப்பைப் பற்ற வைக்கப் போனாள். கண்களை மூடிப் படுத்திருப்பது இதமாக இருந்தது.

காளி வந்திருக்கிறான். இல்லாவிட்டால் உடம்பு ஏன் இந்தப் பாடு படுகிறது. இரண்டு மாத வெறி முழுவதையும் இறக்கி வைத்துவிட்டுப் போயிருக்கிறான். கூட இருந்திருக்கிறான். வேறு எதற்கு உடம்பு இப்படியாகிறது? எல்லாச் சமயங்களிலும் ஒரே மாதிரி இருப்பதில்லை அவன். ‘ஒருநாளைக்கு ஆமரத்துக்கள்ளு. அப்பிடியே சுர்ருன்னு உச்சியில போயி ஏறும். ஒருநாளைக்குப் பொம்மரத்துக் கள்ளு. இனிச்சுக்கிட்டு மெதுவாக் கொஞ்சம் கொஞ்சமா மேல போவும். எளம்பாளையின்னா எவ்வளவு குடிச்சாலும் ஒன்னும் இருக்காது. அதே கட்டப்பாளையின்னா ஒரு சொப்புப் போதும்’ என்று விளக்குவான். சிலசமயம் இப்படித்தான் செய்வான். இது ஆமரத்துக்கள். போதையில் என்ன செய்கிறோம் என்றே அவனுக்குத் தெரியாது. இது உடம்பு, சதையும் எலும்பும் கொண்டது என்பதையே மறந்துவிடுவான். தான் இடுப்பில் கட்டும் இரட்டை மடிப்பு வேட்டி போல உடலை நினைப்பான். இஷ்டம் போல் எடுத்து மடிப்பான், சுருட்டுவான், விரிப்பான். ‘உடு. இதெல்லாம் வேண்டாம்’ என்றாலும் விட மாட்டான். அவனுடைய முரட்டுக் கைகளுக்கு ஈடு கொடுப்பது சுலபமல்ல.

சுடுதண்ணீரோடு வந்து எழுப்பினாள் சீராயி. அவளைப் பிடித்தபடியே வெளியே வந்த பொன்னா வாசலில் உட்கார்ந்து தண்ணீரை அள்ளி வாயில் ஊற்றிக் கொப்பளித்தாள். வாயெல்லாம் கசந்தது. ஏதேதோ கோழை உள்ளே தேங்கியிருப்பது போலிருந்தது. அடுத்த வாய்க்கு நீரை ஊற்றியதும் ஓங்கரித்துக் கொண்டு வந்தது. எதிர்பார்க்காமல் வந்ததால் சமாளிக்க முடியாமல் எக்கித் துப்பினாள். வாசலில் வெகுதூரம் போய்த் தெறித்து விழுந்தது. ஓங்கரிப்பு நிற்கவில்லை. வாயிலும் வயிற்றிலும் ஒன்றுமில்லை என்றாலும் எக்கி எக்கித் துப்ப முயன்றாள். குடலே வெளியே வந்து விழுந்துவிடும் போலிருந்தது. அவள் தலையைப் பற்றிக்கொண்ட சீராயி பெருத்த சந்தோசத்தோடு 'பொன்னா அதேதாண்டி' என்று சிரித்தாள். பொன்னாவுக்குப் புரியவில்லை. ஓங்கரிப்பும் எரிச்சலுமாய் நிமிர்ந்து பார்த்தாள். காதுக்குள் மெதுவாக 'சாமி காரியம் கை கூடிருச்சு. வவுத்துல வந்துதிச்சிட்டான் சாமி' என்றவள் துள்ளாத குறையாத உள்ளோடி அடுப்புச் சாம்பலை அள்ளி வந்து பொன்னாவின் நெற்றியில் திருநீறாய்ப் பூசினாள்.

பொன்னாவுக்கு ஆச்சரியமாகவும் அதிர்ச்சியாகவும் இருந்தது. 'நீ ஊட்டுக்குத் தூரமாயி ரண்டு முடிஞ்சு மூனு இப்ப. உனக்கு நெனப்பிருக்குதா? நானும் பாத்துக்கிட்டுத்தான் இருக்கறன். முட்டுச்சீலயக் கசக்கி இங்கயும் போடுல, தொண்டுப் பட்டியிலயும் போடுல. எனக்குத் தெரியாத எங்கயாச்சும் போட்டிருப்பயோன்னு இருந்தன். வேலிக்கு ஒருபக்கம் தண்ணிக்கு ஒருபக்கம் இழுத்துக்கிட்டுக் கெடக்கறீங்க. நான் இதக் கேட்டா எங்க கோவிச்சுக்குவியோன்னு கேக்குல. ஆனா எதிர்பாத்தன்' என்று பரவசத்துடன் பேசினாள் அவள். பொன்னாவுக்கு அழுகை கூடிற்று. இது எதற்கு என்றுகூட நினைத்தாள். 'எதுக்குடி அழுவற. எல்லாஞ் செரியாப் போயிரும். அந்த நாய நெனச்சு அழுவாத. ஒருகொழந்த வந்து காலக் கட்டுனா கரையாத கல்லும் கரஞ்சிரும் உருகாத பாறையும் உருகிரும். ஒருபிள்ள வந்து மடியேறுனா போவாத கோபமும் போயிரும் தீராத கவலயும் தீந்திரும்' என்றவள் பக்கத்தில் யாராவது தென்படுகிறார்களா என்று பார்த்தாள். ஒருவரும் கண்ணுக்குப் படவில்லை. சரி, இருக்கட்டும் என்று பொன்னாவுக்குச் சுக்குக் காப்பி போட்டாள். செலவுப் பெட்டியில் எப்போதோ வாங்கிவந்து போட்ட சுக்குத் துண்டைத் தேடி எடுத்துக் கருப்பட்டியை உடைத்துப் போட்டுக் கண நேரத்தில் தயார் செய்துவிட்டாள்.

சிறுபிள்ளையின் துள்ளலும் துடிப்பும் அவளுக்கு வந்திருந்தது. மெல்ல நடத்திக் கூட்டி வந்து 'கொஞ்ச நாளைக்கு

அப்பிடித்தான் இருக்கும். பொறுத்துக்கோணும்' என்று பெரும் அன்போடு தலையை நீவிக் கொடுத்தாள். காப்பி சூடாக இறங்கக் கொஞ்சம் இதமாகவும் ஓங்கரிப்பு உணர்வு குறைந்த மாதிரியும் தோன்றியது பொன்னாவுக்கு. 'இது சாமி குடுத்தது இல்ல. மாமங் குடுத்ததுதான். நேத்து ராத்திரி வந்து மாமன் என்னோட இருந்திச்சு. என்னென்னமோ பேசிச்சு. மாமந்தான் குடுத்திச்சி' என்று பரவசத்துடன் கண்களில் ஒளியேறச் சொன்னாள். 'செரியாயா, உன்னோட மாமந்தான் குடுத்தான். கோட்ட கட்டி ஆள்ற கர்ண மவராசன். ஆகாசத்துல வந்து அள்ளிக் குடுத்திட்டுப் போயிட்டான். ஆரு இல்லீங்கறா. எத்தனயோ கஷ்டப்பட்டோம். இப்பக் கெடச்சிருச்சு. அதுக்குச் சந்தோசப்படு. அழுவாத. உம் மாமங் கொஞ்சம் மொரண்டுவான். அதுக்கு நீ கவலப்படக் கூடாது. வவுத்துப்புள்ளக்கி ஆவாது , செரியா?' என்று ஆதரவாகப் பேசி பொன்னாவின் கண்ணீரைத் துடைத்துவிட்டாள் சீராயி. ஒருநாளும் இத்தனை இதமாக அவள் பேசிப் பொன்னா கேட்டதில்லை. இனி எல்லாம் இப்படி மாறிவிடுமா என்று நினைத்தபடி தன் வயிற்றைத் தடவிக்கொண்டாள்.

14

சீராயிக்குக் கையும் ஓடவில்லை, காலும் ஓடவில்லை. பரபரத்தாள். எதைச் செய்வது எதை விடுவது என்று தெரியாமல் மனதுக்குள் குழம்பினாள். முதலில் பொன்னாவைக் கவனிப்போம் என்று முடிவெடுத்து அரிசியை உழக்கில் அளந்து போட்டு ஊற வைத்தாள். நெல்லஞ்சோறும் பருப்பும் வைத்தால் வாய்க்கு நன்றாக இருக்கும். தாளிப்பு மணம் நாசிக்கு ஒத்துக்கொள்ளாது. சுண்டுவேர ரசமும் கொஞ்சம் வைக்கலாம் என்று நினைத்தாள். பருப்பையும் ஊறப் போட்டாள். போசியில் நேற்றைய களி இரண்டு உருண்டையை எடுத்துப் போட்டுக்கொண்டு பொன்னாவிடம் சொல்லிவிட்டுக் கிளம்பினாள். நேராகத் தொண்டுப்பட்டிக்குப் போனாள். காளிக்கு வயிற்றுப் பசி போலும். வழியைப் பார்த்துக்கொண்டு நடை விட்டுக்கொண்டிருந்தான். ராத்திரி பொன்னாவைத் தேடி வந்திருப்பானோ. ஒன்றும் தெரியவில்லையே. அப்படித் தூக்கம் வந்துவிட்டதா? அவனிடம் சோற்றைக் கொடுத்தாள். அவன் கரைத்துக் குடிக்கும்வரை பொறுமையாக இருந்தாள்.

தயிரை ஊற்றிக் கரைக்கையில் அவனுக்குப் பொன்னாவின் நினைவு வந்தது. இது பொன்னாவின் கை பட்ட களிதான் என்பது தெரிந்தது. அப்படியே போவனியைத் தூக்கிக் குடித்தான். கரச்சோற்றுக்கு எல்லாரும் வெங்காயமோ பச்சை மிளகாயோ கேட்பார்கள். சீராயி தருணத்தின்போது சந்தையில் எலுமிச்சம்பழம் வாங்கி வந்து ஊறுகாய் போடுவாள். அதில் ஒருதுண்டு எடுத்துக்கொண்டால் போதும். ஒருகுண்டாச் சோறும் கடகடவென்று இறங்கிவிடும். ஆனால் காளிக்கு எதுவும் தேவையில்லை. தயிர் இருந்தால் சரி. களியானாலும் கம்பானாலும்

உருண்டைகளுக்குள் அப்படியே தயிரைக் கவிழ்ப்பான். அரைக்குண்டா தயிராவது வேண்டும். கரைப்பான். சோறும் தயிரும் நன்றாகக் கலக்க வேண்டும். பின் எடுத்தால் ஒரே முறையில் சோறு முழுக்க உள்ளே இறங்கிவிடும். 'உப்புக்கூடப் போட்டுக்காத எப்பிடித்தான் இப்பிடிக் குடிக்கறியோ' என்பாள் பொன்னா. 'உப்புப் போட்டா சோத்து ருசி தெரியாது. சோத்துக்கு ஒரு ருசி இருக்குது. தயிருக்கும் ஒரு ருசி இருக்குது. ரண்டும் சேர்றப்ப ஒரு புதுருசி வரும். அது அனுபவிச்சுப் பாத்தாத் தெரியும். கொஞ்ச நாளைக்குப் பழகிப் பாக்கோணும். அப்பறம் உப்பும் வேண்டாம். தொணைக்கு ஊறுகாயும் வேண்டாம்' என்பான்.

'எப்பிடி ஒரே மூச்சுல குடிக்கற? முட்டிக் கள்ள அப்பிடியே எடுத்துக் குடிச்ச பழக்கந்தான' என்று கேலி செய்வாள். 'அது தேவாமிர்தம். அமிர்தத்தக் கொஞ்சம் கொஞ்சமா ஆராச்சும் குடிப்பாங்களா? அப்பிடிக் குடிக்க அதோட ருசி நம்மள உடுமா?' என்பான். 'ஆமா தேவாமிர்தத்த இவரு குடிச்சுப் பாத்திருக்கறாரு' என்பாள் உதட்டைச் சுழித்துக்கொண்டு. 'ம். குடிச்சுப் பாத்திருக்கறனே. தேவாமிர்தம் ரண்டு எடத்துல கெடைக்கும்.' 'பனங்கள்ளும் தென்னங்கள்ளுமா? கள்ளும் சாராயமுமா?' 'அட உனக்கு என்ன தெரீது? சொல்லட்டுமா. உன்னோட ஒதட்டுலயும் மார்க்காம்புலயும்தான் இருக்குது. உங்கிட்டயே வெச்சிக்கிட்டு உனக்கே தெரீலயே' என்று கண் சிமிட்டுவான். 'ம்கும். என்னோட மார்ல சொரக்கும், ஒரு கொழந்த வந்து முட்டிக் குடிக்கும்னு பாக்கறன். அதுக்குத்தான் குடுத்து வெக்கலயே. நீ குடிச்சீன்னா உன்னோட எச்சதான் வரும்' என்று சலித்துக்கொள்வாள்.

அவளை நினைக்கக்கூடாது என்றாலும் எப்படியும் அவள் வந்துவிடுகிறாள். எல்லாவற்றிலும் அவள் இருக்கிறாள். பெருமூச்சுடன் சோற்றைக் குடித்துவிட்டுப் போசியை வைத்தான். வாயைத் துடைத்துக்கொண்டான். சீராயி அவனருகில் போய் ரகசியம் பேசுவது போல 'இத்தன காலமும் நாம பட்ட கஷ்டமெல்லாம் தீருது. நீதான் உம் மனச நல்லா வெச்சுக்கோணும். இதா இன்னைக்குத்தான் தெரிஞ்சுது. பொன்னா மாசமா இருக்கறா' என்றாள். அவளைப் பார்த்துக்கொண்டிருந்த காளி சட்டென்று தலையைத் தாழ்த்திக்கொண்டான். 'நான் இது சாமி குடுத்த பிள்ளைன்னு சொன்னா, அவ அழுவறா. எம்மாமந்தான் நேத்து ராத்திரி வந்திச்சு. மாமன் குடுத்த பிள்ள இதுன்னு பொலம்பறா. நீ வந்தாப்பல கெனாக் கண்டாளோ என்னமோ. ஊட்டுல படுத்துத் தூங்கறாளா. எந்நேரமும் எலி ஒலாத்தறாப்பல ஒலாத்திக்கிட்டே இருப்பா. உன்னய நெனச்சிக்கிட்டு இருந்தாளோ

என்னமோ. மாமன் வந்திச்சு, மாமன் வந்திச்சுன்னு சொல்றா. ராத்திரி வந்தயாடா?' என்று கேட்டாள். அவன் ஒன்றும் சொல்லாமல் தலையை நட்டுக்கொண்டே உட்கார்ந்திருந்தான்.

'சாமி பிள்ளைன்னாலுஞ் செரி, உம்பிள்ளைன்னாலும் செரி, இன்னமே அது நம்ம கொழந்த. எத்தன கஷ்டப்பட்டிருப்பம். எங்கெல்லாம் தல குனிஞ்சு நின்னுருப்பம். எத்தன சனம் நம்மள எடுத்தெறிஞ்சு பேசியிருக்குது. எல்லாத்துக்கும் விடிவுகாலத்த இந்தக் கொழந்த கொண்டாந்திருச்சி. அத நெனச்சுக்க. எத்தனையோ பேரு, பிள்ள இல்லைன்னு சொந்தத்துல ஒரு கொழந்தய எடுத்துத் தத்துப்பிள்ளையா வளப்பாங்க. இது நம்புளுக்கின்னே வந்து உதிச்சிருக்கற கொழந்த. அந்தத் தேவாத்தா கண்ணத் தொறந்திருக்கறா. இந்தச் சமயத்துல நீ ஒன்னும் கொழப்பம் பண்ணக்கூடாது. எம் மனசும் கண்ணும் வறண்டு போயி எத்தனையோ நாளாச்சு. இன்னைக்குத்தான் காட்டுல போட்ட பயிர் மொளச்சுத் தமத்தமன்னு நிக்கறாப்பல கண்ணுக்கும் மனசுக்கும் குளிர்ச்சியா இருக்குது. எதொ என்னோட மிச்சக் காலத்த ஒரு பேரக் கொழந்தயப் பாத்துட்டு அதோட கொஞ்ச நாளைக்கு வெளையாடி இருந்துட்டுச் சந்தோசமாப் போயிச் சேர்றன். கெடுக்க நெனைச்சிராத.'

தலையை நட்டுக்கொண்டே உட்கார்ந்திருந்தான். குடுமி மயிரைப் பற்றி இழுத்துத் தலையை நிமிர்த்தினாள். கண்களை மூடிக்கொண்டான். ஆனால் கண்ணீர் வழிந்தது. அவன் முகத்தில் தாடி மூடியிருந்தது. எத்தனை முறை சொன்னாலும் சவரம் பண்ணிக்கொள்ள மறுக்கிறான். முகம் முழுக்கவும் மூடித் தெரிந்தது. அவனுக்கு அடர்ந்த புருவம். அது கருகருவென்று செழித்திருக்கும். செழிப்புடன் இருக்கும் மூஞ்சி இப்போது இப்படி அழுது வடிவதைக் காணவும் அவளுக்குப் பொறுக்கவில்லை. அவன் கன்னத்தில் மெல்லமாய் இரண்டு தட்டுத் தட்டினாள். 'என்னடா இப்ப வந்திருச்சி உனக்கு. உம் பிள்ளதான் இதுன்னு சொல்றா. ஒரு தாய் சொல்றதுதாண்டா நெசம். எந்தக் கொழந்த ஆருக்குப் பொறந்ததுன்னு ஒரு தாய் சொன்னாத்தான் ஆச்சு. பொன்னாவே எம்மாமந்தான் குடுத்துச்சுங்கறா. நீ ஆருக்குப் பொறந்தயின்னு உனக்குத் தெரீமாடா? உங்கொப்பன் இவன்னு நாஞ் சொல்றன். நீ கேட்டுக்கற. அவ்வளவுதான். தாய் சொல்ல மீறி ஒருத்தன் சொல்லீர முடியுமா?' அவள் பிடியிலிருந்து விடுபட முயலாமல் அப்படியே இருந்தான்.

'ஆளு வளந்திருக்கறயே தவிர அறிவு வளருல. இந்த முண்டச்சி உன்னய உம் போக்குல வளர உட்டது தப்பாப் போச்சு. அடிச்சு வளத்தி நாலையும் சொல்லித் தந்திருக்கோணும்.

இப்பவும் எனக்கு நீ பையந்தாண்டா. எங்கொழந்த நீதான். இந்தத் தாய் சொல்லக் கேட்டுப் பித்தியா நடந்துக்க. இத்தன காலம் எனக்குன்னு என்ன இருந்திச்சு? ஒரு எனம் சனம் உண்டா? நல்லது கெட்டது உண்டா? எங்க போனாலும் பொழங்காதாரோட ஒன்னா நானும் ஒருபக்கமா ஒதுங்கித்தான் நிக்கோணும். எதுலயாச்சும் என்னய மின்னால உடுவாங்களா? ஊருக்குள்ள இருந்து வெடியங்காட்டி இங்க தொண்டுப்பட்டிக்கு வர்றதுக்கே எத்தன நாளு ஓசிச்சிருக்கறன் தெரீமா?' என்று தன்னைக் கட்டுப்படுத்த முடியாமல் பொங்கி அழுதாள். 'முண்டச்சி கதய முழுசாச் சொன்னா கல்லும் கரையும் காக்காயும் அழுவும். சீராயி கதய மாறாத சொன்னா மண்ணும் கரையும் மரமும் அழுவும்' என்று ஒப்பாரி போலச் சொல்லிவிட்டுக் கீழே உட்கார்ந்தாள். 'ஒழுங்காப் பண்ணயம் பாக்கலீன்னு எல்லாரும் என்னயச் சொல்லுவாங்க. எப்பிடிப் பண்ணயம் பாக்க முடியுஞ் சொல்லு. இந்தத் தொண்டுப்பட்டிய நீ தலயெடுத்துத்தான் உண்டாக்குன. நான் இப்பிடி ஒன்னு வெச்சு இங்க வந்து இருந்திருக்க முடியுமா? பொரட்டாசி மாசத்து நாய்வ மாதிரி பத்துப் பாஞ்சு பேரு இங்கயேதான் சுத்துவானுங்க. அவனுங்க கிட்டயிருந்து தப்பிப் பொழைக்கறது சாதாரணமா சொல்லு. உம் பொண்டாட்டிக்குக் கொழந்த இல்லீன்ன ஒடனே எத்தன பேரு எப்பிடிப் பாத்தாங்கன்னு உனக்குத் தெரியும். புரசன் இல்லாதவள எப்பிடிப் பாத்திருப்பாங்கன்னு நெனச்சுப் பாரு' என்று அவனைப் பார்த்துச் சொன்னாள். மீண்டும் அவன் தலையை நட்டுக்கொண்டான்.

'காத்தால எந்திரிச்சுக் காட்டுக்கு வந்தர முடியுமா? அப்பத்தான் நாலு பேரு நல்ல காரியமா அந்தப் பக்கம் இந்தப் பக்கம் போவாங்க. தட வழி பாப்பாங்க. நான் போயி எதிர்ப்பட்டன்னா முண்டச்சி எதுக்க வர்றான்னு மூஞ்சியச் சுழிச்சிக்கிட்டுப் பாப்பாங்க. அதனால பொழுது கௌம்பி வெகுநேரம் கழிச்சுத்தான் காட்டுப் பக்கம் வருவன். வந்தா இந்தக் காட்ட உட்டு வெளிய போவ மாட்டன். கொஞ்சக் கஷ்டமா பட்டிருப்பன்? மனசனாப் பொறந்தா நாலு சனம் இருக்கற எடத்துக்குப் போவோணும், நாலு பேரப் பாக்கோணும், நாலு பேருகிட்டப் பேசோணும், நாலு பேருத்தோட மதுப்பா நிக்கோணும், நாலு பேருத்து மின்னால காரியஞ் செய்யோணும். எதுனா எனக்குக் கெடச்சிருக்குதா, சொல்லு. எதுக்கு நான் பொறந்தன்னு அழுவாத நாளில்ல. எங்க போனாலும் ஓரத்துல நாய் நிக்கறாப்பல ஒதுங்கி நின்னுட்டு நானும் வந்தண்டா சாமீன்னு தலயக் காட்டீட்டு வந்திருவன்.'

அவள் தழுதழுத்த குரல் கேவியது. லேசாகத் தலையை உயர்த்தி அம்மாவைப் பார்த்தான். அவள் எங்கோ பார்த்துப் பெருமூச்சு விட்டுக்கொண்டு மீண்டும் தொடங்கினாள்.

'நீ தலையெடுத்து உம் மூலமா எனக்கு எல்லாங் கெடச்சிருமுன்னு எப்பிடி ஆசயா இருந்தந் தெரீமா? எனக்கு என்ன இருக்குது? நீதான். நீ ஒருத்தந்தான். உம் மூஞ்சியில என்னய ஒட்ட வெச்சிக்கிட்டு எல்லா எடத்துக்கும் போய் வரலாமின்னும் எல்லா மருவாதியும் எனக்கும் கெடைக்கும்னும் நெனச்சண்டா. இந்தப் பாவிக்கு அதும் குடுத்து வெக்கல. எங்க போனாலும் உம் மருவம உண்டாயிருக்கறாளான்னு கேக்காத ஆளில்ல. என்ன பதில் சொல்லுவன். உங்களாலயும் ஒரெடத்துக்குப் போயி நிம்மதியா நாலு சனமாட்டம் இருந்துட்டு வர முடிஞ்சுதா சொல்லு.'

அவன் பெருமூச்சு விட்டபடி எழுந்து போய் மொடாத் தண்ணீரை அள்ளிக் கை கழுவினான். அவள் கொஞ்சம் சத்தமாகத் தொடர்ந்தாள்.

'எங்க போய்ட்டு வந்தாலும் அழுவாச்சும் கோவமுந்தான். பொன்னா அழுவாத வந்த எடமுன்னு உண்டா? அவுங்க இதச் சொன்னாங்க இவுங்க அதச் சொன்னாங்கன்னு எத்தன சொல்லியிருப்பீங்க. என்னமோ என்னோட கடசி காலத்துலதான் நல்லது நடக்கோணுமின்னு இருக்குது. இன்னமே நாலு எடத்துக்கு நீயும் போலாம். பொன்னாளும் போலாம். ஒருநாயி நாக்கு மேல பல்லுப் போட்டு ஒருசொல்லுச் சொல்ல முடியாது. உங்களோட நானும் வரலாம். வர்லீன்னாலும் நீங்க போய் வந்து சொல்றதக் கேட்டுச் சந்தோசப்படலாம். எனக்கு இன்னமே தாண்டா பொழப்பு. அதக் கெடுத்தராத.'

காளிக்கு அவள் சொல்வது புரிந்த மாதிரி இருந்தது.

'உம் மனசு என்ன நெனைக்குதுன்னு எனக்குத் தெரியும். எவங் கொழந்தயவோ எங் கொழந்தயின்னு எப்பிடி எடுத்துவெச்சுக் கொஞ்சறதுன்னு நெனைப்ப. கொழந்தயில அவங் கொழந்த இவங் கொழந்தயின்னு என்னடா வித்தியாசம் இருக்குது. நாலு நாளைக்கு வெச்சு வெளையாடிப் பாரு. கொழந்த சொகம் அப்பத் தெரியும். எல்லாக் கொழந்தயும் மேல போறானே அவம் பொறப்பு. அவங் குடுக்கறது. என்னுது உன்னுதுன்னு பிரிச்சுச் சொல்றது மனசந்தாண்டா. நீ எப்பவாச்சும் மாறுவ. இந்தத் தாயி சொல்றதக் கேப்ப. இப்பத்திக்கு உன்னால என்ன முடியுதோ அதச் செஞ்சுக்கிட்டுப் பொட்டாட்டம் இரு.'

காளி அவளைப் பார்த்தான்.

‘ஆமாண்டா. இன்னமே அவளப் பாக்கோணும். பாங்காப் பாத்துக் கொழந்தயப் பெத்தெடுக்கோணும். பெத்தவங்களோட தொலவு போட்டுட்டு வந்துட்டா. அவங்களும் இப்ப வர மாட்டாங்க. வவுத்துப் பிள்ள இருக்கறப்பத் தொலவு சேரவும் முடியாது. எல்லாத்தயும் நாந்தான் பாக்கோணும். இதுல நீ ஒருபக்கம் இழுத்துக்கிட்டு நின்னயின்னா நான் என்ன செய்வன் சொல்லு. உம் மனசும் மாறும். பழைய மாதிரி சிரிச்சுப் பேசிக்கிட்டு ரண்டு பேரும் வெளையாடிக்கிட்டு இருப்பீங்க. அது வரும். அதுவரைக்கும் நாலு வேலயச் செஞ்சுக்கிட்டு இரு. காட்டுல ஆயரம் வேல இருக்குது. வேல செஞ்சா வேற எந்தக் கஷ்டமும் தெரியாது. சொணங்கி ஒருபக்கமா உக்கோந்துக்கிட்டுக் கெடக்கறவனுக்குத்தான் எல்லாக் கஷ்டமும் தெரியும். ஓடியாடி வேல செய்யறவனுக்கு ஒன்னுந் தெரியாது. அதனால நீ வேலயப் பாரு. திருகல் பண்ணீராத.’

கொஞ்சநேரம் இருவரும் எதுவும் பேசாமல் இருந்தார்கள். பின் போவனியை எடுத்துக் கழுவிக்கொண்டு அவள் கிளம்பினாள். ‘நல்ல காலம் வந்திருச்சு நம்புளுக்கு. எல்லாத் தத்தும் முடிஞ்சிருச்சு. இன்னமே ஒரு கொறயும் வராது. பித்தியாப் பொழச்சுக்கடா கண்ணு’ என்று அவன் தலையைத் தடவிவிட்டுத் துள்ளுநடை போட்டுச் செல்லும் அம்மாவை ஆச்சர்யமாகப் பார்த்துக்கொண்டிருந்தான் காளி. அடேங்கப்பா, என்ன வேகம். சொற்களில் என்ன தெளிவு. எப்போதும் சலிப்பும் சோர்வுமாகவே பேசும் அம்மாவா இவள்? எதிலும் ஈடுபாடில்லாத மர ஜென்மம் என்று அவளை மனதுக்குள் எத்தனையோ முறை திட்டியிருக்கிறான். அவளா இவள்? இதுவரைக்கும் அவனுக்குத் தெரிந்திருந்த அம்மா இல்லை. இவள் புது அம்மா. அவளைப் பற்றி இதுவரைக்கும் உருப்படியாக யோசித்துப் பார்த்ததே இல்லை என்பது அவனுக்கு நினைவு வந்து சங்கடத்தோடு அப்படியே கல்லின்மேல் வெகுநேரம் உட்கார்ந்திருந்தான்.

15

இட்டேரியைக் கடந்து வளவுக்குள் செல்லும் பாதைக்கு இறங்கும்போது பெரியானைப் பார்த்தாள் சீராயி. 'பெரியான் எங்க வேலயாப் போறயா?' என்றாள். 'இல்லீங்க சாமீ, ஒரு எருமக்கன்னு வெச்சிருக்கறங்க. அதுக்கு அப்பிடியே ரண்டு பில்லுப் புடுங்கீட்டுப் போலாமின்னு வந்தங்க சாமீ' என்றான். 'செரி, அடையூருக்குப் போயி எஞ்சம்பந்தி ஊட்ட பொன்னா மாசமா இருக்கறான்னு சேதி சொல்லீட்டு வரோணும். போறயா. சேதியக் கேட்டா மடி நெறையக் குடுப்பாங்க. போயிட்டு வர்றயா?' என்று கேட்டாள். 'என்னமோ அந்தச் சாமி கண்ணத் தொறந்திருச்சிங்க. இப்பவே போயிட்டு வந்தர்றங்க. இதவுட எனக்கு என்ன வேலை? நம்ம சம்பந்தியூடு எப்பவுமே குடுக்கறதுல ஒருகொறையும் வெக்க மாட்டாங்க சாமீ' என்றான்.

அவள் உடனே 'அப்பிடியே போற வழியில ஊருக்கு அந்தாண்ட நம்ம பண்டிதகாரிச்சி தங்கம்மா இருந்தான்னா வரச் சொல்லீட்டுப் போறயா. ஓங்கரிச்சுக்கிட்டுக் கெடக்கறா. இருந்தாலும் பண்டிதகாரிச்சி வந்து கையப் புடிச்சுப் பாத்துட்டுச் சொல்லீட்டான்னா மனசுக்கும் ஒரு நிம்மதி ஆயிரும்' என்றாள். 'அங்கயும் சொல்லீர்றனுங்க. பண்டிதகாரிச்சியாயா பாத்துச் சொல்லட்டுமின்னு போவுட்டுங்களா, எப்படீங்க' என்றான் பெரியான். 'அதெல்லாம் உறுதிதான். நீ போயிச் சொல்லீரு. நாளைக்குக்கீது ஊட்டுப் பக்கம் வா' என்று அவனை அனுப்பிவிட்டு வீட்டுக்குப் போனாள்.

திறந்திருந்த வீட்டுக்குள் பொன்னா கண்களை மூடிப் படுத்திருந்தாள். தூங்குவது போலத் தெரிந்தது. மயக்கம் போலவும் தோன்றியது. சரி, எழுப்ப வேண்டாம் என்று திரும்பி அடுப்பைப் பற்ற வைத்தாள். அரிசியைக் களைந்து ஒரு அடுப்பிலும்

பருப்பை ஒரு அடுப்பிலும் வைத்தாள். சீக்கிரமாய்ச் செய்து பொன்னாவுக்கு ஒருவாய் போட வேண்டும். வெயில் ஏற ஏற மயக்கம் குறைந்துவிடும். வயிற்றுக்குள் ஏதாவது கொஞ்சம் போனால் இன்னும் தெம்பாகும். எல்லாம் இனிச் சரியாகி விடும் என்னும் நம்பிக்கை அவளுக்கு வந்தது. அவசரத்தில் மண்ணள்ளித் தூற்றாமல் இருந்திருந்தால் சேதி கேட்டதும் வண்டி கட்டிக்கொண்டு சீரோடு சந்தோசமாக வந்து இறங்கிவிடுவார்கள். அதற்கு இல்லாமல் அவசரப்பட்டுவிட்டாள் பொன்னா. சரி, குழந்தை பிறந்ததும் முதல் வேலையாகக் கூளி கோயிலுக்குப் போய்ப் பொங்கல் வைத்துத் தொலவு சேர்ந்துவிட வேண்டும். அப்புறம் எல்லாம் சரியாகிவிடும். ஆனால் கட்டுச்சோறு ஆக்கிப் போடுவதும் பொன்னாவை அங்கே கூட்டிப் போய்ப் பேறு பார்ப்பதும் நடக்காது. எல்லாம் இங்கேயேதான் பார்த்தாக வேண்டும். பொறுப்பு அதிகம்தான் என்று தோன்றியது.

ஓங்கரிப்பு ஒருமாதம் ஒன்றரை மாதம் இருக்கும். பெரும்பாலும் ஐந்தாம் மாதம் முடிந்தால் போதும். அப்புறம் இந்தக் கஷ்டம் இருக்காது. சீராயிக்கு மறந்துவிட்ட விஷயங்கள் எல்லாம் நினைவுக்கு வந்தன. சாற்றைக் கடையும்போது பண்டிதகாரிச்சி தங்கம்மா வந்துவிட்டாள். அவளுக்குப் பின்னாலேயே இரண்டு மூன்று வங்கிழடுகளும் வந்து சேர்ந்தன. 'என்னாயா, இத்தன காலங் கழிச்சு ஒருவழியாச் சின்னப் பண்ணாடிச்சிக்குச் சாமி வரம் கொடுத்திருச்சா' என்றாள் தங்கம்மா. அவள் கேட்டதில் உள்ளர்த்தம் ஒன்றும் இருக்கிற மாதிரி தெரியவில்லை. இருந்தாலும் எச்சரிக்கையாகச் சீராயி, 'ஆமா தங்கம்மா, கூளிக்குப் பெரிய வேண்டுதலையா வெச்சுத்தான் இப்ப உண்டாயிருக்கறா. எதுக்கும் நீ ஒருக்காக் கையப் புடிச்சுப் பாத்துட்டுச் சொல்லீரு' என்றாள். பச்சக்கிழவியும் மற்ற மூன்று பேரும் திண்ணையில் உட்கார்ந்தார்கள். 'வாங்காயா' என்று பொதுவாகச் சொன்னாள் சீராயி. மேலெல்லாம் பச்சை குத்தியிருந்த பச்சக்கிழவி 'பெரியாந்தான் இப்பிடி இப்பிடின்னு சொன்னான். காத்தாலயே போயி இந்த வெள்ளாட்டுக்குட்டிக்கு ரண்டு கொட்டத்தழ கொண்டாந்து போட்டுட்டு ஒருவா சோறு குடிச்சிட்டு உக்காந்தன். இப்பிடின்னு தெரிஞ்சொடன செரி பாத்துட்டுப் போலாம்னு வந்தன். பிள்ள இத்தன வருசம் கழிச்சு உண்டாயிருக்கறா. உன்னோட கலியே தீந்து போச்சு போ. எத்தனையோ கஷ்டம் நாம் பாக்கப் பட்டவ நீ. இன்னமேலாச்சும் நல்ல காலம் வரட்டும்' என்று சொன்னாள். மற்ற பாட்டிகளும் அவரவர் பங்குக்கு நல்ல வார்த்தை சொன்னார்கள்.

தங்கம்மா உள்ளே போய்ச் சுருண்டு கிடந்த பொன்னாவின் கையைப் பிடித்தாள். சிலுசிலுவென்று கை படவும் சிலிர்த்துக்

கண் விழித்தாள். 'பயப்படாதீங்க. தங்காதான். இப்பச் சின்னச் சின்னதுகூட நல்லாத் தெரியும். என்னோட வெரலுப் பட்ட ஒடனே சிலுத்துப் போறீங்களே. அதேதான். இதா நாடியும் அதத்தான் சொல்லுது. பையன் வேணுமா, பிள்ள வேணுமா? நீங்கெல்லாம் காட்டுக்காரங்க. பையந்தான் வேணும்பீங்க' என்று சிரித்தாள். 'பிள்ளயே பொறக்கட்டும் தங்கா' என்றாள் மெலிந்த சிரிப்போடு பொன்னா. தங்கம்மா உள்ளே இருந்தே 'சீராயி பண்ணாடிச்சி, பேரனா பேத்தியா?' என்றாள். 'அட எதுனாலுஞ் சேரி, என்ன அது இதுன்னு. ரண்டுந்தான் பொறக்கட்டுமே' என்றாள் சீராயி.

பாட்டிகள் எழுந்து உள்ளே போனார்கள். பொன்னாவைப் பார்த்துப் பச்சக்கிழவி

மூஞ்சியப் பாரு மூஞ்சியப் பாரு
முழுகாம இருக்கறவ
மூஞ்சியப் பாரு மூஞ்சியப் பாரு
மழ பேஞ்சு மண்ணு குளிந்திருச்சு
வெத போட்டு வெளச்சலு வந்திருச்சி
மூஞ்சியப் பாரு மூஞ்சியப் பாரு

என்று ராகமிட்டுக்கொண்டே ஆட்டம் போல உடலை அசைத்துக்கொண்டு போய்ப் பொன்னாவின் முகத்தைத் தடவி நெட்டி முறித்தாள். 'நல்லாப் பெத்துப் பொழைக்கோணும்' என்று மற்ற கிழவிகளும் சொன்னார்கள். 'கெழவீங்க ஆட்டம் தாங்கலியே' என்றாள் தங்கம்மா. 'என்னடி ஆடறம். எங்க பொன்னாப் பிள்ளைக்கி ஒரு சந்தோசம்னா எங்களுக்குந்தான்' என்ற பச்சக்கிழவி 'புரசனோட நீ போடற ஆட்டம் எங்களுக்குத் தெரியாதா?' என்றாள். 'ஆமா நாந்தான் இப்பக் கலியாணம் மூச்சுக்கிட்டு வந்திருக்கறன். ஆட்டம் போட' என்றாள் தங்கம்மா.

'ஏண்டி இப்பிடிச் சொல்ற. கறவ நின்னு போச்சா?' 'ம்கும். வத்தக் கறவ ஆனதுக்கப்பறம் இழுத்து இழுத்துப் பீச்சுனாலும் என்ன வரும்? மடிதான் நீண்டுக்கிட்டுப் போவுது.' 'நீ நல்லாப் பச்சப் பில்லாப் புடுங்கியாந்து போடோணும்.' 'எங்கருக்குது பில்லு. எல்லா வறக்காடாக் கெடக்குது.' 'செரி, எளங்கன்னா ஒன்னு பாத்துப் புடிச்சிரு. தொட்டதும் நல்லா சர்சர்னு கறக்கும்.' 'வயசானாலும் பேச்சப் பாரு பாட்டிவளுக்கு' என்றாள் தங்கம்மா. 'அட ஆயா, நீ ஒன்னுந் தெரியாத ஓலுகள்ளி. நீ பேசுலயா.' 'வயசாயிட்டா வாயிலயே பேசிப் பேசி எல்லாம் பாத்தர்றீங்க' என்று தோளில் முகத்தை இடித்துக்கொண்டாள் தங்கம்மா. 'பொன்னு ஒருமாசம் ரண்டு மாசத்திக்கி இப்பிடித்தான் இருக்கும். கொஞ்சம் பொறுத்து இருந்துக்க. ரண்டு குளுவ அப்பறம் கொண்டாந்து குடுக்கறன். ராத்திரிக்கி முழுங்கீரு. கொஞ்சம் கஷ்டமிருக்காது' என்று பொன்னாவைப் பார்த்துச் சொன்னாள்.

சீராயி வட்டிலில் சோற்றைப் போட்டுக் கொண்டுவந்து நீட்டினாள். விரல்கள் எல்லாம் தன்னுடையது போலவே தோன்றவில்லை பொன்னாவுக்கு. கொட்டக்குச்சி போல ஒன்றும் அற்று லேசாக இருந்தன. அப்படியே பிசைந்து சில பருக்கைகளை எடுத்து வாய்க்குள் போட்டாள். அதற்குள் இன்னும் சிலபேர் வந்துவிட்டனர். காட்டுக்குப் புல் பிடுங்கவும் மாடு கட்டவும் எனப் போயிருந்தவர்கள் ஒவ்வொருவரும் சேதி தெரிந்து வந்து விசாரித்துப் போயினர். ஆண்களும்கூடச் சிலர் எட்டிப் பார்த்துவிட்டு சீராயிடம் கேட்டனர். பக்கத்து வீட்டுச் பொரசா காட்டிலிருந்து நேரம் கழித்துத்தான் வந்தாள். தன் வீட்டு வாசலிலும் திண்ணையிலும் பெண்கள் கூட்டமாக இருப்பதைப் பார்த்து என்னவோ என்று ஓடி வந்தாள். விஷயம் தெரிந்ததும் உள்ளோடிப் பொன்னாவைப் பார்த்து 'அடி பொன்னா, பொழுது கௌம்பி மேலேறிப் போயிக்கிட்டே இருக்குது. நீ எந்திரிச்சு வரவே இல்ல. நானும் உன்னூட்டுக் கதவயே பாத்துக்கிட்டு இருக்கறன். சத்தமே காணாம். பொன்னா குடுத்து வெச்சவ, இன்னந் தூங்கறா. நம்புளுக்கு எங்க இந்தக் குடுப்பினயின்னு நெனச்சுக்கிட்டே போனன். இப்பிடின்னு தெரிஞ்சிருந்தா நான் மொதல்ல பாத்திருப்பனே, இப்பப் பாரு, பக்கத்துல இருந்துக்கிட்டுக் கடசியா எனக்குத் தெரீது' என்று சந்தோசமாகப் பேசினாள். ஆட்கள் வரப் போக வீடே கலகலவென்றிருந்தது. பாட்டிகள் எல்லாம் போய்விட்டு மறுபடியும் இருட்டும்போது வந்து திண்ணையில் படுத்துக்கொண்டும் உட்கார்ந்துகொண்டும் பழமை பேசினார்கள். 'ஏண்டி பொன்னா, அப்பமூட்டோட தொலவு போட்டிட்டியாமே, என்ன இருந்தாலும் பொம்பளைக்குப் போக்குவரத்துக்கு அப்பமூட்ட உட்டா வேற போக்கிடம் என்ன இருக்குது. ஆம்பளையா நாம, கள்ளுத்தண்ணி இருக்குது மல்லுத்தண்ணி இருக்குதுன்னு நாலு ஊருப் பக்கம் போயிட்டு வர்றதுக்கு. ஊட்டக் காத்துக்கிட்டும் இந்த வரக்காட்டக் காத்துக்கிட்டும் கெடக்கறம். அப்பமூடு இல்லீனா எங்க போறது?' என்று ஒருபாட்டி கேட்டாள்.

தொலவு போட்ட காரணம் மிகச் சாதாரணம் என்றும் கோபத்தில் பொன்னாதான் மண்ணள்ளி இறைத்துவிட்டாள் என்றும் சீராயி சொல்லியிருந்தாள். 'என்னமோ அவியம்மா கொழந்த பெத்திருந்தாத் தெரியும்னு எதார்த்தமாச் சொல்லீட்டாளாம். அதுக்குக் கோவிச்சுக்கிட்டு இப்பிடிப் பண்ணீட்டா. செரி, இதும் ஒரு நல்லதுக்குத்தான். இத்தன வெருசங் கழிச்சு உண்டாயிருக்கறா. எல்லாம் செரியா இருந்தா கண்ணுப் பட்டுப் போயிரும். கொழந்த பொறக்கட்டுமுன்னு சேந்துக்கிட்டாப் போவுது' என்று சீராயி எல்லாருக்கும்

சொன்னாள். முன்னிரவில் வெகுநேரம் திண்ணையில் பேச்சு நடந்தது. எல்லாவற்றையும் கேட்டுக்கொண்டே படுத்திருந்தாள் பொன்னா. ஊரே வந்துவிட்டது. வயிற்றில் வளரும் குழந்தைக்கு உரியவன் வரவில்லை. அப்பன் வீட்டிலிருந்து யாரும் வரவில்லை என்பது அவளுக்குப் பெரிதாகத் தெரியவில்லை. அவர்கள் இப்பொது வராமல் இருப்பதே நல்லது. வந்து ஒன்றிருக்க ஒன்று காளியோடு வாக்குவாதம் ஆகிப் பிரச்சினை உண்டாகிவிடும்.

காளி வருவான் என்று எதிர்பார்த்தாள். பேசவில்லை என்றாலும் வந்து ஒரு பார்வை பார்த்துப் போயிருக்கக்கூடாதா? இந்தக் குழந்தைக்காக எத்தனை பட்டிருப்போம். இப்போது உண்டாகியிருக்கும் சேதி அவனுக்குக் கொஞ்சம்கூடச் சந்தோசம் தந்திருக்காதா? என்ன சொல்வான்? அவுசாரி யாருக்கோ பிள்ளை பெற்றிருக்கிறாள் என்று நினைப்பான். அவுசாரி பிள்ளையைக் கையால் தொட மாட்டேன் என்பான். நேற்று வந்தது காளிதானே. அவன் வரவில்லை என்று அவளால் நம்ப முடியவில்லை. அவன் வந்தது, பேசியது எல்லாமே அவளுக்கு நன்றாக நினைவில் இருந்தன. கனவு என்றால் இத்தனை தெளிவாக எப்படி நினைவில் இருக்கும்? வயிற்றுக்குள் அவன் புகுவதை அவள் உணர்ந்தாள். இன்றைக்குக் காலையில் எழுந்ததும் இப்படி ஆவதற்கு அதுதான், அவன்தான் காரணம். அவன் ஒத்துக்கொள்வானா?

இது மூன்றாவது மாதம் என்றாலும் பெருநோம்பிக்கு அண்ணன் முத்து அழைக்க வந்த அன்றைக்கு இரவு வெகு நேரத்திற்குப் பிறகு இதே போலத்தான் காளி வந்தான். பொன்னா கோபித்துக்கொண்டாள். ‘அண்ணன் வந்திருக்கும்போது எதற்கு இந்தத் திருட்டு வேலை?’ என்றாள். ‘உங்கண்ணன் இருந்தா எனக்கென்ன, உன் நெனப்பு வந்திருச்சு. ஒன்னு குடுத்திட்டுப் போலாமின்னு வந்தன்.’ ‘செரி, குடுத்திட்டுச் சீக்கிரம் போயிருங்க’ என்று கன்னத்தைக் காட்டினாள். கன்னத்தில் கொடுத்தவன் அப்படியே உதட்டுக்கு வந்தான். அன்றைக்கும் முழுதாகக் கொடுத்துவிட்டே போனான். அதுதான் காரணமாக இருக்கும். எப்படியாக இருந்தாலும் அவன்தான். என்னவோ இத்தனை நாளுக்குப் பிறகு அவனால் முடிந்திருக்கிறது. ஏன் அவனுக்கு அது தெரியவில்லை. வந்து பார்த்திருந்தால் எவ்வளவு சந்தோசமாக இருந்திருக்கும். நேற்றுப் போல ராத்திரிக்கு வருவானோ?

16

விடிகாலை இருட்டுப் பிரியும் முன்பே மாட்டைப் பிடித்துக்கொண்டு காளி கிளம்பி யிருந்தான். இரண்டு நாட்களாக இடைவிடாத கத்தல். அதற்கு ஒரு காளை தேவை. ஊரையே எழுப்புகிற மாதிரி இரவெல்லாம் கத்துகிறது. எப்பேர்ப்பட்ட தீனி போட்டாலும் எடுத்து ஒருவாய் கடிப்பதில்லை. புண்ணாக்கும் தவிடும் கலந்து தண்ணீர் வைத்தாலும் வாய் வைத்துக் குடிப்பதில்லை. மோந்து பார்த்துவிட்டுத் தலையை நிமிர்த்திக்கொள்கிறது. எனக்கு இதுவெல்லாம் வேண்டாம் என்கிறது. கட்டுத்தரையைச் சிலசமயம் வேகமாகச் சுற்றிச் சுற்றி வருகிறது. காளையைக் கண்ணால் பார்த்தால் அடங்கிவிடுமோ. பக்கத்தில் கன்றோ ஆடுகளோ போனால் அவற்றின்மேல் முன்னங்கால்களைத் தூக்கிப் போடுகிறது. காளியின் மீதே காலைத் தூக்க ஆரம்பித்துவிட்டது. இத்தனை வெறியேறி அவன் கண்டதில்லை.

மாடுகள் காளைக்குக் கத்த ஆரம்பித்தால் முதல் கத்தலிலேயே கண்டுபிடித்துவிடுவான். பசிக்கும் தாகத்திற்குமான கத்தலில் இத்தனை உக்கிரம் இருக்காது. அது வயிற்றின் கத்தல். ஒற்றை உறுப்பின் தேவைக்கான கூப்பாடு அது. தன்னைப் போன்ற இன்னொன்றின் அண்மையை வேண்டும் ஒட்டுமொத்த உடலின் கேவல் இது. உடனே காளைக்குக் கொண்டுபோய்ச் சேர்த்துவான். பாவம், தவிக்கவிடக் கூடாது என்று நினைப்பான். இந்த மாடு இரண்டு மாதங்களுக்கு முன்பே ஒருமுறை கத்தியது. அப்போதே சேர்த்திருக்க வேண்டும். காளிக்கு இருந்த மனநிலையில் மாட்டைப் பிடித்துக்கொண்டு போகாமல் விட்டுவிட்டான். அப்போதே சேர்த்திருந்தால் இந்நேரம் இரண்டு மாதச் சினையாக இருக்கும்.

இந்த முறையும் அவனுக்கு விருப்பமில்லை. அது செய்யும் அழிம்பு தாங்க முடியவில்லை. தீனி எடுக்காமலும் கத்தியபடி இருப்பதாலும் பாலும் இரண்டு நாளாகக் குறைந்துவிட்டது. கயிறு கொஞ்சம் பழையதாக இருந்தால் அறுத்துக்கொண்டு ஓடியிருக்கும். 'அப்பிடிக் கேக்குதா ஒடம்பு. தீனி போட்டு நல்லாக் கொழுப்பேறிக்கிச்சு. அதான் காள கேக்குது' என்று கோபத்தோடு தடியை எடுத்து விளாசினான். அப்போதும் கட்டுத்தரையைச் சுற்றி வந்ததே தவிரக் கத்தலை நிறுத்தவில்லை. சீராயின் அனத்தலும் தாங்க முடியவில்லை. 'மாட்டுக்குக் காள சேத்தக் கொண்டுக்கிட்டுப் போறதுக்கு என்னடா? அப்பறம் எதுக்குக் கட்டுத்தரையில கட்டி வெச்சிருக்கோணும். கெட்டித் தயிரு போட்டுத் தண்ணி ஊத்தாத களியக் கரச்சுக் குடிக்க என்ன பண்றது?' என்று பலவிதமாகச் சொல்லிப் பார்த்தாள். அவன் அசையவில்லை.

'செரி, நாளைக்கு வந்து நாங் கொண்டுக்கிட்டுப் போய்ச் சேத்திக்கிட்டு வர்றன். என்ன நான் போனாக் கொஞ்சம் நேரமாவும். பிள்ளத்தாச்சி ஊட்டுல இருக்கறா. அவளுக்கு எதுனா வாய்க்குச் சேர்றாப்பல செஞ்சு குடுத்திட்டு வரோணும். அதுக்குள்ள பொழுது கௌம்பி வந்திரும். நேரமே போனமின்னா மொத மாடா நம்புளுதுக்கு உடுவாங்க. மொதல்ல ரண்டு மூனு மாடு வரைக்கும் காள ஏறுனா கெட்டித்தண்ணியா வரும். மாடு சட்டுனு சென நின்னுக்கும். நாலஞ்சு மாட்டுக்கு ஏறிருச்சின்னா தண்ணி சலசலன்னு ஆயிரும். மாடு சென நிக்கறது சந்தேகம். அப்பறம் இன்னொருக்காத்தான் போடோனும். இப்பவே மாட்டுக்கு ஒருருவான்னு சொல்றானாமா. எத்தன மொற இதுக்குச் செலவு பண்றது?' என்று புலம்பிக்கொண்டே போனாள். 'இவனப் பெத்ததுக்கு ஒரு கொழவிக்கல்லப் பெத்திருந்தாக்கூட அரைக்கவும் இடிக்கவும் ஆயிருக்கும். இவன என்ன பண்ண முடியுது? தூக்கி இடிக்க முடியுமா, மலத்தி அரைக்க முடியுமா?' என்று தனக்குள் சொல்லிக்கொண்டாள்.

அவளுக்குச் சிரமம் தர வேண்டாம் என்று விடிகாலையிலேயே மாட்டைப் பிடித்துவிட்டான். அது போக வேண்டும், மூன்று ஊரைத் தாண்டி. தரனூரில் காளை இருக்கிறது. இந்தச் சுற்று வட்டாரத்திற்கே அந்தக் காளைதான். பொலிக்காளைகளை வளர்த்துவதும் அவற்றைப் பராமரிப்பதும் பெரிய வேலை. தினந்தோறும் காலையில் அந்த வேலையைத்தான் பார்த்தாக வேண்டும். காட்டுக்குள் போய் வேலை பார்க்க முடியாது. அதை இழுத்துப் பிடிப்பதும் கட்டுவதும் சாதாரணமல்ல. வலுவுள்ள ஆளால்தான் முடியும். அதனால் யாரும் காளை வளர்ப்பதை

விரும்புவதில்லை. நல்ல காளைக் கன்றாக இருந்துவிட்டால் மாட்டுமேல் ஏறும் முன்பே காயடித்து எருதாக்கிவிடுவார்கள். இழுத்தால்கூடக் காட்டைத் தாண்டி வராத மாடு இப்போது அவனுக்கு முன்னால் குதி போட்டுக்கொண்டு ஓடுகிறது. அவன் அதை இழுத்துப் பிடித்தபடி நடக்கிறான்.

காளியின் கண்களுக்குப் பொன்னா பட்டு இரண்டு மாதங்களுக்கு மேலாகிவிட்டது. வளவு வீட்டிலேயே இருக்கிறாள். சீராயி அன்றன்றைக்குத் தகவல் தருகிறாள். இன்னும் ஓங்கரிப்பு நிற்கவில்லை. காலையில் எழுவதே நன்றாக வெயில் வந்த பிறகுதானாம். வயிற்றுக்குள் அதிகமாக எதுவும் தங்காததால் உடல் மெலிந்து வெளுத்துப்போயிருக்கிறாளாம். அவ்வப்போது அழுகிறாளாம். நைந்த புடவை போலக் கிடக்கிறாள் என்று சீராயி சொல்கிறாள். 'நீ வந்து ஒருக்காப் பாத்தீனாப் போதும். அதான் பேச்ச நிறுத்தீட்டயே, இன்னமே என்னைக்கு உனக்கு வாய் வருமோ தெரீல. செரி, ஊமயப் பெத்தன்னு நெனச்சுக்கறன். பேசாட்டிப் போவுது. வந்து எட்ட நின்னு பாத்திரு. அவளுக்குத் தெம்பாயிரும். நாளைக்குக் கொழந்த ஆரு பேரு சொல்லும்? காளீப்பன் பையன்னோ பிள்ளைன்னோ தான சொல்லும். நான் பையந்தான் பொறக்கும்கறன். அவ பையன் வேண்டாம், பிள்ளயே பொறக்கட்டும்கறா. மூனு தலமொறயா ஒத்தைக்கு ஒரு பையனாப் பொறக்குது. இப்பவாச்சும் பிள்ள பொறக்கட்டும்னு சொல்றா. எதுனாலும் காளீப்பன் கொழந்ததான்னு சொல்றா. பிள்ளத்தாச்சியா இருக்கறப்ப மனசு கஷ்டப்படக் கூடாதுடா. வந்து ஒருக்காப் பாரு. அவளுக்காவ இல்லாட்டியும் எனக்காவ வா' என்று தினம் சொல்கிறாள்.

அவனுக்குப் போகக் காலேறவில்லை. காட்டுக்கு வந்து கொண்டிருந்தால் பக்கத்தில் இல்லை என்றாலும் தூரத்தில் இருந்து கண்ணுக்குப் படுவாள். அவளை என்ன சொன்னாலும் கண்ணில் பட்டால் பரவாயில்லை என்றுதான் இருந்தது. ஆனால் தேடிப் போய் அவளைப் பார்க்கப் பிடிக்கவில்லை. என்னதான் அவள் சொன்னாலும் எவனோ முகம் தெரியாத ஒருத்தனின் குழந்தையைச் சுமக்கிறாள். அதற்கு அப்பன் பேர் மட்டும் காளி. அப்பன் பேர் சொல்லக் காளி வேண்டியிருக்கிறது, அவ்வளவுதான். எந்தக் குழந்தை பிறந்தால் என்ன. அது பொன்னாவின் குழந்தை. எவனுடையதோ குழந்தை. அதற்கும் காளிக்கும் சம்பந்தமில்லை. முகம் தெரியாத அந்த உருவம் பொன்னாவின் மேல் படர்வதும் அவளின் ஒவ்வொரு அங்கத்தையும் ஆக்கிரமிப்பதுமான காட்சி அவனுக்குள் இருந்து நீங்கவேயில்லை. அடிக்கடி அது வந்து பெருந்தொந்தரவு கொடுத்துவிடும். இப்படியே

தொண்டுப்பட்டிக்குள் அடைந்து கிடந்தே மிச்ச வாழ்க்கையை ஓட்டிவிடலாமா, எங்காவது புறப்பட்டுப் போய்விடலாமா என்று யோசித்துக் குழம்புகிறான். ஒன்றும் பிடிபடுவதில்லை. வேலைகளை ஈடுபாடு இல்லாமலே செய்கிறான்.

காடெங்கும் பச்சை போர்த்திக் கிடக்கும் இத்தருணத்தில் தினம் ஒருகத்தை புல் பிடுங்கிக்கொண்டு வந்து போர் போட்டு வைத்தால் மாடுகளுக்கு வேசை காலத்தில் ஆகும். ஆடுகளுக்குக் கொட்டத்தழை பொறுக்கிக்கொண்டு வரலாம். சோளக்காட்டுக் கரைகளில் கொண்டுபோய் மாடுகளை மேய்க்கவே மனம் விரும்புவதில்லை. அப்படியே படுத்துக் கிடந்தால் நன்றாக இருக்கிறது. அம்மாவின் முகம் பார்த்து ஒவ்வொன்றையும் செய்கிறான். அவனிடமிருந்து ஒரு வார்த்தையும் வராதபோதும் தினந்தோறும் சலிக்காமல் எதையாவது பேசிக்கொண்டேயிருக்கிறாள். ஒவ்வொரு சமயம் பேச்சைக் கேட்க முடியாமல் தொண்டுப்பட்டியின் ஏதாவது மூலையில் போய் நின்றுகொள்வான். அப்போதும் பின்னால் தொடர்ந்து வந்து பேசுவாள். வாயே அடங்காதா என்றிருக்கும். அவள் சொல்லும் நியாயங்கள் அவனுக்குப் புரியாமல் இல்லை. ஆனாலும் மனம் அதற்கெல்லாம் பதில்களை உருவாக்கிவிடுகிறது. மனதை ஏற்றுக்கொள்ள வைப்பது அத்தனை எளிதும் இல்லை.

பொன்னாவுக்கும் காளிக்கும் ஏதோ பிரச்சினை என்று ஊரில் பேச்சு வந்துவிட்டதாக அம்மா சொல்கிறாள். ஒவ்வொருவர் அவனைத் தேடி வந்து தொண்டுப்பட்டியிலேயே உட்கார்ந்துகொண்டு பேசுகிறார்கள். அவர்களுக்கு ஓரிரு வார்த்தை பதில் சொல்லி அனுப்புவதற்குள் போதும் என்றாகிவிடுகிறது. பொதுவாகவே அவன் அதிகம் பேசாதவன் என்னும் பேர் இருப்பதால் சமாளிக்க முடிகிறது. இராத்திரியில் வந்து பொன்னாவைப் பார்த்துவிட்டுப் போகிறான் என்று எல்லாரிடமும் சீராயி சொல்லி வைத்திருக்கிறாள். பொன்னா காட்டுப் பக்கம் வர ஆரம்பித்துவிட்டால் இந்தப் பிரச்சினை நீங்கிவிடும். அவனுக்கு வரவரத் தொண்டுப்பட்டியில் இருப்பதே பிடிக்கவில்லை. எங்காவது ஓடிப் போய்விட வேண்டும் என்று தீவிரமாகத் தோன்றுகிறது. ஆனால் எங்கே போவது, என்ன செய்வது?

மாட்டைக் கொண்டுபோய்ச் சேர்த்தபோது வேறெந்த மாடும் வந்திருக்கவில்லை. அந்த வீட்டுக்குப் போவதற்கு முன்னாலேயே மாட்டின் வாசனை பிடித்துக் காளை இழுத்துக்கொண்டு கதறியது. வெகுதூரத்தில் மாடு இருக்கும்போதே வாசனையைக் காற்று

கொண்டுபோய்ச் சேர்த்துவிடுகிறது. காமத்தின் வாசனையைக் காற்று எங்கும் பரப்பும். அந்த வீட்டுக்காரருக்குக் காளையார் என்றே பெயர். இரண்டு மூன்று பரம்பரையாகக் காளை வைத்திருப்பதால் அவர்கள் வீட்டுக்கே 'காளையார் வீடு' என்று பெயராயிற்று. காளையை விடுவதற்கு ஓர் ஆளும் உண்டு. என்றாலும் அவரும் வந்து பக்கத்தில் நிற்பார். அவன் மாட்டுக்குக் காளையை விடுவதற்குள் இன்னொருவரும் மாடு கொண்டு வந்துவிட்டார். அவர் தன் மாட்டுக்கு முதலில் விடும்படி கேட்டார். இரண்டு மூன்று முறை காளை சேர்த்தும் சினையாகவில்லையாம். தான் முன்னால் வந்திருக்க அந்த ஆளுக்கு முதலில் காளையை விடுவாரோ என்றிருந்தது. ஆனால் காளையார் தெளிவாகச் சொல்லிவிட்டார். யார் முதலில் வந்தார்களோ அவர்களுக்குத்தான் முதலில்.

காளியின் மாடு நன்கு இணங்கி நின்றது. அதுதான் இரண்டு நாளாகக் கொழா அடித்துக்கொண்டு கத்தித் தவிக்கிறதே. காளை வந்ததும் மாட்டின் அரத்தை மோப்பம் பிடித்தது. மாடு வாலைத் தூக்கி மண்டது. உதட்டைத் தூக்கிப் பல்லைக் காட்டிக் கொண்டு மல்லைக் குடித்த காளை அது நின்றதும் சட்டெனத் தாவியது. ஒரே மிதியில் மாடு குறுகி ஒடுங்கிப் போயிற்று. உடனே மாட்டைத் தள்ளிப் பிடிக்கச் சொன்னார். அவன் தயங்கியபோது 'மொத முதி. ஒரே முதி போதுமப்பா' என்றார் காளைக்காரர். வந்தவருக்குத் தன் மாட்டுக்கு முதலில் விட முடியவில்லையே என்று ரொம்பவும் தவிப்பு. 'இன்னொரு காள வெச்சிருந்தீங்களே, அது என்ன ஆச்சு?' என்று கேட்டார். அவரது எண்ணத்தைப் புரிந்துகொண்டவராய் 'அது காட்டுக்குள்ள கட்டியிருக்குது. அந்தக் காளைக்குத் தண்ணி செரியில்ல. இதுக்கு அப்பிடியே எருமத்தயிரக் கொட்டுனாப்பல கெட்டியா இருக்கும். அதோடது நீத்தாப்பல சலசலன்னு இருக்கும். மாடுவ செனையாவ மாட்டீங்குது. அதான் காளைய மாத்தீட்டன்' என்றார்.

'அப்ப அத விக்கிலியா?' என்றார் வந்தவர். 'எல்லாரும் வித்துப்புடுன்னுதான் சொன்னாங்க. அது சுழி சுத்தமுள்ள காள. அப்பிடி அம்சம் வாய்க்காது. அதனால அத வேலைக்குப் போட்டுட்டன். அது மாட்டு மேல ஏறிப் பழகுனது. பாவமுன்னு தான் காயடிக்கல. வாரத்துக்கு ஒருநா ரண்டுநா ஆராச்சும் ரண்டு முதி வேணுமின்னு கேட்டாங்கன்னா அவுங்க மாட்டுக்கு அந்தக் காளய ஒரு மிதிககு உடுவன். உங்க மாட்டுக்கு வேண்ணா உட்ரலாமா' என்றார். 'உடுங்க. எதுலயின்னா ஒன்னு சென நிக்கட்டும்' என்றார் அவர். 'உடலாம். மாட்டுக்கு ஒடம்பு குளுந்துச்சுன்னாக்கூடச் சென நின்னுக்கும். அந்தக் காள எந்த

மாட்டு ஒடம்பையும் ஒரே முதியில குளுரப் பண்ணீரும்’ என்று காளையார் சிரித்தார்.

அந்தக் காளையைப் பிடித்து வந்து மாட்டுக்கு இரண்டாவது மிதிக்கு விட்டார். அது நடந்து வருவதே வசீகரமாக இருந்தது. திமில் துளியும் அசையவில்லை. கட்டி நிறுத்திய கோபுரம் போலத் திமில். கொம்பு மாலை போலக் கூடியிருந்தது. அதையே பார்த்துக்கொண்டிருந்தான் காளி. கம்பீரமான காளைதான். அது வந்ததும் நேராக மாட்டின் மேல் ஏறியது. ஆனால் உடனே இறங்கவில்லை. அது ஏறி நிற்கும் அழகையே கொஞ்சநேரம் பார்த்து ரசித்தான். பின் தன் மாட்டுக்கும் அந்தக் காளையை ஒருமுறை விடச் சொன்னான். அது இரண்டு மாடு கிடைத்த சந்தோசத்தில் வேகம் காட்டியது. அரத்திற்குள் கொடி நுழைய வில்லை. சட்டென ஆள்காரர் கொடியைப் பிடித்து அரத்தில் வைத்தார். பிறகும் அதே வேகம்தான். மாட்டின் உடல் குறுகிக் கன்றுக்குட்டியைப் போலாகிவிட்டது. காளையை அவர் சட்டென இறங்கப் பணித்தார். சில மாடுகள் அப்படியே கீழே விழுந்துவிடுவதும் உண்டாம். பின் காசு கொடுத்துவிட்டு மாட்டின் முதுகில் கொஞ்சம் தண்ணீரை இறைத்துத் தடவிவிட்டான். பிடித்துக்கொண்டு நடந்தான். இப்போது மாட்டிடம் இருந்து ஒரு முனகல்கூட இல்லை. முன்னிருந்த வேகமும் இல்லை. நிதானமாக நடந்தது.

அன்றைக்குத் தொண்டுப்பட்டிக்கு வந்த காளியின் நினைவில் அந்தக் காளையே ஓடிக்கொண்டிருந்தது. என்னென்னவோ எண்ணங்கள். அது எவ்வளவோ அழகான காளை. சுழி சுத்தம். அது வாலைத் தூக்கிக்கொண்டு தன் கொடியை நீட்டுகையில் ஆசையாக இருக்கிறது. பலமுறை மாடு கொண்டு போயிருந்தாலும் இந்த முறை போலக் குனுப்பமாகப் பார்த்ததில்லை. ஆனாலும் அந்தக் காளையின் தண்ணீர் சரியில்லை என்று காளையார் சொல்லிவிட்டார். அதை எப்படி அவர் கண்டுபிடித்திருப்பார்? சிலசமயம் அரத்திற்குள் கொடி போகாமல் வெளியிலேயே வடிந்துவிடும்போது பார்த்துக் கண்டிருப்பாரோ? ‘கெட்டித் தயிர் போல’ என்றாரே? கையில் தொட்டுத் தடவிக் கண்டுபிடித்திருப்பாரோ? பல மாடுகளுக்கு விட்டுப் பார்த்துச் சினையாகவில்லை என்று திரும்பத் திரும்பக் கொண்டு வருவதை வைத்து அனுமானித்திருப்பாரோ? அவனுக்குள் பெருங்குறுகுறுப்பு ஓடிக்கொண்டிருந்தது.

சீராயி வளவுக்குப் போன பிறகு மத்தியான நேரம். தொண்டுப்பட்டிப் படலை நன்றாக இறுக்கிக் கட்டினான்.

கொட்டாய்க்குள் வந்து கயிற்றுக் கட்டிலில் படுத்தான். கோவணத்தை நெகிழ்த்தி மாணியைக் கையில் எடுத்தான். முப்பதைக் கடந்த பின்னும் பாம்பைப் போலத்தான் சீறுகிறது. யாரை நினைத்துக்கொள்வது? பொன்னாவைத் தவிர அவனுக்கு யாரும் நினைவில் வரவில்லை. இவளையா என்று நினைத்தான். கனிந்து சிரிக்கும் உதடுகள். லேசாகத் தலையைத் திருப்புகிறாள். மூச்சுக்காற்றில் அசையும் காதோரப் பூனைமயிர்கள். கண்களை மூடிக்கொண்டிருக்கிறாள். அப்படித்தான் அவள். கண்களைத் திறக்கச் சொல்லி எத்தனை முறை சொன்னாலும் மாட்டாள். இரவில் என்றால் ஒவ்வொரு சமயம் திறப்பாள். பகலில் என்றால் இறுக மூடிய இமைகள் பிரிபடவே படாது. அவள் காட்சி அப்படி ஆழப் பதிந்திருக்கிறது. பின் வேறு வழியில்லை என்று முடிவு செய்தான்.

அவனுக்கு அந்தப் பழக்கம் விட்டுப்போய் ரொம்ப வருசமாகிவிட்டது. கல்யாணத்திற்கு முன் அப்படிப் பழக்கம் இருந்தது. அதற்குக் கயிற்றுக்கட்டில் மிகவும் வசதி. முத்துதான் இதைப் பற்றியும் சொன்னான். அவனுக்கு என்னென்னவோ தெரியும். 'எப்பிடித் தெரியும்?' என்று கேட்டால் 'அப்படியே தெரிஞ்சுக்கிட்டன்' என்று சாதாரணமாகச் சொல்வான். நாளாகிப் போனதால் ரொம்ப நேரமாகவில்லை. தன் தண்ணீரைக் கையில் பிடித்துப் பார்த்தான். கெட்டியாக இருக்கிறதா நீர்த்துப் போனதா? பூத்துக் குலுங்கும் வேப்பம்பூ மணம் எங்கும் கமழ்ந்தது. வழவழப்புடன் கையில் சளிக்கோழை போலத் தெரிந்த அதைத் தொட்டுப் பார்த்து ரொம்ப நேரம் ஆராய்ச்சி செய்தான். ஆனால் அவனால் எந்த முடிவுக்கும் வர இயலவில்லை. கெட்டித் தயிர்தானா? இன்னும் கெட்டியாக இருக்க வேண்டுமா? நீர்த்துப் போன தண்ணீர்தானா?

சலசலவென நீர்த்துப் போன தண்ணீரைக் கொண்டிருந்த காளை நினைவில் வந்தது. அதன் நடையும் திமிலும் தனக்கு நிகர் இங்கு யார் என்னும் மமதைப் பார்வையும் எனப் பெருங்கவர்ச்சி கொண்ட காளை. ஆனால் மாட்டைக் குறுகச் செய்யும் காளையால் சினையாக்க முடியவில்லை. அந்தக் காளையோடு தன்னை இணைத்துப் பார்த்துப் பெருமூச்சு விட்டான். 'ஆளப் பாத்தா அழவு, வேலயப் பாத்தா எழவு' என்று அன்றைக்கு கேசன் சொன்னானே, அது சரிதானோ? ஆனால் வேலையில் ஒன்றும் குறை இருக்கிற மாதிரி தெரியவில்லை. தண்ணீர்தான் பிரச்சினை. அதை உருவாக்கிய அந்தக் கடவுளைத்தான் கேட்க வேண்டும். அவனை எங்கே போய்க் கேட்பது? செத்துத் தொலைந்திருந்தால் மேலோகம் போய் அவன் கழுத்தில்

துண்டைப் போட்டு இழுத்துப் பிடித்துக் கேட்டிருக்கலாம். அதற்கும் வழியில்லாமல் போய்விட்டது. அந்தக் காளையைப் பாவம் பார்த்துக் காயடிக்காமல் வைத்திருப்பதோடு அதற்கு அவ்வப்போது வாய்ப்பும் கொடுக்கும் காளையார் மேல் அவனுக்கு மதிப்புக் கூடியது. இனி பொன்னாவும் காளியைப் பரிதாபத்துடன் அரவணைத்துக்கொள்வாளோ? ஏன் கண்களை மூடிக்கொள்கிறாள்? பாவப்பட்ட ஜீவன் ஒன்றுக்குப் பிச்சை போடும் கருணை கொண்டவை அவள் கண்கள்.

O

17

மார்கழி மாதம். பொழுதிருக்கவே புகைப் படலமாய்ப் பனி பெய்ய ஆரம்பித்துவிடுகிறது. இதைவிடவும் பெரும்பனியில் எல்லாம் சாதாரணமாக உலாத்தியவன் காளி. ஆனால் இப்போது உடல் அப்படி ஒத்துழைக்கவில்லை. ஆடு மாடுகள்கூட சளிப் பிடித்து மூக்கொழுக்குகின்றன. பூவரசடிப் பாதுகாப்பு மாடுகளுக்குப் போதவில்லை. ஆடுகளுக்குக் குடிசை இருந்தாலும் பனியின் தாக்கத்தில் இருந்து விடுபட முடியவில்லை. இருட்டும் சீக்கிரத்தில் வந்து பெருந்தேனடை போலக் கட்டிவிடுகிறது. பொன்னா பகலில் காட்டுக்கு வந்து கொஞ்சநேரம் உலாத்துகிறாள். தொண்டுப்பட்டிச் சந்தில் காளிக்குத் தெரிவாள். வயிறு பூசிய மாதிரி இருப்பதையும் முன்தள்ளியவாறு அவள் நடப்பதையும் கண்டான். அவள் எடுத்துக் கட்டிய கத்தரி இப்போதும் காய்க்கிறது. என்றாலும் பழைய மாதிரி இல்லை. அதன் இலைகள் பழுத்து உதிர்கின்றன. காளி ஒருமுறை அந்தப் பக்கம் போனபோது பரிதாபப்பட்டு அவற்றுக்குக் கொஞ்சம் பாங்கு பார்த்தான். சாம்பலை இலை களுக்குத் தூவியதோடு செடிகளைப் பனி பாதிக் காதவாறு பாத்தியின் நாற்புறமும் கால் நட்டுப் பனையோலைகளையும் தென்னங்கீற்றுக்களையும் போட்டுப் பந்தலாக்கினான். அவற்றைப் பார்த்த பொன்னாவுக்குப் பெரிய சந்தோசமாக இருந்தது.

சீராயிடம் அதைப் பற்றிப் பலமுறை ஆச்சர்யப்பட்டுச் சொன்னாள். பனியில் அம்மாவைச் சோறு கொண்டுவர வேண்டாம் என்று சொல்லிவிட்டு அவனே வளவுக்குப் போய்ச் சாப்பிட்டுவிட்டு வந்தான். மூன்று நான்கு மாதங் களாகவே காளி வீட்டுக்கு வருவதைப் பார்க்காத பொரசா ஊரெல்லாம் காளி வருவதில்லை

என்னும் செய்தியைப் பரப்பி வைத்திருந்தாள். சீராயியைக் கேட்டவர்களுக்கு ‘அவன் ராத்திரில வருவான். எப்பவும் அதுதான வழக்கம். அவன் ராக்கோழி. வந்து ரண்டும் வெகுநேரம் பேசிக்கிட்டு இருக்கும். எந்நேரம் போவானோ ஆருக்குத் தெரியும்’ என்று சொன்னாள். புரட்டாசியில் மழைப் பொழிவு தொடங்கி ஐப்பசி, கார்த்திகையில் நன்றாகவே பெய்தது. அதனால் ஊரில் எல்லாரும் நேரத்திலேயே கதவைச் சாத்திக்கொள்வார்கள். பொரசா யாரிடமாவது இதைப் பற்றிப் பேசினால் ‘அவந்தான் ராத்திரியில ஆந்தையாட்டம் வருவானாமே. நீ அந்நேரத்துக்குப் பொச்சடச்சுக்கிட்டுத் தூங்குவ’ என்று அவர்களே பதில் சொன்னார்கள்.

வேலைச் சமயம் என்பதாலும் எல்லாருக்கும் பொழுதே இல்லை. சீராயி ஒருமுறை பொரசாவிடம் சண்டைக்கே போய்விட்டாள். ‘உனக்கெதுக்குடி இந்தப் பொழப்பு. ஊரெல்லாம் போயிக் காளி வாரதில்லைன்னு சொல்றயாமா. நீ கண்டயாடி. இதா மூனு வேளையும் எம் மருமவ ஆக்கிக் குடுக்கற சோத்தத்தான் அவன் திங்கறான். காட்டுப் பக்கம் பொன்னா வர்றப்பப் பேசிக்கறாங்க. அப்பறம் நீ தாழப் போட்டுக்கிட்டு ஊட்டுக்குள்ள போயிப் படுத்துப் பொணமாட்டந் தூங்கறியே, அப்ப எம் பையன் வர்றான். வேணுமின்னா தொண்டுப்பட்டிக்குப் போயி எம் மவங்கிட்டக் கேட்டுக்கோ. உன்னோட பொச்சுப் பீய நாய் நக்கிக்கிட்டுக் கெடக்குது. நீ என்னடி மத்தவங்க பீக்குப் பொணை?’ என்று போட்டுவிட்டாள். அவள் சீராயியை அத்தை என்றுதான் கூப்பிடுவாள்.

‘அத்த நானெனத்துக்குச் சொல்லறன். இந்தச் சனம் சும்மாவா இருக்குது. எதுனா வாயக் கௌறுது. அப்பறம் இதச் சொன்னா அதச் சொன்னான்னு சொல்லுது. காளி வர்றானான்னு ரண்டொருத்தரு என்னயக் கேட்டாங்க. எங்கண்ணுக்குப் படுல, ராத்திரியில வந்துட்டுப் போவாருன்னு சொன்னன். இதுக்குத்தான் கண்ணு காது மூக்கு வெச்சுப் பேசறாங்க. என் வேலயே எனக்குத் தல மேல கெடக்குது. இந்தப் பிள்ளைவ கொஞ்சநேரம் பொன்னாவோட வந்து அச்சாங்கல்லும் தாயக்கரமும் ஆடுதுவ. அதனால என் வேலயத் தொந்தரவு இல்லாத பாக்கறன். நாம் போயி எதுக்குப் பொன்னாளச் சொல்றன். என்னமோ இத்தன வருசம் கழிச்சு உண்டாயிருக்கறான்னு சந்தோசப்பட்டுக்கிட்டு இருக்கறன் நானு. ஊரு சனம் சும்மாவா இருக்கும்? என்னமோ பொன்னா பெருநோம்பிக்குப் போயித்தான் பிள்ள உண்டாச்சுன்னுகூடச் சொல்றாங்க. இந்த நாக்கு நாலு பக்கமும் திரும்புது’ என்று அவள் சொன்னாள்.

சீராயி சும்மா விடவில்லை. 'என்னூட்டுப் பேச்ச எடுத்துப் பேசறவ எவன்னு கேக்கறன்? இந்தூர்ல எவ எவ எவங்கூடப் போறான்னு எனக்குத் தெரியாதா? எவ ஊட்டுல என்ன நடக்குதுன்னு புட்டுப்புட்டு வெச்சிருவன். மல்லப் போறாப்பல ஊட்டுக்கும் பொறத்தாண்ட போயி சீலயத் தூக்கிக்கிட்டு நிக்கற நாய்வ. இதுவ பேசுது. இத்தன வெருசம் நாங்க பொழைக்கல, ஒருநாயி ஒருவார்த்த சொல்ல முடியுமா? பிள்ள இல்லாத சொத்து ஆளுக்கொரு வாயி ஆட்டுக்கொரு வாயின்னு அள்ளித் தூத்தலாம்னு பாத்தாங்க. இப்ப அதுக்கு வக்கில்லைன்னு தெரிஞ் சொடன ஒன்னு ரண்டுமாப் பேசறாளுங்க. அவ அவளுத மூடிக்கிட்டுப் பொட்டாட்டம் இருக்கோணும். இல்லாட்டி ஊரே சிரிக்கச் சிரிக்க எடுத்துப் பேசீருவன். எங்கிட்ட வெச்சுக்க வேண்டான்னு சொல்லு' என்று ஓரிரவில் வெகுநேரம் கத்தினாள். இருள் அமைதியில ஊருக்கே முழுவதும் கேட்டிருக்கும். சில பாட்டிகள் வந்து 'என்ன சீரா சத்தம் போடற' என்று கேட்டார்கள். பொரசா வீட்டுக்குள் போய்க் கதவைத் தாழிட்டுக்கொண்டாள்.

பாட்டிகளிடம் சீராயி நியாயம் கேட்டாள். 'அட உடு. சனத்துக்குப் பேச எதுனா வேணும். அது பேசறத எல்லாம் ஒரு கணக்குன்னு நீ எடுத்துக்கறயா? உட்டுட்டு வேலயப் பாரு' என்றார்கள். பொன்னா வந்து 'நீ பேசாத இரு அத்த. எளச்சிருந்தா எகத்தாளம் பேசுவாங்க. நீ ஏன் இந்நேரத்துக்குக் கத்தற' என்றாள். 'உம் மருவமளே சொல்லீட்டா அப்பறம் என்ன உடு. ஊரு ஆயரம் பேசும். நாம அத ஏன் எடுத்துக்குவானே' என்று பாட்டிகள் சொன்ன பிறகு கொஞ்சம் அடங்கினாள் சீராயி. 'அந்தக் காலத்துல அப்பிடித்தான் என்னய இந்த ஊரு கொஞ்சப் பேச்சா பேசுச்சு? எல்லாரு வாயிலயும் உழுந்து பொரண்டு தட்டுத் தடுமாறி எந்திருச்சு வர்றதுக்கு எத்தன கஷ்டப்பட்டன் தெரீமா?' என்று ஒருபாட்டி தன் கதையை எடுக்கவும் எல்லாரும் திண்ணைமேல் உட்கார்ந்து வெகுநேரம் பழமை பேசினார்கள். அப்படியே திண்ணையிலேயே படுத்துத் தூங்கிவிட்டுக் காலையில் எழுந்து போனார்கள்.

இப்போது காளி வந்து திண்ணையில் உட்கார்ந்து சாப்பிடுவான். பொன்னா வீட்டுக்குள் இருப்பாள். இருவரும் நேருக்கு நேர் பார்ப்பதில்லை. சில சமயம் காளி வரும்போது பொன்னா சாய்திண்ணையில் உட்கார்ந்திருப்பாள். அவனுடைய காலோசை கேட்டதும் சட்டென எழுந்து உள்ளே போய்விடுவாள். அவளுக்கு அவனைப் பார்க்க வேண்டும் என்றும் கட்டிக்கொள்ள வேண்டும் என்றும் தானிருக்கிறது. கல்யாணம் ஆனதிலிருந்து இப்படி ஏழெட்டு மாதங்களாக ஒருவருக்கு ஒருவர்

பார்த்துக்கொள்ளாமலும் பேசிக்கொள்ளாமலும் இருந்ததில்லை. மிஞ்சிப்போனால் ஒருநாள் பேசாமல் இருப்பார்கள். அதுவும் பொன்னாதான் பேச மாட்டாள். கோபம் வந்துவிட்டால் முகத்தைத் திருப்பிக்கொண்டு போவாள். அவனால் அவளுடன் கோபித்துக்கொள்ளவே முடியாது. பொன்னாவின் கோபத்தை ஏதாவது விதத்தில் மாற்றிவிடுவான்.

ஒன்றும் வேண்டியதில்லை. அவள் எதிர்பார்க்காத நேரத்தில் இடுப்பைக் கிள்ளிவிட்டு ஓடிப் போவான். அவள் கோபத்தோடு துரத்துவாள். அவன் காட்டுக்குள் ஓடுவான். கற்களையும் மண்ணாங்கட்டியையும் எடுத்து இடுவாள். எல்லாவற்றில் இருந்தும் அவன் எளிதாகத் தப்பித்துக்கொள்வான். ஓட்டத்தில் ஏதாவது ஒருபுள்ளியில் அவனாகவே அவளிடம் சிக்குவான். நெஞ்சிலும் முதுகிலும் அவள் குத்தும் குத்துக்களை நிமிர்ந்து நின்றபடி வாங்கிக்கொள்வான். 'நெஞ்சுல பூவாக் கொட்டுது' என்று சிரிப்பான். அவளுக்குத்தான் கை வலிக்கும். அப்படியே அள்ளி அணைப்பான். அவன் பிடிக்குள் இருந்து விடுபடவே முடியாது. விடுபடவும் விரும்ப மாட்டாள். அவன் வேண்டுமென்றே பிடியை விடுவான். அப்போது கோபித்து இன்னும் இரண்டு அடி நெஞ்சில் போடுவாள். சேர்த்துக்கொள்வான்.

அவர்களின் இந்த விளையாட்டு புரியாமல் சீராயி முதலில் பயந்துபோனாள். பொன்னாவைத்தான் திட்டுவாள். 'ஆம்பளைய அடிக்கப் போவலாமாடி' என்றும் 'கல்லு அவன் தலையிலகீது பட்டறப் போவுது' என்றும் பதறிச் சொல்வாள். அவர்களுடைய விளையாட்டில் அவளை ஒருபொருட்டாகவே நினைக்க மாட்டார்கள். அந்த விளையாட்டின் போக்கு அவளுக்குப் பிடிபட்ட பிறகு நிதானமாக வேடிக்கை பார்ப்பாள். சந்தோசமாக இருக்கும். இரண்டு பேருக்கும் சுற்றிப்போட வேண்டும் என்று நினைப்பாள். சுற்றியும் போடுவாள். 'இப்பிடி இருக்கறதுனாலதான் இன்னொன்னு வர மாட்டீங்குது. எலியும் பூனையுமா இருக்கறதுவ அடுத்தடுத்துப் பெத்துக்குதுவ' என்பாள். அப்பேர்ப்பட்டவன் சொன்ன ஒருசொல்லையே இன்னும் தாங்கிக்கொள்ள முடியவில்லை. அவனை நேருக்கு நேராகப் பார்த்தால் இன்னும் ஏதாவது சொல்லிவிடுவானோ என்றும் பயம்.

அவள் இருக்கும் இடத்திற்கே வர மாட்டானோ என்றிருந்தது மாறி இப்போது வீட்டிற்கு வந்து சாப்பிடுகிறான் என்பது பெரிய விஷயமாகப் பட்டது. கத்தரிக்காய் பறித்து வந்தால் 'நிய்யே செய்யாயா. நீ செஞ்சாத்தான் உம்புரசனுக்குப் புடிக்கும். நீ செஞ்சா நெய்யொழுவுதாம், நான் செஞ்சாப் பிய்யொழுவுதாம்'

என்பாள் சத்தமாக. 'எதுக்கத்த இப்பிடிப் பேசற' என்று சலிப்பாள் பொன்னா. 'அட, அந்த எதுத்த ஊட்டுக்காரிக்குக் கேக்கோணுமின்னு சொன்னன். நீ ஒன்னும் நெனைக்காத' என்பாள் சீராயி. அதற்கேற்ற மாதிரி பொரசாவும் 'என்னத்த நெய்யி பிய்யின்னு பேச்சு' என்று சந்தோசமாகக் கேட்பாள். சீராயி பொன்னாவை ஏதாவது சொன்னால் அவளுக்கு அப்படி ஒரு சந்தோசம் வந்துவிடும். 'நெய்ய நெய்யின்னும் பிய்யப் பிய்யின்னும் சொன்னன். என்ன பண்றது? அததுக்கு அததோட நெலய நாம்பதான் சொல்லித் தெரிய வெக்க வேண்டியிருக்குது' என்றாள் சத்தமாக. பொரசா அதற்குப் பின் ஏதும் பேசவில்லை.

காளி கத்தரிச் செடிக்குப் பாங்கு செய்த பின் செடிகள் மறுபடியும் காய்ப்பை ஆரம்பித்தன. பனிதான் செடிகளை ரொம்பவும் தாக்குகிறது என்பதைக் கண்டுபிடித்தான். பின் பந்தலின் நான்கு பக்கமும் கூறுக்கறி போடும் இடத்திலிருந்து எடுத்து வந்த கீற்றுக்களைத் தொங்கவிட்டான். சாயங்காலம் போய் அவற்றைத் திரை போலத் தொங்கவிடுவான். காலையில் நன்றாக வெயில் அடிக்க ஆரம்பித்த பிறகு அவற்றை எடுத்துவிடுவான். மனிதர்கள் பனியிலிருந்து தப்பிக்கப் போர்வையும் துப்பட்டியும் போர்த்திக்கொள்வது போலச் செடிகளுக்கும் தேவைப்படுகிறது என்று நினைத்தான். பனியிலிருந்து தப்பித்த செடிகள் அதற்குப் பிரதியுபகாரம் போலக் காய்த்தன. விற்பனை செய்யும் அளவுக்கு இல்லை என்றாலும் மிஞ்சித்தான் இருந்தது. அவற்றைப் பொன்னா பலவிதமான பக்குவங்களில் சமைத்தாள்.

நெல்லஞ்சோற்றுக்குக் கத்தரிக்காயில் தேங்காய் போட்டுப் பச்சைப் பசேல் என்று பொரியல் செய்தாள். அதில் கொஞ்சமாகத் தேங்கியிருக்கும் சாறு காளிக்கு மிகவும் பிடிக்கும். களிக்குக் கத்தரிக்காயைக் கடைந்தாள். கம்மஞ்சோற்றுக்கு எல்லாவகையிலும் கத்தரிக்காய் பொருந்தும். என்றாலும் சாந்து அரைத்து வைக்கும் கத்தரிச்சாறு கம்புக்கு அப்படி ஒரு பொருத்தம். தட்டப்பயிறும் கத்தரிக்காயும் போட்டு வைத்த சாற்றை ஊற்றி ஊற்றி அவன் குடிப்பதை வீட்டுக்குள் இருந்து கேட்டு மகிழ்ந்தாள். பருப்பும் கத்தரிக்காயும் போட்டுப் புளி ஊற்றாமல் ஒருநாள் வைத்திருந்தாள். அதில் புளி ஊற்றித்தான் சீராயி வைப்பாள். 'இது எப்பிடி புளி ஊத்தாத இந்த ருசி வருது' என்று கேட்பாள். காளிக்கும் அது மிகவும் பிடிக்கும். ஒருவகையில் சமையலின் மூலம் பொன்னா தூது விடுவது உண்மையாகவே இருந்தது.

அவன் மனம் முழுதாக மாறிவிடவில்லை என்றாலும் ஒரு இளக்கம் வந்திருந்தது. இருந்தாலும் ஏதோ ஒன்று இன்னும்

அவளை அண்டவிடக்கூடாது என்று சொல்லியது. அவனால் அதை உணர முடியவில்லை. அவன் சாப்பிடும்போது வளவில் இருந்து யாராவது பேச்சுக் கொடுக்க வந்தால் அப்போது சில வார்த்தைகள் பேசுவான் காளி. அது பெரும்பாலும் வெள்ளாமை பற்றியோ ஆடுமாடுகளைப் பற்றியோ இருக்கும். முத்துவைப் பார்த்துப் பேசியதாக யாரும் சொன்னால் அதற்கு எந்தப் பதிலும் சொல்ல மாட்டான். அந்தச் சமயங்களில் அவன் குரலை ஆசையோடு கேட்பாள் பொன்னா. அதில் எப்போதும் கலந்திருக்கும் உற்சாகம் இல்லை. ஒவ்வொரு வார்த்தையையும் நிதானமாக யோசித்துப் பேசுகிறான். மனதில் ஒளிவு வந்துவிட்டால் குரலும் இப்படி எச்சரிக்கை கொண்டுவிடுமா? அப்போதுதான் சீராயும் அவன் குரலைக் கேட்பாள். ஆள் கிளம்பும்போது 'ஊருல இருக்கற பொக்கனாத்தி எல்லாம் ஒசத்தி. ஊட்டுல இருக்கற அலவநாத்தி எல்லாம் தாத்தி' என்பாள் ஜாடையாக. அவனுக்குப் புரிந்தாலும் ஒன்றும் பதில் வராது.

○

18

போன மாதமே அவளுக்கு இன்னொரு சந்தோசத்தையும் கொடுத்திருந்தான் காளி. கணக்குப்படி மார்கழி எட்டாவது மாதம். மாசி கடைசியில் அல்லது பங்குனியில் குழந்தை பிறக்கலாம் என்று பண்டிதகாரிச்சி சொல்லியிருந்தாள். இப்போ தெல்லாம் குழந்தை வயிற்றுக்குள் உதைப்பதைப் பொன்னா உணர்கிறாள். உதைக்கும்போது உடலைக் கூனி நிற்க வேண்டியிருக்கிறது. கொஞ்சம் கஷ்டமாக இருந்தால் கண்ணை மூடி அதை அனுபவிக்க ஆரம்பித்தால் வெகுவாக சந்தோசம் வருகிறது. ஒவ்வொரு நேரத்தில் வயிற்றுக்குள் நீந்துகிறதோ என்று தோன்றுகிறது. ஒரு கையை நீட்டிச் சட்டென நீருக்குள் சுற்றி வருவது போல. தனியாக இருக்கும் உணர்வே இப்போது இல்லை. காளி வருவதில்லை, பேசுவதில்லை என்பதுகூட இப்போது செய்தி போலாகிவிட்டது. எல்லாவற்றையும் வயிற்றில் இருக்கும் குழந்தையிடம் பேசுகிறாள்.

காளியைச் செல்லமாகத் திட்டிவிட்டு 'உங்கொப்பனத் திட்டறனுன்னு கோவிச்சுக்கறயா' என்பாள். அவள் தனக்குத் தோன்றியதை எல்லாம் பேசுகிறாள். குழந்தை கேட்டுக்கொண்டிருக்கிறது. தன் கதையைச் சொல்கிறாள். குழந்தை சோகத்தில் மூழ்கிவிடுகிறது. எந்த அசைவும் இருப்பதில்லை. அவளுக்கே பயமாகிப் போகும். அடடா, குழந்தையின் மனம் கஷ்டப்படும்படி இதையெல்லாமா அதனிடம் சொன்னோம் என்றிருக்கும். இந்த உலகத்தைப் பார்க்க வெளியே வருவதற்கு முன்னாலேயே அதற்கு ஏன் வேதனைகளைச் சொல்ல வேண்டும்? ஒவ்வொரு சமயம் இரண்டு நாட்களுக்குக்கூட அசைவே தெரியாது. அப்போதெல்லாம் ரொம்பவும் பயந்துவிடுவாள். வயிற்றின் அந்தப் பக்கமும் இந்தப் பக்கமும் தட்டிப் பார்த்தாள். ஆழ்ந்து உறங்குகிறது போலும் என்று நினைப்பாள். பேசியது

பிடிக்கவில்லை போல என்றும் தோன்றும். 'இன்னமே இப்பிடிப் பேச மாட்டன்' என்று செல்லமாக மன்னிப்புக் கேட்பாள்.

'உங்கப்பன் என்னய என்ன சொன்னாந் தெரீமா? அவுசாரின்னு சொன்னான். அவனுக்கு வேணுங்கறப்பெல்லாம் மாட்டன்னு சொல்லாத செரீன்னனே. தொண்டுப்பட்டிக்கு வான்னு சொன்னாப் போயி நிப்பன். கட்டலுக்கு வாம்பான். பூவரச மரத்தடிக்குப் போலாம்பான். வெட்டார வெளியில நெலா வெளிச்சத்துக்குப் போலாம்பான். கள்ளுக் குடிச்சே ஆவணும்பான். சாராயத்தக்கூடக் கட்டாயப்படுத்திக் குடிக்க வெச்சிருக்கறான். தொண்டயெல்லாம் எரிஞ்சுக்கிட்டு இது என்ன கழுதமூத்தரம் மாதிரி இருக்குதுன்னா, நீ எப்பக் கழுத மூத்தரத்தக் குடிச்சயிங்கறான். இப்பக் குடிக்கறதுதான்னு சொன்னன். ஒருநாளு அவங் கொண்டாந்து போட்டிருக்கறானே பலவக்கல்லு அது மேல படுத்துக்கச் சொன்னான். எந்த எடமுன்னு இல்ல, எந்த நேரமுன்னு இல்ல, கேட்டப்பெல்லாம் அவுத்துக் காட்டுனனே, அதான் அவுசாரின்னு சொல்றான். ஒவ்வொருத்தியாட்டம் மூடி வெச்சிக்கிட்டுக் கொஞ்சம் கொஞ்சம் கோயில் தீத்தம் கொடுக்கறவிய கையக் காட்டிட்டுக் காட்டிட்டு இழுத்துக்கறாங்களே, அப்பிடிச் செஞ்சிருக்கோணும். நான் பித்தி கெட்டு அவனோட சேந்து ஆட்டம் போட்டுட்டன். அதான் அவளுக்கு ஆச எச்சுன்னு நெனச்சுட்டான். நம்மளோட எங்க கூப்பட்டாலும் வந்தாளே, அதுமாதிரி ஆரு கூப்பிட்டாலும் போயிருவான்னு எண்ணமாயிருச்சு.'

பெருமூச்சுடன் நிறுத்திவிட்டு நேரம் கழித்துத் தொடர்வாள்.

'நீ வந்துதான் ஒருநாளைக்கு இதக் கேக்கோணும். எங்கம்மாள இப்பிடிச் சொல்ல உனக்கு எப்பிடி மனசு வந்துச்சு. உம் மனசு என்ன கல்லா அப்பிடீன்னு கேக்கோணும். என்ன செய்வியா? எனக்காக நீதான் செய்யோணும். நீதான் இன்னமே எனக்குத் தொண. எனக்கு ஆரு இருக்கறா? அப்பமூட்டோட சண்ட போட்டுக்கிட்டு வந்துட்டன். இன்னமே ஆயுசுக்கும் சேர முடியுமோ என்னமோ. பொய்ப் பேசி என்னய ஏமாத்தலாமா? எனக்கு அந்த மனசனத் தெரியும். அப்பிடிப் பண்ணுணவங்கள எப்பிடி வரச் சொல்லிக் கொஞ்ச முடியும்? எம் மனசுக்கு என்னைக்கும் அது ஆறாத காயந்தான். அப்பனுமில்ல அம்மாளுமில்ல அண்ணனுமில்ல. ஆனா அவிய அப்பிடிச் செய்யலீன்னா இன்னைக்கு நீ வந்திருக்க மாட்ட பாத்துக்க. என்னமோ கெட்டதுலயும் ஒரு நல்லது இருக்குதுன்னு சொல்றது சரிதான். இதா இப்பப் புருசங்காரனும் என்னோட பேசறதில்ல. தூரத்துல இருந்தாச்சும் பாத்துக் குளிந்து போறன். மாமியா

ஒருத்தி இருக்கறா. அவதான் பையன வளத்துனன் வளத்துனன்னு மூச்சுக்கு முந்நூறு தரம் சொல்லுவா. ஊருல ஆருமே பிள்ள வளத்துலயா, இவதான் வளத்துனாளா? இந்தக் கெழட்டுக்கு வேற வேலப் பொழப்பில்லயின்னு நெனப்பன். ஆனா இப்ப இந்தக் குடும்பத்தயே அவதான் தாங்கறா. ஒருசுர மட்டுமில்ல, மூனு உசிரையும் அவதான் காப்பாத்தி வெச்சிருக்கறா. நாளைக்கு அவளோட கடசி காலத்துல நீதான் பாத்துக்கோணும். நீ பையனா பிள்ளையா சொல்லு. நீ சிரிக்கறது எனக்குக் கேக்குது.'

சில நாளுக்கு அடிக்கடி வயிற்றில் உதைக்கும். 'என்னாச்சு இன்னைக்கு எதுனா உனக்குக் கஷ்டத்தத் தர்றாப்பல தின்னுட்டனா? தூக்கம் வர்லியா? உங்கப்பனாட்டம் ஒவ்வொரு நாளைக்கு அப்பிடியே கப்புனு கெடப்ப. ஒவ்வொரு நாளைக்கு அவன் போதையில படுத்தற பாடாட்டம் நிய்யும் படுத்துவ' என்று கோபிப்பாள். 'இங்க பாரு, பொறந்து வந்ததுக்கப்பறம் வந்து எடுத்து வெச்சுக் கொஞ்சுனாலும் கொஞ்சுவான். அப்ப என்னய உட்டுட்டு அவன் பக்கம் சேந்துக்கக் கூடாது. நான் பொறக்கறதுக்கு மின்னால என்னய நீ ஏன் கண்டுக்கவே இல்ல, ஒரு வார்த்தயாச்சும் பேசுனியா, உங்கொரலே எனக்கு நெனப்பில்லயேன்னு நீ நல்லாக் கேக்கோணும். கேப்பியா? அவனோட சேந்துக்கிட்டு என்னயத் திட்டுவியா? செஞ்சாலும் செய்வ. அவன் எல்லாரையும் மயக்கீருவான்' என்று சிரிப்பாள்.

திட்டுவதற்கே ஏராளமான சொற்கள் இருக்கின்றன. ஒவ்வொரு சந்தர்ப்பத்திற்கும் ஒவ்வொரு மாதிரி திட்டலாம். திட்டுகிற மாதிரி பாராட்டலாம். திட்டிச் செல்லம் கொஞ்சலாம். திட்டிக் கேலி செய்யலாம். எல்லாவகைத் திட்டுக்கும் ஒரு நோக்கம் இருக்கிறது. ஆம், அவனைத் திட்டுவதெல்லாம் அவனை நினைப்பதற்காகவே. அவன் மேல் விழும் சொற்கள் எல்லாமே பூக்கள். சில பூக்கள் கல் போலத் தோற்றம் தருகின்றன. மேலே விழும்போது அதன் உள்ளீடு தெரிந்துவிடும். குழந்தைக்கு அது புரியாமலா போகும்? என்றாலும் 'இப்பிடிச் சொல்றனேன்னு உங்கொப்பனக் கேவலமா நெனச்சராத' என்று எச்சரிக்கையும் செய்வாள்.

அவள் கொஞ்சம் பெருமைப்பட்டுக்கொள்ளவும் காளி சந்தர்ப்பம் கொடுத்தான். கார்த்திகை மாதம் ஏழாவது. அம்மா வீட்டிலிருந்து வந்து கட்டுச்சோறு கட்டிப் போட்டு அழைத்துப் போவார்கள். அங்கேதான் பிரசவம். குழந்தை பிறந்த பிறகு இருவீட்டாரின் வசதியைப் பொறுத்து எத்தனை மாதம் அங்கே தங்குவது என்று முடிவு செய்வார்கள். பெரும்பாலும் குழந்தைக்கு ஏழு மாதம் ஆகும்போது காலுக்குக் கொலுசும்

இடுப்புக்கு அரைஞாணும் வெள்ளியில் எடுத்துப் போட்டுப் புருசன் வீட்டுக்கு அனுப்பி வைப்பார்கள். பிறந்த வீட்டு வசதியைப் பொறுத்துத் தங்கத்தில் சங்கிலி, வளையலும் போடலாம். இல்லாதவர்களாக இருப்பினும் நாலுபேர் வந்து கட்டுச்சோறு ஆக்கிப் போடுவது கட்டாயம் நடக்கும். ஏழாம் மாதம் என்று சொன்னால் 'கட்டுச்சோத்து விருந்து எப்ப' என்றுதான் எல்லாரும் கேட்பார்கள். சீராயி என்ன பதில் சொல்வாள்? 'பொறந்த ஊட்டோட தொலவு போட்டாச்சு. அவுங்களுக்கு வந்து செய்ய ஆசதான். தொலவு போட்டதுக்கு அப்பறம் என்ன செய்வாங்க?' என்பாள். உடனே தொலவு போட்ட காரணம் பற்றி விரியும்.

சந்தைசாரியில் எங்காவது பார்க்கும்போது வல்லாயி புலம்புவாள். 'ஒரு பிள்ளய வெச்சிருந்து, அவளுக்கும் பனண்டு வெருசத்திக்கி அப்பறம் ஒரு நல்லது நடக்குது. நாங்க வந்து ஆசயாச் செஞ்சு போட முடியில. பாக்கக்கூட முடியில' என்று வருத்தப்படுவாள். முத்து மட்டும் ஒன்றிரண்டு முறை வந்து இட்டேரி மறைப்பில் நின்று பொன்னாவைப் பார்த்துவிட்டுப் போனானாம். கட்டுச்சோறு செய்யாமல் எப்படி விடுவது? 'அதெல்லாம் ஒன்னும் வேண்டாம்' என்று பொன்னா மறுத்தாள். கட்டுச்சோறு செய்து போட யாரேனும் வந்து காளி சாப்பிட மறுத்துவிட்டால் இன்னும் பெரிய அவமானமாகப் போகும். அதற்கு இல்லாமலே போகட்டும் என்று நினைத்தாள். ஆனால் சீராயின் பிறந்த வீட்டிலிருந்து ஆள் வந்துவிட்டது. காளியின் பெரிய மாமனும் சின்ன மாமனும் ஒருநாள் தொண்டுப்பட்டிக்கு வந்து சீராயிடமும் காளியிடமும் பேசினார்கள்.

'என்னமோ அது அறியாப்பிள்ள. எங்களத் தெரிஞ்சும் தெரியாத ஒரு வார்த்த சொல்லீருச்சு. அதுக்காவ உட்ர முடியுமா? இத்தன வருசங் கழிச்சு உண்டாயிருக்குது. சும்மா உட்ர முடியுமா? அம்மோடு வந்து ஆக்கிப் போட்டுக் கூட்டிக்கிட்டுப் போயிருந்தாச் செரி. அங்கதான் தொலவு உழுந்திருச்சே. எங்களுக்கு ஒரே அக்கா. அக்காளுக்குப் பேரன்பேத்தி வர்றப்ப நாங்க பெத்துப் பொறப்புன்னு எதுக்கு இருக்கறது? ரண்டு பொறந்தவனுங்க இருந்தும் இப்பிடி உட்டுட்டாங்கன்னு சொல்ல மாட்டாங்க? எங்களால முடிஞ்சத வந்து செய்யறம். நீங்க வேண்டான்னு சொல்லக்கூடாது' என்று கேட்டார்கள். சீராயிக்கு அது பெரும் சந்தோசமாக இருந்தது. காளிக்கு இதில் சொல்ல ஏதுமில்லை. மௌனமாகவே இருந்தான். மாமன்கள் விடவில்லை. 'பொன்னா என்ன சொல்லப் போறா? காளி செரின்னா ஒருநாளைக்கு நாங்க ஒரு பத்துப் பேரு வந்து கட்டுச்சோறு கட்டிப் போட்டுட்டுப் போறம். எங்கூட்டுக்குக் கூட்டிக்கிட்டுப் போயி வெச்சிருந்து

கொழந்த பொறக்கட்டுமுன்னு அனுப்பறதுன்னாலும் அனுப்பறம். சொந்த பந்தம் இல்லீன்னு நாலுபேரு பேசக் கூடாது. இப்பவே எங்களப் பாக்கற சனம் கேக்குது. என்ன சொல்ற காளி' என்று வற்புறுத்தினார்கள்.

சீராயி ஏதும் பேசவில்லை. காளியின் வாயிலிருந்தே வரட்டும் என்றிருந்தாள். அவனுக்கு அம்மா மேல்தான் சந்தேகம். இந்த ஏற்பாட்டை அவள்தான் செய்திருப்பாள் என்று நினைத்தான். ஆனால் சீராயிக்கு அப்படி ஒரு எண்ணம் இருந்தாலும் அதில் ஈடுபடவில்லை. பொன்னாவால்தான் அந்த உறவில் விரிசல் வந்தது. இப்போது அவளுக்கு என்றால் அவர்கள் வருவார்கள் என்று சொல்ல முடியாது. வருவதாக இருந்தாலும் பொன்னா ஒத்துக்கொள்ள மாட்டாள். அவர்களாகவே வந்து கேட்டதில் பொறந்தவன்கள் மேல் பாசம் கூடிவிட்டது. காளிக்குக் கிடுக்கிப் பிடி போட்டது போல இருவரும் கேட்டதும் அவனால் மறுக்க முடியவில்லை. சரி என்று சொல்லிவிட்டான். அவர்கள் நாளும் சொல்லிவிட்டுப் போனார்கள். காளியைச் சொல்லித்தான் பொன்னாவைச் சம்மதிக்க வைத்தாள் சீராயி. 'வேற வழியில்லாத சரின்னு சொன்னாலும் அவன் வருவான், சாப்பிடுவான், எல்லாருத்தோடவும் பேசுவான். அதயும் இதயும் சொல்லி வேண்டான்னு மட்டும் சொல்லீராத' என்றாள் சீராயி. எதிலும் பட்டும் படாமலும் இருக்கும் அவன் இதற்கு வாய் திறந்து சரி என்று சொல்லியிருக்கிறான் என்பதும் வருவான் என்பதும் அவளுக்குச் சந்தோசமாக இருந்தன. 'கட்டுச்சோறு கட்டிப் போட உங்கப்பன் செரின்னு சொல்லீட்டானாமே. வாயத் தொறந்த முத்து உதிந்திருமே. எப்பிடிச் செரின்னு சொன்னானாமா' என்று குழந்தையிடம் அன்றைக்குக் கேட்டாள்.

அவளுக்கு ஒரு சந்தேகம் இருந்தது. இந்தத் தலையூர்ப் பிசினாரிகள் வந்து செலவு செய்து கட்டுச்சோறு கட்டிப் போடுகிறார்களா? முத்து பணம் கொடுத்து அவர்களைச் செய்யச் சொல்லியிருப்பான் என்று நினைத்தாள். பொன்னாவைச் சும்மாவிட மாட்டார்கள் என்றும் ஏதாவது ஒரு வழியில் செய்வார்கள் என்றும் நினைத்திருந்தாள். அது இந்த வழிதான் என்பதில் அவளுக்குச் சந்தேகமில்லை. எப்படியிருந்தாலும் பொன்னாவிடம் வார்த்தை வாங்கிய அவர்கள் அதை மனதில் வைத்துக்கொள்ளாமல் வந்து செய்கிறார்கள் என்றால் பெரிய மனம்தான் என்று நினைத்தாள். அடுத்த வாரம் வெள்ளிக்கிழமை வந்தார்கள். அதிகமில்லை. இரண்டு வீட்டாரும்தான். வளவில் அக்கம் பக்கம் இருந்த சில வீடுகளை மட்டும் கூப்பிட்டிருந்தார்கள். காளியின் மாமன் பெண்டாட்டிகள் பொன்னாவிடம் சிரித்துச் சிரித்துப் பேசினார்கள்.

மூன்று வகைக் கட்டுச்சோறு. புளிச்சோறு, தக்காளிச்சோறு, தயிர்ச்சோறு. கச்சாயமும் காரவடையும். எல்லாம் அவர்களே வந்து செய்தார்கள். பட்டுப்புடவை ஒன்றும் எடுத்து வந்திருந்தார்கள். மாமன்கள் இருவரும் தொண்டுப்பட்டிக்குப் போய்க் காளியோடு பேசிக்கொண்டிருந்தார்கள். பின் மதியச் சோற்றுக்கு அவர்களோடு காளியும் வந்தான். பொன்னாவுக்குப் பட்டுப்புடவை கட்டித் திண்ணையில் மணை போட்டு உட்கார வைத்தார்கள். காளியையும் பக்கத்தில் வந்து நிற்கச் சொன்னார்கள். அவளுக்குப் பின்னால் போய் நின்றான். ஏழு மாதத்திற்குப் பின் இந்த அருகாமை. அவன் குனிந்து அவளைப் பார்க்கவில்லை. அவ்வப்போது புடவையின் நிறமும் அவள் தலையும் மட்டும் கண்ணில் பட்டன. செஞ்சாந்து நிறத்திலான புடவை. அவன் படியேறித் திண்ணைக்கு வரும்போதும் இறங்கிப் போகும்போதும் ஓரப் பார்வையால் பொன்னா பார்த்தாள். உடல் ரொம்பவும் இளைத்திருப்பதாகப் பட்டது. முகம் முழுக்கத் தாடி. குழந்தைக்காக வளர்க்கிறான் என்று எல்லாரும் சொன்னார்கள். குறை போட்டுக் கெட்டிப்பட்டுக் கிடக்கும் நிலம் போல உடல் இருக்கும். இப்போது திருப்பித் திருப்பி நான்கைந்து உழவு போட்டு நெகிழ்ந்து கிடக்கும் மண் போல உடல் கட்டுவிட்டிருந்தது. அவளுக்கு அழுகையாக வந்தது.

'அப்பமூடு வர முடியாத போச்சேன்னு பொன்னா கலங்கறா. என்னருந்தாலும் மனசுல இருக்குமில்ல' என்றார்கள். புருசனோடு பண்டிதகாரிச்சியும் வந்து சோறு சுற்றிப் போட்டார்கள். அப்புறம் பெயரளவுக்கு அம்மா வீட்டுக்குப் போக வேண்டும் என்பதற்காகச் பொரசாவின் வீட்டுத் திண்ணைக்குப் போய் உட்கார்ந்து சொம்பில் தண்ணீர் வாங்கிக் குடித்துவிட்டு மீண்டும் கூட்டி வந்துவிட்டார்கள். முழுக்கவும் மாமன்களோடு பேசிச் சிரித்துக்கொண்டு காளி உடனிருந்தான். அவன் முகத்தில் போதை இப்போதைக்குக் குறைய மாட்டேன் என்னும்படி அப்பியிருந்தது. இடைவிடாமல் குடித்துக்கொண்டேயிருக்கிறான். அதுதான் உடல் இப்படிக் கட்டுவிட்டுப் போயிற்று. சந்தர்ப்பம் கிடைக்கும்போதெல்லாம் அவனைப் பார்த்தாள் பொன்னா. எப்போதாவது அவனும் பார்ப்பான், பார்வைகள் எதிர்ப்படும் என்று நினைத்தாள். அவன் ஒருபோதும் அவளைப் பார்த்ததாகவே தெரியவில்லை.

19

படலை இறுக்கிக் கட்டிவிட்டுக் கட்டிலில் முடக்கிப் படுத்துக்கொண்டான் காளி. தை தொடங்கிய பிறகு பனி இன்னும் அதிகமாகி விட்டது. தரையெல்லாம் நடுக்கம். வேலைகளைச் சீக்கிரம் முடித்துவிட்டான். பொழுதிருக்கவே மர மேறி இறக்கிப் புரடையில் வைத்திருந்த கள்ளில் பெரும்பகுதியைக் குடித்திருந்ததால் பசிக்க வில்லை. தடுமாற்றம் கொஞ்சம் கூடுதலாகவே இருந்தது. அப்படியே படுத்துக்கொள்ளலாம் என்று நினைத்தான். சோற்றுக்குப் போகவில்லை என்றால் எந்நேரம் ஆனாலும் சாக்குப்பையைக் கொங்கூடை போட்டுக்கொண்டு அம்மா கொண்டு வந்துவிடுவாள். சாக்குப்பைக்குத் தட்டுப்பாடான காலம். பனிக்கு எல்லாரும் சாக்குப்பையைத் தேடுகிறார்கள். அம்மா வீட்டில் ஏதும் வைத்திருக் கிறாளோ தொண்டுப்பட்டியிலேயே போட்டிருக் கிறாளோ தெரியவில்லை. சாக்கு இல்லை என்றால் முக்காடு போட்டுக்கொண்டு வருவாள். அது வெறுந்தலையோடு வருவது மாதிரிதான்.

ஏழுமணிச் சங்கு ஊதும்வரைதான் பார்ப்பாள். வருவதும் இல்லாமல் ஏதாவது பேசுவாள். 'இப்பிடிப் போதையில கெடந்தா எப்பிடிடா. ஆடு மாடு எல்லாம் பட்டியில கட்டிக் கெடக்குது. அங்க ஆடு திருட்டு, மாடு திருட்டுன்னு சனம் சந்தையில பேசற பேச்சு கொஞ்ச நஞ்சமில்ல. வெலவாசி இப்பத்தான் ஏறிக் கெடக்குதே. பவுனு எழுவத்தஞ்சு ருவாயிக்கு வந்திருச்சு. பவுனு வெலையும் ரண்டு மாட்டு வெலையும் ஒன்னு பாத்துக்க. நீ முட்டிக் கள்ள வவுறடைக்கக் குடிச்சுப்புட்டுக் கொழாயத் தொறந்துக்கிட்டுக் கெடந்தீனா எப்பிடிடா?' என்று பேசுவாள். சமீபமாகக் குடிப்பது அதிகம்தான். அப்படியே குடித்தாலும் தூக்கம் வருவதில்லை. வெகுநேரம் புரண்டுகொண்டே

கிடக்க வேண்டியிருக்கிறது. நடுராத்திரியில் எழுந்து மிச்சம் இருப்பதையும் குடித்துவிட்டுப் படுப்பான். விடிகாலையில்தான் கொஞ்சமாகத் தூக்கம் வரும். வெயிலேறி வேலிச் சந்தில் ஒரு கிரணம் நுழைந்து வந்து முகத்தில் அடித்தால்தான் விழிப்பு வருகிறது.

அம்மாவுக்காகப் பயந்துகொண்டு வீட்டுக்குப் போய்ப் போசியில் போட்டுத் தரச் சொல்லி வாங்கிக்கொண்டு வந்தான். நாய்ச்சோறு காலையில் கொண்டு வந்ததிலேயே மீதம் இருந்தது. அதைக் கரைத்து ஊற்றினான். தனக்கு என்ன சோறு என்று திறந்துகூடப் பார்க்கவில்லை. கொட்டாயில் மாட்டிவிட்டுப் படுத்தான். தலை கிறுகிறுக்கும் போதை என்றாலும் தூக்கம் வரவில்லை. கண்களை மூடிக் கிறங்கிக் கிடந்தான். இப்படிப்பட்ட பனிக்காலத்தில் பொன்னா அருகில் இருந்தால் எப்படி இருக்கும் என்னும் எண்ணத்தைத் தவிர்க்க முடியவில்லை. பொன்னாவுக்குக் கட்டுச்சோறு கட்டிப் போடும்போது அவளுக்குத் தெரியாமல் அவன் பார்வை அவளைப் பார்த்தது. தோள் எலும்பு வெளித் தெரிய மெலிந்து போயிருந்தாள். வயிறு மட்டும்தான் பெருத்திருந்தது. முகத்தில் பொலிவே இல்லை. சுவருக்கு அடித்த சுண்ணாம்பு போல முகம் வெளுத்துத் தெரிந்தது. அவள் கொஞ்சம் மாநிறம். இப்போது ரொம்பவும் நிறம் மாறிவிட்ட மாதிரி இருந்தது. அருகில் பார்த்தது முதல் அவள் தினமும் கட்டிலுக்கு வந்து அருகில் படுத்துக்கொள்வது போலத் தோன்றுகிறது. அவளை எத்தனை முயன்று புறக்கணிக்கப் பார்த்தாலும் அவன் நெஞ்சில் வந்து ஏறிக்கொள்கிறாள். அதுவும் பனியில் அவள் நினைவு கூடுகிறது. கட்டிலின் மேனி முறிகிறது.

பனிக்காலத்தில் பெரும்பாலும் பொன்னாவைத் தொண்டுப் பட்டியிலேயே தங்கச் சொல்லிவிடுவான். ‘என்னால தெனமும் எல்லாம் முடியாது மாமா. ஒடம்பே புண்ணாப் போயிருது’ என்பாள். ‘சும்மா பக்கத்துல படுத்துக்க போ’ என்றுதான் சொல்லுவான். வீட்டுக்குப் போகிறேன் என்று மறுக்கிற காலத்தில் ‘இன்னைக்கு ஒரு நல்ல கத வெச்சிருக்கறன். இருந்தாச் சொல்லுவன். இல்லீனாப் போ’ என்பான். அவளுக்குக் கதை கேட்கிற ஆர்வம் அதிகம். ‘செரி, சொல்லு’ என்று உட்கார்ந்துவிடுவாள். அவ்வளவு சீக்கிரம் கதையைத் தொடங்க மாட்டான். ஒவ்வொரு காலத்திற்கும் ஒவ்வொரு கதை வைத்திருப்பான். பனிக்காலத்துக் கதை ஒன்றை அவளுக்குச் சொல்லியிருக்கிறான். அதை அடிக்கடி சொல்லச் சொல்லியும் கேட்பாள். அவள் நினைவை எப்படியாவது தவிர்க்க வேண்டும் என்றுதான் அளவுக்கு அதிகமாகக் குடித்தான். போதை தெளியத் தெளியக் குடித்தான். இப்படியே போனால் அவள்மீது இரக்கம் வந்துவிடுமோ

என்றும் பயந்தான். இப்போதெல்லாம் அவள்மீது படரும் அந்த இருள்முகம் அவனுக்குள் அவ்வளவாக வருவதில்லை. சிரமப்பட்டு அதை வரவைக்கிறான். அது பொன்னாவின் முகத்தின் அருகில் போகும் காட்சியைக் கற்பனை செய்கிறான். முன்னெல்லாம் அது தானாக வந்து அவனைக் கலவரப்படுத்தும். இப்போது அவனாகவே அதை வர வைக்க விரும்புகிறான். பொன்னாவோடு இணங்கிப் போய்விடுவோமோ என்று பயமாக இருந்தது.

அவளுக்குள் என்ன எண்ணம் இருக்கும்? இத்தனை வருசம் கூடியிருந்தும் ஒரு குழந்தையைக் கொடுக்க வக்கில்லாதவன் இவன். ஒரே நாளில் ஒருவன் குழந்தையைக் கொடுத்துவிட்டான். இரண்டு பேரையும் அவள் ஒப்பிட்டுப் பார்ப்பாள். யாரைப் பிடிக்கும்? யார் முகம் அவளுக்குள் அதிகம் பதிந்திருக்கும்? பல வருசம் என்றாலும் பிரயோசனம் இல்லாத முகத்தை எதற்குப் பாதுகாத்து வைத்திருக்கப் போகிறாள்? அவளுடைய குறையைத் தீர்க்க வந்த அந்தப் புதுமுகம்தான் அவளுக்குள் ஆழப் பதிந்திருக்கும். அதை அவளால் இனிமேல் எப்படி அகற்ற முடியும்? காளி பக்கத்தில் போனாலே அந்த முகத்தின் நினைவு வந்துவிடாதா?அவனை நினைக்காமல் காளியை மட்டும் அவளால் நினைக்க முடியாது. அது சாத்தியமில்லை. காளியின் முகத்தில் அந்த முகத்தை வைத்துப் பார்த்துக்கொள்வாள். இனி அவளுக்குள் காளி இருக்க மாட்டான். எவனோ ஒருவன். அவன்தான் இனிப் பொன்னாவைச் சந்தோசப்படுத்துபவன்.

அவன் எப்படியிருப்பான்? காளியைவிடப் பெரிய உருவமா. உயரமா குட்டையா. கறுப்பா சிவப்பா. அவனுக்குக் குடுமி மயிர் இடுப்பைத் தொடுமா. புருவம் அடர்ந்திருக்குமா. அவனும் கொஞ்சமாகத்தான் பேசுவானா. நிறையப் பேச வேண்டும் என்று பொன்னா நினைப்பாளே. ஆக, நிறையப் பேசுபவனாகப் பார்த்துத்தான் பிடித்திருப்பாளா. விடிய விடிய அவன் கதை சொல்லியிருப்பானா. காளி சொல்கிற மாதிரியான கதைகள் அவனுக்குத் தெரிந்திருக்குமா. காளியின் இடுப்பில் கிச்சிக்கிச்சுப் பெருத்திச் சிரிப்பாளே, அதே மாதிரி அவனையும் கிச்சுப் பெருத்தியிருப்பாளா. அந்தச் சமயத்தில் அவளுக்குக் காளியின் நினைவு வந்திருக்குமா. என்ன செய்திருப்பாள்? ச்ச்சீ, சனியனே தூரப் போ என்று விரட்டியிருப்பாளா. என்ன செய்தும் குழந்தை கொடுக்க முடியாதவனை ஆம்பளையாக அவள் மனதில் வைத்திருக்க மாட்டாள்.

அன்றைக்கு இரவில் வந்து அவளை ஆட்கொண்டவன், அவன் எப்படி இருந்தாலும், எந்தச் இனமாக இருந்தாலும்,

எந்த ஊராக இருந்தாலும் அவன்தான் இனி அவள் மனதில் இருக்கப் போகிறவன். அவனுடைய ஊரையும் பேரையும் கேட்டு வைத்திருப்பாள். எப்போதாவது சந்திக்கவும் போகலாம். ஒருமுறை ருசி கண்டவள் விடுவாளா. இதோ, ஒரு புதுமரத்துக் கள் கிடைத்தால் அதை மறுபடியும் மனம் தேடுகிற மாதிரிதானே இதுவும். அவளுக்குக் கிடைத்திருக்கும் புதுமரக் கள்ளைச் சீக்கிரத்தில் மறக்க மாட்டாள். அதைத் தேடிப் போகவும் செய்வாள். காளி எழுந்து மீதமிருந்த கள்ளையும் முட்டியோடு வேகமாகக் குடித்தான்.

○

குறிப்பு

பனிக்காலத்தில் பொன்னாவுக்குக் காளி சொன்ன கதை

ஒருத்தனுக்கு அப்போதுதான் கல்யாணம் ஆகி நாலஞ்சு மாசமிருக்கும். ஒரு பனிக்காலத்தில் மாமியார் வீட்டு விசேசத்திற்காகப் புருசனும் பொண்டாட்டியும் போனார்கள். போகும்போதே இவனுடைய புத்தி தெரிந்து சொல்லிக் கூட்டிப் போனாள். 'அங்க வந்து தொந்தரவு எதும் பண்ணாத இறுக்கிக் கட்டிக்கிட்டு இருக்கோணும், ஆமா.' அவனும் நல்ல பிள்ளையாய்த் தலை ஆட்டிக்கொண்டான். மாமியார் வீடு ஒரே ஒரு அறைதான். இரண்டு மூன்று பெண்களும் குழந்தைகளும் இருந்ததால் அவர்கள் எல்லாரும் வீட்டுக்குள் படுத்துக்கொண்டார்கள். அவனுக்குத் திண்ணையில் கட்டில். இரண்டு போர்வை கொடுத்திருந்தார்கள். என்றாலும் பனிக்குளிர் தாங்கவில்லை. இழுத்து இழுத்துப் போர்த்திப் பார்க்கிறான். தூக்கம் வரவில்லை. மருமகன் வந்திருக்கிறான் என்று அன்றைக்கு அரிசியும் உளுந்தும் போட்டு மாவாட்டித் தோசை சுட்டிருந்தார்கள். பெரிய பெரிய தோசைகள். பத்துத் தோசை தின்றிருப்பான். தோசை தின்ற தினவு உடம்பைப் படுத்தியது. பனி அப்படியே ஊசி மாதிரி இறங்கியது.

நல்ல நிலா வெளிச்சம். நிலா பனிக்குள் பாய்ந்து கிறக்கத்தை உண்டாக்கிக்கொண்டிருந்தது. பொண்டாட்டிக்காரி மல்லுவதற்கு வெளியே எழுந்து வருவாள் என்று எதிர்பார்த்துக்கொண்டு படுத்திருந்தான். அதே மாதிரி வெகுநேரத்திற்குப் பிறகு வந்தாள். வந்தவளை இழுத்துக் கட்டிலில் படுக்க வைத்துக்கொண்டான். 'சும்மாதான் படுத்திருக்கோணும்' என்றாள். சரி என்றவனால் கொஞ்ச நேரத்திற்கு மேல் முடியவில்லை. வேலையைத் தொடங்கி விட்டான். ரொம்ப நேரமாக எதிர்பார்த்துக் கொண்டிருந்ததாலோ

சும்மாவே கொஞ்சநேரம் படுத்திருந்ததாலோ தெரியவில்லை, அவனால் ரொம்ப நேரம் தாக்குப் பிடிக்க முடியவில்லை. வேலையை முடித்துவிட்டு எழுந்து பொடக்காலிப் பக்கம் போய்விட்டான்.

எதிர்த்த வீட்டுத் திண்ணையில் படுத்திருந்த அந்த வீட்டுக்காரனுக்கும் தூக்கம் வரவில்லை. அவனுக்கும் பனிதான் பிரச்சினை. இங்கே நடந்ததைப் பார்த்துக்கொண்டே படுத்திருந்தான். புருசன் எழுந்து போய்விட்டான். பொண்டாட்டி அப்படியே கட்டிலில் படுத்திருந்தாள். அவனுக்குப் புரிந்துவிட்டது. சரி, முயன்று பார்ப்போமே என்று போனான். கண்களை மூடிப் படுத்திருந்தாள். இவனும் ஏறிப் படுத்துக்கொண்டான். வேலை முடிந்தது. அவள் எழுந்து வீட்டுக்குள் போய்ப் படுத்துக்கொண்டாள். புருசனும் பொடக்காலிப் பக்கம் போய்ச் சுத்தம் செய்துகொண்டான். ஒரு புகையிலையை வாயில் அடக்கி மென்றுகொண்டு நிலாவை வேடிக்கை பார்த்தான். இன்னொரு முறைக்குத் தயாரானதும் திரும்பி வந்தான். அவன் திரும்பும்போது அவள் வீட்டுக்குள் போய்விட்டாள். சரி, இன்றைக்கு இவ்வளவுதான் என்று தூங்கிப்போனான்.

மருமகன் ராத்திரியே பத்துத் தோசை சாப்பிட்டான், அவனுக்குத் தோசை ரொம்பவும் பிடிக்கும் போல என்று நினைத்துக் காலையிலும் தோசையே சுட்டுக் கொடுக்கச் சொன்னாள் மாமியார். பொண்டாட்டிக்காரி தோசை சுட்டுப் போட்டாள். அவன் தன் பொண்டாட்டியிடம் ஜாடையாகவும் பெருமையாகவும் கேட்டான் 'ராத்திரித் தோச எப்பிடி இருந்துச்சு?' அவள் சொன்னாள், 'மொதச் தோச செரியில்ல, ரண்டாவது தோச ரொம்ப நல்லா இருந்துச்சு.' அவனுக்குக் குழப்பமாகிவிட்டது. 'ரண்டாவது தோசையா?' என்றான். 'ஆமா, ரண்டாவது தோசை' என்றாள் அவள். இரண்டாவது தோசை சுடலாம் என்று தயாராகி அவன் வந்தபோது அவள் வீட்டுக்குள் போயிவிட்டாளே. அப்புறம் எப்படி? அவனுக்குக் குழப்பம். அவர்களுக்குள் நடக்கும் இந்த உரையாடலைக் கேட்டுக்கொண்டு வாசலில் பல்லுக்குச்சியை வைத்து மென்று பல் துலக்கிக்கொண்டிருந்த பக்கத்து வீட்டுக்காரன் இந்தப் பேச்சில் கலந்துகொண்டு 'அதொன்னுமில்லைங்க, கல்லு சூடா இருந்திச்சு. செரி, நாமளும் ஒருதோச சுட்டுக்கலாம்னு நானும் ஒருதோச சுட்டுக்கிட்டன். அதுதான் ரண்டாவது தோச. அதே மாதிரி இன்னைக்கும் சுடலாமா?' என்றான்.

இந்தக் கதையைக் கொஞ்சம் மாற்றி வேறொரு நாள் சொன்னான்:

பெண்டாட்டி வெளியே வருவாள் என்று எதிர்பார்த்திருந்த போது மாமியார் எழுந்து வெளியே வந்தாள். அவள் கையைப் பிடித்து இழுத்துக் கட்டிலில் போட்டுக்கொண்டான். மருமகன் கூப்பிடும்போது எப்படி மறுப்பது என்று அவளும் படுத்துக் கொண்டாள். அவனுக்கு வேறுபட்ட அனுபவமாக இருந்தது. மேல் பகுதி தொளதொளவென்றும் கீழ்ப்பகுதி இறுக்கமாகவும் இருந்தது. இருட்டில் அதை ரொம்ப நேரம் யோசிக்கவில்லை. எப்படியோ பனிக்குளிருக்கு இதமாக இருந்தது. வேலையைப் பார்த்தான். மறுநாள் காலையில் தோசை சுடும்போது பேச்சு நடந்தது. அவன் ஜாடையாகக் கேட்டான்: 'ராத்திரித் தோச மொதல்ல மேல்மாவுல சுட்டது கொஞ்சம் பிஞ்சு பிஞ்சு வந்திச்சு. செரியில்ல. கீழ போவப்போவ அடிமாவுல சுட்டது கெட்டியா இருந்துச்சே, எப்பிடி பிள்ள?' பெண்டாட்டிக்குப் புரியவில்லை. 'ராத்திரித்தான் பத்துத் தோச தின்னீங்களே. அப்பறம் என்ன மேல செரியில்லாத போச்சு கீழ கெட்டியா இருந்துச்சு?' என்று கேட்டாள். அவன் சொன்னான், 'அதுக்கப்பறம் கல்லு மாத்திச் சுட்டமே அந்தத் தோச.' அப்போதும் பெண்டாட்டிக்குப் புரியவில்லை. இதைக் கேட்டுக்கொண்டிருந்த மாமியார் சொன்னாள், 'ஆமா, ராத்திரி மாப்பள கல்லு மாத்தித் தோச சுட்டுப்புட்டாரு. மாவுல பிரச்சின இல்ல. கல்லுத்தான். கல்லு பழைய கல்லு, அதான் தோச மொதல்ல மேல பிஞ்சு வந்திச்சு. பழைய கல்லுன்னாலும் பொழக்கமில்ல. அதான் கீழ கெட்டியா இருந்திருக்கும்.'

◯

20

மாட்டுப்பொங்கல் அன்று சித்தப்பா தொண்டுப்பட்டிக்கு வந்தார். கல்யாணமே செய்துகொள்ளவில்லை அவர். தனக்குப் பிரிந்த காட்டில் அவ்வப்போது கொஞ்சநாள் வெள்ளாமை செய்வார். அப்படியே விட்டுவிட்டு எங்காவது பரதேசம் போய்விடுவார். யாராவது பொம்பளையைக் கூட்டி வந்து கொஞ்சநாள் வைத்திருப்பார். யாருக்கும் அடங்குவதில்லை. அவர் போக்கே தனி. அவருக்கும் காளிக்கும் நல்ல நெருக்கம். பங்காளி முறையில் அவர் சித்தப்பன். ஊரில் இருந்தால் காளியின் தொண்டுப்பட்டிக்கு வந்து பேசிக்கொண்டிருப்பார். அங்கேயே சிலநாள் தங்கிவிடவும் செய்வார். அன்றைக்கு அவர் வந்தது நல்லதாகப் போயிற்று. காளிக்குப் பொங்கல் வைக்கும் எண்ணம் இருக்கவில்லை. சீராயி பொங்கல் வைத்தே ஆக வேண்டும் என்று சொல்லி விட்டாள். காளி தலையெடுத்துப் பண்ணயம் பார்க்க ஆரம்பித்த பிறகு ஒரு வருசமும் பொங்கல் வைக்காமல் இருந்ததில்லை.

ஆடும் மாடுமெனத் தொண்டுப்பட்டி நிறைந்திருக்கும்போது பொங்கலை ஏன் நிறுத்துவானேன்? 'நீ எப்பிடியும் ஆட்டையும் மாட்டையும் கழுவீருவ. அப்பறம் உனக்கென்ன வேலை? பொங்க வெக்கறது பொம்பளைங்க வேல. ஊட்டுல பொம்பள நெறமாசமா இருக்கறப்பப் பொங்க வெச்சாவோணும். அதுதான் நல்லது' என்றாள். பொன்னா தொண்டுப்பட்டிக்குள் வருவாள் என்பது அவனுக்குச் சங்கடம் தந்தது. அவளை அவன் ஒருபோதும் வர வேண்டாம் என்று சொல்லவில்லை. அவன் உதடுகள் பிரிந்த அசைவை 'அவுசாரி' என்று புரிந்துகொண்ட அன்றைக்கு ஒரே ஓட்டமாக ஓடிப் போனவள்தான். பின் இதற்குள் காலெடுத்து வைக்கவில்லை. காட்டுக்குள் வந்து

உட்கார்ந்துகொண்டும் வேலை செய்துகொண்டும் இருக்கிறாள். இங்கே வந்து உட்கார்ந்திருக்க வேண்டியதுதானே. என்னவோ அவன் திட்டமிட்டு விரட்டிவிட்ட மாதிரி காட்டிக்கொள்கிறாள். உள்ளே வந்தால் 'அவுசாரி' என்னும் வார்த்தை காதில் ஒலிக்கும் என்று பயப்படுவாளாக இருக்கும். வருகிறாளா பார்க்கலாம் என்று நினைத்துக்கொண்டான். ஒருவேளை வந்தால் தான் என்ன செய்வது என்று யோசித்தான். நல்லவேளையாகச் சித்தப்பன் வந்துவிட்டார். பொன்னாவை என்ன சொல்லி அம்மா கூப்பிட்டாளோ தெரியவில்லை.

எப்போதுமே இருட்டுக் கட்டத் தொடங்கிய பிறகே அடுப்புப் பற்ற வைப்பது வழக்கம். அம்மா அடுப்புப் பற்ற வைத்த பிறகுதான் பொன்னா வந்தாள். இருட்டை மெல்ல விலக்கிக் கொண்டு வந்தாள். காளி அவன்பாட்டுக்கு மாடுகளுக்குத் தீனி போட்டுக்கொண்டிருந்தான். இன்றைக்கு வயிறு நிறையும்படி மேய்த்தும் இருந்தான். நம்முடைய கஷ்டத்திற்கு மாடுகள் என்ன செய்யும்? இருவரும் பொங்கல் வேலையைப் பார்த்தார்கள். சாமி கும்பிட அம்மா கூப்பிட்ட நேரத்தில் 'பொங்கச்சோறு ஒருஆளுக்குச் சேத்தி' என்று குரல் கேட்டது. சித்தப்பன் ஒரு கையில் இரண்டு கரும்புகளைப் பிடித்துக்கொண்டு வந்தார். 'அடேங்கப்பா, என்னமோ பரதேசம் போயிட்டயின்னும் எங்கயோ கார் அடிச்சுச் செத்துப் போயிட்டயின்னும் ஊரே பேசுது. இப்ப உசுரோட எந்திரிச்சி வந்துட்டயா?' என்று சீராயி வரவேற்றாள். பொன்னா மெதுவாக 'வாங்க மாமா' என்றாள். காளி அவரைப் பார்த்துச் சிரித்தான். அது இருட்டில் அவருக்குத் தெரியவில்லை.

'என்ன மவங்காரன் ஒன்னும் பேச மாட்டீங்கறான்?' என்றார். 'நாந்தான் சிரிச்சன். உங்களுக்குத் தெரீல' என்றான் காளி. 'இருட்டுக்குள்ள சிரிச்சா உனக்கே தெரியாதேடா. பூன பொடக்காலியில போயிச் சிரிச்சா ஆருக்குத் தெரியும்? நீ வேற செக்கச்சேவல்னு இருக்கற. காறையேறிக் கெடக்கற உம்பல்லு தூவெள்ளையா இருக்குது. நீ வாயத் தொறந்தொடன அப்பிடியே பளீர்னு வெளிச்சம் அடிக்குது போ' என்று கேலி செய்தார். சாமி கும்பிடும் முன் மாடுகளுக்கு ஆடுகளுக்கு எல்லாம் சாம்பிராணிப் புகை காட்டப் போனான் காளி. பழைய தாளிப்புக் கரண்டி ஒன்றில் கொருப்பை அள்ளிப் போட்டு அதில் சாம்பிராணித் தூளைக் கொட்டிப் புகை உண்டாக்கினான். மணம் எங்கும் பரவியது. இரும்புக் கரண்டி. சூடு ஏறாமல் இருக்கத் துண்டில் நுனியைப் பற்றிக்கொண்டான். 'எங்க போன? ஒரு ஆறு மாசம் இருக்குமா? ஆளயே பாக்க முடியில' என்று சீராயி பொங்கலை அள்ளிப் படைப்புக்கு வைத்தபடி கேட்டாள். சித்தப்பன் தன்

அனுபவம் ஒவ்வொன்றையும் விவரித்துச் சொல்வார். அது கதை போலக் கேட்கச் சுவாரசியமாக இருக்கும். கதை கேட்கும் ஆவல் பொன்னாவுக்கும் காளிக்கும் ஏற்பட்டது.

'ஆறு மாசமா? எட்டு மாசமாவுது. இந்த ஊருச் சனியனே வேண்டாமுன்னு போயிட்டன். இதா எம் மருமவளே இப்பக் கொழந்த பெத்துக்கப் போறா. எப்பிடியோ இந்தச் சந்தோசத்தப் பாக்க வந்துட்டன். இன்னமே மவனும் மருமவளும் முந்தி மாதிரி சந்தோசமா இருக்க முடியுமா? மவன் கூப்புடுவான், மருமவ கொழந்த அழுவுது இரு வாரன்னு போயிருவா. கையப் புடிச்சாக்கூட கொழந்த இருக்குதும்பா. கொழந்தைக்கு மின்னால அவனுக்கும் கஷ்டமா இருக்கும். கொழந்த பெத்துக்காதீங்கப்பான்னு சொன்னா ஆரு கேக்கறீங்க. செரி, இதுதான் உங்களுக்குச் சந்தோசமுன்னாப் பெத்துக்கங்க' என்று சொன்னார். 'கொழந்த வேண்டாமின்னு எவனாச்சும் இருப்பானாடா. நீ ஒரு ஆகாவழி. உனக்கு எதும் வேண்டாம். நாங்கெல்லாம் காடு ஊடு ஊருன்னு கெடக்கற சனம். எங்களுக்குக் கொழந்த இல்லீனா எப்பிடிப் பொழைக்கறது?' என்றாள் சீராயி.

'ஆமாமா. இந்தக் கொழந்தச் சனியந்தான் என்னயும் ஊர உட்டு வெரட்டீருச்சி. எந்தம்பீவ ரண்டு பேரும் பீப் பேழறாப்பல பொதபொதன்னு பெத்துப் போட்டிருக்கறானுவ. அதுவளப் பாக்கறப்பத்தான் எனக்கே வயசாயிட்டாப்பல தெரீது. எல்லாந் நண்டுஞ் சிண்டுமாக் கெடந்ததுவ. இப்பப் பாத்தாக் கலியாணத்துக்கு நிக்குதுவ. நான் ஒருக்கா வெளியூரு போயிட்டு வர்றதுக்குள்ள பெரியவன் ஒருபிள்ளைக்குக் கலியாணம் பண்ணீட்டான். இன்னொரு பிள்ள கலியாணத்துக்கு நிக்குது. பையன் தடிமாடாட்டம் என்னோட ஒசரமாத் தெரியறான். சின்னவன் பசவ ரண்டுக்கும் பொண்ணுப் பாக்கறானாமா. பிள்ள சின்னது. ஆளுங்க ஒவ்வொருத்தனும் செமதாங்கிக் கல்லு நிக்கறாப்பல நிக்கறானுவ. இந்த நாய்வளுக்குச் சொத்து வேணுமாமா. பொச்சு வலிக்காத பிள்ளப் பெத்துக்கோணும். அதுவளுக்குச் சொத்து மட்டும் ஆராச்சும் சம்பாரிச்சு வெக்கோணும். எஞ்சொத்து மேல கண்ணு வெச்சிட்டானுவ. எனக்கு வயசாயிப் போச்சாமா. சீரக்கா, உன்னயவிட எளையவந்தான நானு. என்னமோ எங்கண்ணனக் கலியாணம் பண்ணிக்கிட்டீன்னு உன்னய நங்கயின்னும் அக்கான்னும் கூப்புட்டுக்கிட்டு இருக்கறன். எனக்கென்ன இப்ப அம்பது அம்பத்தஞ்சு இருக்குமா? காளி நான் காணப் பொறந்த பையன். அவனுக்கு முப்பதத் தாண்டியிருக்கும். அவன் பொறக்கறப்ப எனக்கொரு இரவத்தஞ்சு இருந்தா இருக்கும்.'

சாமி கும்பிட எல்லாவற்றையும் எடுத்து வைத்திருந்தாள் சீராயி. சாம்பிராணி காட்டிவிட்டு வந்தான் காளி. 'காளிக்கு இப்ப மாசி வந்தா முப்பத்தி மூனு முடிஞ்சு முப்பத்தி நாலு பொறக்கப் போவுது. செரி, வா சாமி கும்பிடலாம்' என்று அழைத்தாள் அவள். சாமி கும்பிட்டார்கள். நீர் விளாவிக் கற்பூரம் பற்ற வைத்துக் காட்டினான். எல்லாரும் கும்பிட்டார்கள். காளியின் கையில் இருந்த கற்பூரத்தைத் தொட்டுக் கும்பிட்டுத் திருநீறு எடுத்து இட்டுக்கொண்டு குனிந்தபடியே நகர்ந்தாள் பொன்னா. அவள் அருகில் வருகையில் பூவரசின்மீது தன் பார்வையைப் பதித்திருந்தான் காளி. படைப்புச் சோற்றை எடுத்துக் காளி கையில் கொடுத்தாள் சீராயி. மாடுகளுக்கு ஊட்டப் போனான் அவன். எருதுகள் இரண்டும் சோற்றை விரும்பிச் சாப்பிடும். அவற்றுக்கு ஊட்டிவிட்டுக் கொஞ்சம் கன்றுக்குட்டி வாயில் வைத்தால் போதும்.

'அப்பறம்? இப்ப எதுக்கு வயசுக் கணக்குப் போடற?' என்றாள் சீராயி. 'என்ன நங்க இப்பிடிக் கேக்கற. செல்லூர்ல இருந்து பொண்ணு ஒருத்தியக் கட்டிக்கச் சொல்லிக் கேக்கறாங்க. என்ன, பொண்ணுக்குக் கலியாணமாயி அஞ்சாறு மாசத்திலயே பிரசன் செத்துப் போயிட்டானாம். ஆரோ அடிச்சுப் போட்டுட்டாங்கன்னு சொல்றாங்க. பொண்ணுக்குப் பெருத்த சொந்தம். அண்ணந் தம்பிக மட்டும் அஞ்சு பேரு. பிள்ளைக்கு இன்னொரு கலியாணம் பண்ணி வெக்கோணும்னு நிக்கறானுவ. அதுல ஒருத்தன் சூனாக் கட்சியில இருக்கறவனாம். அவருதான் இப்ப 'முண்டச்சிக்குக் கலியாணம் கட்டி வெச்சா என்ன?' அப்பிடீன்னு கேக்கறாரே. பிள்ளைக்கு இப்ப ஒரு இரவத்தஞ்சு இருக்கும். கட்டிக்கிலாம்னு பாக்கறன்' என்று சிரித்தார். 'என்னதான் இருந்தாலும் முண்டையப் போயிக் கட்டுவியா?' என்றாள் அவள்.

'ஏங் கட்டுனா என்ன? எத்தன எனத்துல கட்டுப்பொண்ணுக் கட்டறாங்க. அறுத்துக் கட்டற எனம் இருக்குதுல்ல. நம்புளுக்கு என்ன, பொண்ணப் பாத்தாப் பாவமா இருக்குதாமா. இந்த வயசுல இருந்து வெள்ளச்சீலயோட அவளப் பாக்க முடியலீன்னு அண்ணன் தம்பீவெல்லாம் அழுவறாங்க. கட்டிக்குவன். எனக்கு இந்தக் குடும்பம் நடத்தறது ஒத்து வருமான்னுதான் தெரீல. அந்தப் பிள்ளையோட அண்ணன் ஒருத்தன் எனக்குப் பழக்கம். அவன் சொல்றான், நீங்க எங்க வேண்ணாலும் போங்க வாங்க, காடுகரையப் பிள்ள பாத்துக்குவா, நாங்கெல்லாம் எதுக்கு இருக்கறம், வந்து பாத்துக்குவம் அப்பிடீங்கறான். அப்பறம் என்ன, அதான் கட்டிக்கலாமின்னு ஒரு எண்ணம். ஆம்பள

ஆயரம் பேருகிட்டப் போறான் வர்றான். பொம்பள ஒருத்தனக் கட்டிப் பொழச்சவ. என்ன கொறஞ்சு போயர்றா?'

'அட சாமீ. அண்ணந்தம்பீவளே சொல்றாங்கன்னா அப்பறம் என்ன, தங்கமாக் கட்டிக்க. ஒரு பிள்ளைக்கி பொழப்பக் காட்டுனாப்பலயும் ஆவும், நிய்யும் ஒரு குடும்பம்னு ஆவலாம். அஞ்சு மச்சனனும் நின்னுக்கிட்டுப் பாத்தானுவன்னாப் போதும், காலோட கழிஞ்சிக்கிட்டுக் காட்டோட கெடப்ப. அப்பறம் பரதேசமேது ஒன்னேது' என்றாள் அவள்.

'பாரு நிய்யே செரின்னு சொல்ற. அப்பறம் அந்தத் தம்பி மயரானுவள எதுக்கு நெனைக்கோணும். எதுனா ஒன்னுன்னா அஞ்சு பேரு மச்சனன் வந்து நிப்பானுவ. மெரட்டுனாத்தான் மெரட்டட்டுமே. ஒரெடமா அக்கடான்னு இருந்துக்கிட்டாப் போச்சு. இன்னமே வயசான காலத்துல என்ன?'

'பொம்பள முண்டையா இருந்தா எத்தன கஷ்டமுன்னு எனக்குத் தெரியாதாடா? இப்பிடி ஒருத்தன் கட்டிக்கறமின்னு வந்தா எப்புஎப்புனு குடுக்கலாம். நானே கலியாணத்துக்கு வர்றன்' என்றாள் அவள்.

'ஏஞ்சித்தப்பா, கொழந்தயோடவே ஒருத்தியக் கூட்டியாந்துட்டாப் பிள்ளப் பெக்கற கஷ்டம் இல்ல பாரு' என்றான் கேலியாகக் காளி.

'உனக்கென்னடா தெரீம் காளி. கெணத்துத் தண்ணியக் குடிச்சிக்கிட்டுக் கொர்ருகொர்ருன்னு கத்திக்கிட்டுக் கெடக்கற தவக்கா நீ. ஊரு ஒலகம் என்னன்னு தெரீமா உனக்கு? இதா கண்ணாடித் தாத்தா வெள்ளக்காரங்கூடப் பேசிக்கிட்டு இருக்கறாரு. இந்த நாட்ட நம்புகிட்டயே குடுத்துட்டு இன்னம் ஒருவருசத்துல அவன் போயிருவானாமா. இதெல்லாம் உனக்குத் தெரீமா சொல்லு. தொண்டுப்பட்டி வேலியில சுத்தற ஒடக்கானுக்குத் தெரியறதுகூட ஒனக்குத் தெரியாது' என்று வேகமாகச் சொன்னார் சித்தப்பன். ஆளுக்கொரு வட்டிலில் பொங்கச்சோற்றைப் போட்டுக் கொடுத்தாள் சீராயி. 'தின்னுக்கிட்டே பேசப்பா. ஊரு ஒலகமெல்லாம் ஓடி வெளையாடுவான்னுதான் நெனச்சன். இப்பிடி இதுக்குள்ளயே அடங்கீருவான்னா கண்டன். நீதான் ரண்டு நல்ல பித்தி சொல்லு இவனுக்கு' என்றாள் அவள். பொங்கலுக்கும் பச்சப்பயிறு கடைசலுக்கும் நன்றாக இருந்தது.

'எவளயாச்சும் கொண்டுக்கிட்டு வந்தா வெட்டிப் போட்டு ஆரியக்காட்டுல பெதச்சிருவமுன்னு பேசறானுவ. ரண்டு பேரும் மானங்கெட்ட பசவ. சொத்து வேணுமின்னு

பொண்டாட்டிவள எங்கிட்டத் தூது உடறானுவ. அவளுவளும் வந்து மாரத் தொறந்து காட்டறாளுவளே. இதுல போட்டி வேற. கலியாணமாயி வந்து இரவது வருசத்திக்கி மேலாயிருச்சு. ரண்டு பேருத்துக்கும் மாரெல்லாம் தொங்கிப் போயி அவ இடுப்புல செருவி வெச்சிருக்கற சுருக்குபையாட்டம் கெடக்குது. அதக் கொண்டாந்து எம் மூஞ்சியில வெக்கறாளுவ. ஓடிப் போங்கடி நாய்வளேன்னு தொரத்தி உட்டுட்டன். புரசன், பொண்டாட்டி, பிள்ள, பசவ எல்லாம் இதுக்கு ஒடந்த பாத்துக்க. மாரக் காட்டிச் சொத்த எழுதி வாங்கிக்கலாமுன்னு நெனப்பு. அதுல வந்த சண்டைலதான் கொஞ்ச நாளு வேற பக்கம் போயிட்டு வரலாமின்னு கௌம்பீட்டன். இப்ப எல்லாத்துக்கும் ஒரு ஏற்பாடு பண்ணி வெச்சிருக்கறன். வக்கீலப் புடிச்சு ஒயில் எழுதி வெச்சிட்டன்' என்றார். பேசிக்கொண்டே இருந்தார் சித்தப்பன்.

'நீ பேசப்பா. எங்களுக்கு நேரமாச்சு. பிள்ளத்தாச்சிய இருட்டுல கூட்டிக்கிட்டு வளவுக்குப் போவோணும்' என்றாள் சீராயி. 'பிள்ளத்தாச்சி மருமவளுக்கு இப்பப் பேச்சடங்கிப் போச்சாட்டம் இருக்குது. வார்த்த வாயில இருந்து வருவனாங்குது. பிரசன மாதிரியே பொண்டாட்டியும் ஆயிட்டா' என்று பொன்னாவைக் கேலி செய்தார். பின் 'காளி நீ வேண்ணாக் கூடப் போயிட்டு வா. நான் இங்கயே இருக்கறன்' என்றார் சித்தப்பன். காளி என்ன பதில் சொல்வதென்று தெரியாமல் பேசாமல் இருந்தான். இது மாதிரி சந்தர்ப்பத்தை எதிர்பார்த்துக்கொண்டிருந்த சீராயி 'வர்றயாடா' என்றாள். சித்தப்பன் ஏதாவது சொல்வார் என்பதால் எதுவும் சொல்லாமல் அவர்களுடன் காளியும் கிளம்பினான்.

21

காளி வளவுக்குள் போய் வரும்வரை சித்தப்பன் கரும்புகளைத் துண்டாக்கித் தோகைகளை மாடுகளுக்குக் கொடுத்துவிட்டுக் கரணையை எடுத்துக் கடித்துக்கொண்டிருந்தார். காளி பொங்கல் பானையைத் தலையில் வைத்துக் கொண்டு முன்னால் நடந்தான். அவனுக்குப் பின்னால் பொன்னா. கடைசியில் சீராயி. அவள் மட்டும்தான் சித்தப்பனைப் பற்றி ஏதேதோ சொல்லிக்கொண்டே வந்தாள். இருவரும் எதுவும் பேசவில்லை. 'எத்தனையோ பொம்பளைவளப் பாத்தவன் இவன். எடுபட்டது, எச்சக்கலயின்னு எதயும் உடமாட்டான். அப்பிடி இருந்தாலும் ஒருத்தனக் கட்டிப் பொழப்பு நடத்துனவளக் கட்டிக்கறமுன்னு சொல்றானே, இந்தக் குணம் எந்த ஆம்பளைக்கு வரும்? ஒருத்தனோட ரண்டு வார்த்த பேசுனாலே அவன வெச்சிருக்கறயான்னு கேக்கற ஒலகம் இது. இவனுக்குப் பெரிய மனசுதான். அப்பிடி ஒருத்தியக் கட்டிக்கிட்டு வந்து இந்த ஊர்ல அவன் குடும்பம் நடத்தி நல்லாப் பொழைக்கோணும்' என்று இடைவிடாமல் சொல்லிக்கொண்டே இருந்தாள்.

அவள் பேசுபவை எல்லாம் தனக்காகப் பேசுவது மாதிரியே காளி உணர்ந்தான். இப்போதெல்லாம் அப்படித்தான். அவள் என்ன பேசினாலும் அதில் தன்னைக் குத்திக்காட்டவோ தனக்கு உணர்த்தவோ தனக்கு அறிவுரை சொல்லவோ அவள் இப்படிப் பேசுகிறாள் என்று காளி நினைக்கும்படி ஆகி விடுகிறது. அவளும் பெரும்பாலான சமயங்களில் அந்த எண்ணத்திலேயே பேசுகிறாள். 'ஆயரம் பேருகிட்டப் போற ஆம்பளய உட ஒருத்தனக் கட்டிப் பொழச்ச பொம்பள என்ன கொறஞ்சு போயிட்டான்னு சொல்றான் பாரு. அதுதான் அவங்கொணம். கட்டுன பொண்டாட்டிவள

அனுப்புறானுவளாமே தம்பீவ. எப்பேர்ப்பட்ட ஆளுவ அவனுவ. சொத்து வருதுன்னா பிய்யக்கூடத் திம்பானுங்க. அவனுங்க கோட்ட கட்டி ஆண்டாலும் இவன் காலுத் தூசிக்கு ஆவ மாட்டாங்க பாத்துக்க' என்று சொன்னதில் தனக்கும் விஷயம் வைத்திருக்கிறாள் என்று நினைத்தான்.

அதைப் பற்றி யோசித்தபடி அவன் திரும்பியபோது சித்தப்பன் நான்கைந்து கரணைகளைக் கடித்துத் துப்பியிருந்தார். அவர் அருகில் வந்து உட்கார்ந்து ஒரு கரணையை எடுத்த காளி 'நெசமே அந்தப் பிள்ளயக் கட்டிக்கப் போறீங்களா சித்தப்பா' என்றான். 'அப்பிடித்தான் எண்ணமிருக்குது. இன்னமே ஊர்ல இருந்தா இவனுங்க உட மாட்டானுங்க. எதுனாக் கொடச்சல் குடுத்துக்கிட்டேதான் இருப்பானுங்க. சொத்துக்காவ எதையும் செய்யத் துணிஞ்சிருவானுங்க. ராத்திரியில ஊடு பூந்து வெட்டிக் கொண்டோயிக் காட்டுல பெதச்சுப் பாத்தி கட்டீட்டுக் காத்தாலக்கித் தண்ணியுட்டுப் பயிர் நட்டுப்புட்டாங்கன்னு வெச்சுக்க. ஆருக்குத் தெரியும்? உன்னாட்டம் இருக்கறவிங்க, போன ஆளுக்குப் போன எடத்துல என்ன ஆச்சோன்னு நெனப்பீங்க. அப்பறம் கொஞ்சநாள் கழிச்சுப் போன எடத்துல செத்துப் போயிட்டான்னு சொல்லி ஒரு சாங்கியத்தச் செஞ்சிட்டுக் காட்டப் பிரிச்சிக்குவானுங்க. எதுக்கு அப்பிடி உடோனும். எனக்கு முந்தி மாதிரி இப்ப ஒடம்பு இல்ல. இத்தன வெருசம் ஊரூராச் சுத்தி எத்தனையோ எடம், எத்தனையோ மனசங்களப் பாத்துட்டன். இன்னமே ஒரெடத்துல இருந்துக்கறதுதான் நல்லது. இன்னம் இரவது வருசம் இருக்கறன்னு வெச்சுக்க. இத்தன காலம் இருந்தாப்பல இன்னமேலும் சந்தோசமா இருந்துக்கலாம். இன்னைக்குக் கூப்பட்டாக்கூட ஓடி வரப் பொம்பளைங்க இருக்கறாளுங்க. ஆனா பொறத்தாண்ட ஒரு பலமிருக்கோணும். அதான் பாக்கறன். இல்லீனா இவனுங்க சும்மா இருக்க மாட்டானுங்க. எதுனாக் கொடைச்சல் குடுப்பானுங்க. தம்பி பசவளப் பாரு நீ. ஒவ்வொருத்தனும் என்னய எரிக்கறாப்பல பாக்கறானுங்க. என்னமோ அவனுங்களுக்கு வர வேண்டிய சொத்த நான் புடுங்கி வெச்சிருக்கறாப்பல.'

'நெசமே இந்த வயசுல கலியாணம் பண்ணிக்கப் போறீங்களா? இல்ல, நெறையக் கத சொல்லுவீங்களே அப்பிடித்தானா?' என்று கொஞ்சம்கூட நம்பிக்கை இல்லாமல் கேட்டான் காளி. அவனுக்கு அது ஆச்சர்யமாகவும் சாத்தியமா என்னும் அவநம்பிக்கையும் தருவதாக இருந்தது. 'அட காளீப்பா . . . நான் சொல்றதெல்லாம் உனக்குக் கதையாட்டமா தெரீது? நெசம்டா. எந்தம்பி பொண்டாட்டிவ வந்து மாரக் காட்டிக்கிட்டு

நின்னாளுவன்னு உங்கொம்மாளும் பொண்டாட்டியும் இருந்ததால கொஞ்சம் தணிச்சுச் சொன்னன். ஒருத்தி ராத்திரியில வந்து கட்டலோட என்னயப் போட்டு அமுக்கறாடா. நீங்க என்ன சொன்னாலும் கேக்கறன், வாங்க இன்னைக்கே போயி எம்பசவ பேருக்கு எழுதிக்கிட்டு வந்தரலாங்கறா. என்ன சொல்லுவ நீ? நான் பொம்பள பொறுக்கிதான், இல்லீங்கல. ஆனா எவ ஊட்டுக் கதவயாச்சும் தட்டிக் கையப் புடிச்சு இழுத்திருக்கறனா? தூக்கிக்கிட்டுப் போயிருக்கறனா? கேப்பன். செரின்னா செரின்னு போவன். வேண்டான்னா எம்பாட்டுக்குப் போயிருவன். என்னாட்டம் வக்கில்லாத, குடும்பம் இல்லாத திரியுதுவ பாரு அதுவளக் கொண்டாந்து கொஞ்ச நாளு வெச்சிருப்பன். அதுக்காவ என்னய ஏமாத்திச் சொத்தப் புடுங்கப் பொண்டாட்டிவள அனுப்பறானுவளே. எத்தனையோ பாத்திருக்கறன். புருசனும் பசவளும் சேந்து அனுப்பறத இங்கதாண்டா பாத்தன். அப்பப் போனவந்தான். ஊரூராச் சுத்தீட்டு வர்றன். நான் வரங்காட்டி எங்காட்ட ஆளுக்குப் பாதியாப் பிரிச்சுச் சோளம் வெதச்சிருக்கறானுவ. சும்மாதான கெடக்குதுன்னு வெதச்சம் அப்படீங்கறானுவ. ஊட்டுல படுத்தன்னு வெச்சுக்க, கட்டாயம் கொன்னு போட்டுருவானுங்க. அதான் அங்க தேடி இங்க தேடி இப்பிடி ஒருபொண்ணப் பாத்திருக்கறன். பொண்ணோட அண்ணன் ஒருத்தனுக்கு என்னய நல்லாத் தெரீம். ம்ன்னு ஒரு வார்த்த சொல்லு, எப்பேர்ப்பட்ட ஆளையும் நான் பாத்துக்கறன்னு சொல்றான். அதான் கலியாணம் பண்ணிக்கலான்னு முடிவு செஞ்சிட்டன். நீதான் எனக்கு உதவி பண்ணோனும்.'

'நானா? நானே சிக்கப்பட்டுக் கெடக்கறன். நான் உங்களுக்கு என்ன சித்தப்பா பண்ண முடியும்?' என்று பயந்தான் காளி.

'நீ ஒன்னும் பண்ண வேண்டாண்டா. எங்கூட வந்து எனக்கும் ஒராளு ஊருல இருக்குதுன்னு நில்லு போதும். மத்ததெல்லாம் அவுங்க பாத்துக்குவாங்க. கலியாணம் பண்ணி ரண்டே நாள்ல இங்க கூட்டியாந்தரலாம்.'

'அப்பறம் ஊருக்கூட்டம் போட்டு தள்ளி வெச்சிருவாங்களே சித்தப்பா. உங்கூட வந்தா என்னயுந்தான தள்ளி வெப்பாங்க?'

'ஊருக்கூட்டத்துல எவண்டா தள்ளி வெக்கறவன். அவனப் பாத்தரலாம். பொண்ணோட அண்ணனுங்க நல்ல சமுத்து மட்டுமில்ல, செல்வாக்கான ஆளுங்க. மணியாரனப் புடிச்சி வேண்டாத ஆளுவளச் செயிலுக்குள்ளகூடக் கொண்டோயிப் போட்டுருவானுங்க. ஊர்க்கூட்டமே இதுக்குப் போடாத பண்ணீரலாம். எவன் கூட்டம் போடோணுமின்னு சொல்வான்?

எந்தம்பீவதான. கலியாணம் ஆயிக் கூட்டியாருவம். ஒரு மாசம் ரண்டு மாசத்திக்கு இங்க ஆளுவ இருப்பாங்க. இவனுங்க முண்டுனா ஆள உட்டு ரண்டு தட்டுத் தட்டீரலாம். அப்பறம் எவன் பேசுவான்? கரட்டூருல ரங்கன் ரங்கன்னு ஒருத்தந் தெரீமா? அவங்கிட்ட மட்டும் முடிச்சோக்கிங்க ஏராளம் உண்டு. பொண்ணோட அண்ணன் கை காமிச்சா அவனுங்ககூட வந்திருவாங்க. கை கால முறிக்கறதுன்னாலும் செரி, உசுரையே எடுக்கறதுனாலும் செரி. எல்லாம் பண்ணிருவாங்க. நீ ஒண்ணும் பயப்படாத. சித்தப்பன் மேல பிரியம் இருந்து தெகிரியமும் இருந்தா என்னோட வா. இல்ல, பயந்தாங்கொள்ளின்னா தொண்டுப்பட்டிக்குள்ளயே பூந்துக்க. நான் ஒன்னுஞ் சொல்லுல.'

காளி அமைதியாக இருந்தான். சித்தப்பன் ஒரு இக்கட்டில் கொண்டு நிறுத்திவிட்டதாகத் தோன்றியது. இது மாதிரி காரியம் எதிலும் அவன் இறங்கியதில்லை. முத்து வேண்டுமானால் எல்லாவற்றிற்கும் போவான். அவனிடம் இப்போது கேட்கவும் முடியாது. ஆலோசனை கேட்டால் எதையும் தீர்க்கமாகச் சொல்வான். கோந்தாளைக் கரும்பை எடுத்துக் கடித்துவிட்டான் போல. வாயில் கசப்பு ஏறியது. எவ்வளவு நேரம் ஒன்றும் சொல்லாமல் இருப்பது? சித்தப்பன் கலியாணம் செய்துகொள்கிறேன் என்கிறார். குடும்பமாக ஆகப் போவதாகச் சொல்கிறார். அவருடைய வயதுக்கும் பேருக்கும் யாரும் பெண் கொடுக்கப் போவதில்லை. இப்படிப்பட்ட பெண்தான் கிடைக்கும். இல்லாவிட்டால் தம்பிகள் கொன்றுவிடுவார்கள் என்று பயப்படுகிறார். அதில் நியாயம் இருக்கிறது. அவர் கல்யாணத்திற்குக் கூட நின்றால் என்னவாகிவிடும்?

'என்னடா காளி ஓசிக்கற? உன்னால ஒரு பிரயோசனமும் இருக்காதுன்னு எனக்குத் தெரியும்டா. இப்பிடித்தான் ஓசிச்சு ஓசிச்சு அப்பறம் உனக்குள்ளயே அடங்கிப் போயிருவ. உனக்கும் ஒலகமே தெரியாதுடா. எஞ்சொத்த ஒருத்தி செரின்னு சொன்னா இப்பவே எழுதி வெச்சிட்டு எனக்குக் கலியாணமும் வேண்டாம் ஒன்னும் வேண்டாமுன்னு இருந்துக்குவன். அவ ஒத்துக்க மாட்டீங்கறா, பாத்துக்க. மூனு நாலு மாசமா நான் எங்க இருந்தன் தெரீமா?'

காளி தன் யோசனைகளை ஒதுக்கிவிட்டு 'எங்க சித்தப்பா இருந்தீங்க?' என்றான். 'பன்னி மேக்கற ஒரு குடும்பத்தோட இருந்தண்டா. அது ஒரு நாடோடிக் குடும்பம். பன்னி வளத்தறதும் மேய்க்கறதுந்தான் தொழிலு. ஊரூருக்குப் பன்னிவளோட போவாங்க. அங்க மேச்சுக்கிட்டு அடுத்த ஊருக்கு அப்பிடீன்னு போய்க்கிட்டே இருப்பாங்க. நாம ஆடு மேய்க்கறாப்பல.

தண்ணி ஏரியாவும் கொளமாவும் இருந்தா அங்க கொஞ்ச நாளைக்கு குடுசு போட்டுத் தங்குவாங்க. அந்தக் குடும்பத்தோட இருந்தன் பாத்துக்க. அப்பிடி ஒரு பொழப்பு நமக்கெல்லாம் கெடைக்காது. அவ புருசந்தான் எனக்கு மொதல்ல பழக்கம். சந்தையில பாத்திருக்கறன். அவன் பன்னிக்கறி போட்டு விப்பான். அவன் பொண்டாட்டி அங்கயே கறி வறுத்துத் தருவா. காசு குடுத்திட்டமுன்னாப் போதும். அருமையாக் கறி வறுத்திருவா. சாத்தோட வேணும்னாலும் சரி, வெறும் வறுகறியா இருந்தாலும் சரி. அப்பிடியாச் செய்வா. கோட்டக்கறின்னு கேட்டு வாங்கின்னாலும் திங்கலாம். நீ சந்தசாரிக்குப் போனீன்னாத் தெரியும். வெசாழச் சந்தைக்குப் போனீன்னா உள்ள இருக்கறது மட்டும் சந்தையில்ல. வெளியில சந்து பொந்துலயெல்லாம் அன்னைக்குச் சந்த நடக்கும். பன்னிக்கறி போடறதுக்குன்னே ஒரெடம் இருக்குது தெரீமா. வாரத்துக்கு இரவது கட அங்க வரும். பல சந்தயில அவங்களப் பாத்திருக்கறன். ஒருகோட்டக் கறி வாங்கித் திம்பன். என்னய ஏம் புடிச்சதுன்னு தெரீல. ஒருநாளு சந்தையில வெச்சு அவன் கேக்கறான், சாமீ . . . என்னூட்டுக்கு வர்றயான்னு. இது ஏதுடா வம்பாப் போச்சுன்னு எதுக்குடான்னு கேட்டாச் சொல்றான், நாலஞ்சு கொழந்த ஆயிருச்சு எனக்கு. முந்தி மாதிரி என்னால பொண்டாட்டி கிட்டப் படுக்க முடியல. பாவம் அவ. ரொம்பக் கஷ்டப்படறா. செரி, நல்ல ஆளாப் பாத்துக் கூட்டிக்கிட்டுப் போனா அவளுக்குச் சந்தோசமா இருக்கும். உங்கள நானும் பாத்துக்கிட்டுத்தான் வர்றன். யோக்கியமான ஆளா இருக்கறீங்க. நீங்க வந்து எங்களோட ஒரு பத்து நாளைக்கு இருந்துட்டுப் போங்கன்னு கூப்படறான். எனக்கே இப்பிடியான்னு ஆயிருச்சு.'

'சித்தப்பா, எனக்குக் காது குத்தியாச்சு பாத்துக்க.'

'அட அப்பா, உனக்குப் பொய்யின்னு தோணுச்சுன்னா வா போலாம். இப்பச் சென்னாங்குட்டை இருக்குதில்ல, அங்கதான் கெட போட்டிருக்கறாங்க. பத்துப் பெரிய பன்னிவளும் முப்பது நாப்பது குட்டிவளும் மேயுது. வா, கூட்டிக்கிட்டுப் போறன். கேட்டுக்க. அவளப் பாத்தா உனக்கு ஆசையா இருக்கும். ஆனா அவ உங்கிட்டயெல்லாம் வர மாட்டா பாத்துக்க. என்னயப் புடிச்சிருந்துச்சு. பத்து நாளுன்னு போனன். அவுங்களோடவே அஞ்சாறு மாசமா இருந்திட்டன். எனக்கு அப்பிடிப் புடிச்சுப் போச்சு. எங்கள ரண்டு பேருத்தயும் குடிசைக்குள்ள உட்டுட்டு அவம்பாட்டுக்கு வெளியில உக்கோந்திருப்பான். ஏண்டா உம் பொண்டாட்டி இன்னொருத்தனோட இருக்கறாளேன்னு உனக்கு வருத்தமில்லயாடான்னு ஒருநா கேக்கறன், வருத்தமின்னா என்ன சாமீங்கறான். அட பன்னிப்பயலே, உம் பொண்டாட்டியும்

நானும் உள்ள படுத்திருக்கறப்ப உனக்கு என்னடா தோனும்னு வெளக்கமாக் கேக்கறன். பொம்பள சந்தோசமா இருக்கட்டும்னு தோனும்கிறான். அவளுக்குத்தான் சொத்தெ எழுதி வெச்சரமின்னு கேட்டன். சொத்த வெச்சுக்கோ, குடும்பமா வந்து இருந்துக்கோங்க. ஊடு இருக்குது, காடு இருக்குது. பன்னி வேண்ணா மேய்ச்சுக்கலாம். வெள்ளாம வேண்ணாலும் செஞ்சுக்கலாம். எனக்கென்ன ஒருவாய் சோறு. ஆனா என்ன சொன்னாலும் எனக்கெதுக்கு சாமி சொத்து, பன்னிவ போதும், நாங்க ஊரூராப் போயி எரந்து குடிக்கறவங்க, ஒரெடத்துல இருக்கக் கூடாது சாமீ அப்பிடீன்னு சொல்லிப்புட்டா. எப்பிடியோ பன்னி மேய்க்க நல்லாக் கத்துக்கிட்டன். 'பாபா பாபா...'ன்னு கூப்பிட்டா வெள்ளாட்டுக் குட்டிவள உட வேகமா ஓடியாந்து கைக்கிட்ட நின்னுக்கும். அப்பிடிப் பாசம் பாத்துக்க பன்னிவளுக்கு. நாளைக்குக் கலியாணம் பண்ணிக்கிட்டுக் காட்டுல அஞ்சாறு பன்னி வளக்கலாம்னு இருக்கறன்.'

காளி நம்பியும் நம்பாமலும் ரொம்பவும் குழம்பிப்போனான்.

22

சித்தப்பா சொல்வதில் பாதிக்குமேல் பொய்யாகத்தான் இருக்கும் என்பது காளியின் நம்பிக்கை. இப்படி எல்லாம் இருக்காது, இவர் தன்னைப் பெரிய ஆளாகக் காட்டிக்கொள்ளச் செய்யும் தந்திரம் இது என்று நினைப்பான். சிலசமயம் உண்மையாக இருக்குமோ என்றும் சந்தேகம் வரும். அவர் சொல்கிற மாதிரிதான் உலகம் இருக்கிறது என்றால் அது சரியா தப்பா? ‘சரி, தப்பெல்லாம் முடிவு பண்ண நாம ஆரு? உங்கப்பனுக்குச் சரின்னு பட்டது உனக்குத் தப்புன்னு படுது. உனக்குத் தப்புன்னு படறது நாளைக்கு உம்பையனுக்குச் செரின்னு படும். அதெல்லாம் பெரிய விஷயம். நீ உம்பாட்டுக்குப் போய்க்கிட்டே இரு’ என்று சொல்வார்.

அவருக்கு அன்று கதை சொல்லும் உற்சாகம் பெருகிவிட்டது. அவர் கேட்டார், ‘உனக்குச் செம்மூரு மிட்டாதாரரு தெரீமா?’ ‘ஆமா’ என்று சொன்னான். அவன் கேள்விப்பட்டிருக்கிறான். அந்தப் பக்கம் போனதில்லை. பெரிய மாளிகை போன்ற வீடும் ஏராளமான நிலங்களும் சொந்தமாக உள்ள குடும்பம். குதிரைகளே ஏராளமாக நிற்கும் என்று கேள்விப்பட்டிருக்கிறான். ‘அந்தக் குடும்பத்துலயே இப்ப நம்ம வாரிசு வளருது தெரீமா?’ என்று அவனைப் பார்த்தார். இருட்டில் காளியின் முகம் தெரியவில்லை. பேயறைந்த மாதிரி ஆகியிருக்குமோ என்று நினைத்தார். அவனை இன்னும் சீண்டிப் பார்க்க ஆசை கொண்டார்.

மிட்டாதாரருக்குப் பல கிராமங்கள் சொந்தம். அவருடைய குடும்பத்தினர் ஒவ்வொருவரையும் ஒவ்வொரு ஊரில் குடியமர்த்தி நிர்வாகத்தைப் பார்க்கச் செய்வார். அப்படி ஒரு குடும்பம்

வெள்ளூரில் இருக்கிறது. அவர் இப்போதைய மிட்டாதாரருக்குச் சித்தப்பா மகன் முறை. அவருடைய பொறுப்பில் ஐந்தாறு ஊர்கள் இருந்தன. அவருக்குச் சொத்துபத்து ஏராளம் என்றாலும் ஆள் கொஞ்சம் சோக்குப் பேர்வழி. அவர் குதிரை வண்டியில் வருவார். எங்காவது ஓரிடத்தில் வண்டியை நிறுத்தச் சொல்லிவிட்டு அவர்பாட்டுக்கு நடந்து எங்கே வேண்டுமானாலும் போவார். அவரைத் தெரிந்தவர்கள் எழுந்து நின்று மரியாதை கொடுப்பார்கள். அதைக் கண்டுகொள்ளாத மாதிரி போவார். சந்தைசாரிகளில் அவரைப் பார்க்கலாம். கிளி ஜோசியக்காரனிடம் உட்கார்ந்து பேசிக்கொண்டிருப்பார். உடுக்கை அடித்துக் கொலைச்சிந்துப் பாட்டுப் பாடி விற்பவனிடம் போய் உட்கார்ந்து பாட்டுப் புத்தகம் விற்பார். பன்றிக்கறியும் தின்பார். மாட்டுக்கறியும் தின்பார்.

ஒருமுறை மொள்ளூருக்குப் பக்கத்தில் உள்ள மொண்டிச் சத்திரத்தில் சித்தப்பா தங்கியிருந்தபோது அங்கே வந்து அந்த மிட்டாதாரரும் ஒருநாள் இரவு தங்கியிருந்தார். அவரை இவருக்குத் தெரியும். சத்திரக்காரர்களுக்கும் சரி, அங்கே தங்கியிருந்தவர்களுக்கும் சரி யாருக்கும் அவரைத் தெரியவில்லை. அவரைப் பார்த்ததும் எழுந்து கும்பிடு போட்ட இவரிடம் தன்னைப் பற்றி வாய் திறக்கக்கூடாது என்று சொல்லிவிட்டார். இருவரும் சத்திரத்துத் திண்ணையில் படுத்துக்கொண்டு இராத்திரி வெகுநேரம் பேசினார்கள். அப்படியே நிலா வெளிச்சத்தில் பாதையில் நடந்துபோனார்கள். ‘வெள்ளக்காரனப் போபோன்னு எல்லாரும் சொல்றாங்க. இப்பப் பாரு அவனில்லயின்னா இப்பிடிப் பாதையேதப்பா. எங்கருந்து எங்க போவனுன்னாலும் ரயிலு வண்டி உட்ருக்கறான். ஏரோக்கப்பலுகூட இருக்குதாமே. அவனில்லையின்னா நம்ம சனம் நான் பெரிய ஆளா, நீ பெரிய ஆளான்னு சண்ட போட்டே செத்துப் போயிருமப்பா’ என்றார். அவரிடம் போய் வாக்குவாதம் செய்ய முடியுமா? ‘சரிதானுங்க’ என்றார் சித்தப்பன்.

‘இப்பிடி நெலா வெளிச்சத்துல நடக்கறது எனக்கு ரொம்பப் புடிக்கும். அப்பறம் இந்தச் சத்திரத்துத் திண்ணையாட்டம் மேலோகம்கூட வராது பாத்துக்க’ என்றார். அதற்கும் ஆமாம் போட்டுக்கொண்டார். ‘எல்லா வசதியும் வெச்சிக்கிட்டு எதுக்குங்க இங்க வந்து இப்பிடிக் கஷ்டப்படறீங்க?’ என்று கேட்டார் சித்தப்பன். ‘ஊரு ஒலகத்துல எத்தனையோ இருக்குதப்பா. நாம இருக்கற எடமும் ஆளுங்களுந்தான் ஒலகமுன்னு நெனச்சா அது முட்டாத்தனம். நாம முட்டாள இருக்கக்கூடாதுன்னுதான்

நம்மளால முடிஞ்ச எடத்தயாவது பாக்கலாமுன்னு இப்பிடி அங்க இங்க போவன்' என்றார். 'மாட்டுக்கறியெல்லாம் திங்கறீங்கன்னு சனம் பேசுதே' என்றார் சித்தப்பன். 'தின்னா என்னப்பா. வெள்ளக்காரன் மாட்டுக்கறியும் பன்னிக்கறியும் திங்கறான். அவனப் பாத்ததியும் எந்திரிச்சிக் கும்பிடு போடறம். அதே நம்மாளுவ தின்னா ஆவாதுங்கறம். அட அதத் திங்கறவனும் மனசந்தானப்பா' என்றார்.

இப்படி அவருடன் பல விஷயங்களையும் பேசிக் கொண்டிருந்தார். அவர் குடும்பத்திலேயே குடுமியை முதலில் எடுத்தவர் அவர்தான். காதுகளில் கடுக்கனும் போட மாட்டார். 'காதுக் கடுக்கன அறுக்கறதுக்கு ஒரு கூட்டமே அலையுது. அப்பறம் அதப் போட்டுக்கிட்டு நாலு பக்கம் போவ முடியுமா? போடுலீன்னா எங்க வேண்ணாப் போலாம். எங்கயும் கெடக்கலாம். அதான் போடறதில்லீப்பா' என்பார். அவருக்குச் சித்தப்பனை மிகவும் பிடித்துப்போயிற்று. அவரும் இப்படி ஊர் ஊராகத் திரிகிற ஆள் என்றதும் நெருக்கமாகிவிட்டார். எங்கெங்கே போயிருக்கிறார் என்று விசாரித்துப் பல கதைகளையும் கேட்டார். சித்தப்பனும் விலாவாரியாகச் சொன்னார். அடுத்த நாள் கிளம்பும்போது 'வாப்பா, நம்மூட்டுல நாலுநாளுத் தங்கீட்டுப் போலாம்' என்று சொல்லிக் கூட்டிப் போனார்.

அவர் வீட்டில் இல்லாத வசதிகளே இல்லை. இப்படி இருக்கிறவர் ஊர் ஊராகத் திரிவானேன் என்று சித்தப்பனுக்குச் சந்தேகம் வந்தது. நாலுநாள் என்று போனவர் ஒருமாதம் தங்கிவிட்டார். வீட்டில் உள்ளவர்கள் எல்லாம் சித்தப்பனுக்குப் பழக்கமாகிவிட்டார்கள். ஒருமாதம் கழித்துக் கிளம்புவதாகச் சொன்னார். அன்றைக்கு இரவு அதுவரைக்கும் காட்டாத ஒருஅறைக்குக் கூட்டிப் போனார். உள்ளே வெள்ளைக்காரத் துரைகள் எல்லாம் வந்தால் உட்கார்ந்து குடிப்பதற்கேற்ற அறை. சித்தப்பன் குடிக்க மாட்டேன் என்று சொல்லிவிட்டார். என்னென்னவோ பழக்கங்கள் எல்லாம் அவருக்கு இருந்தபோதும் இந்தக் குடி மட்டும் சுத்தமாக இல்லை.

சின்ன வயதில் அவருடைய அப்பன் கோட்டையில் வாங்கிக் 'குடிடா' என்று கொடுத்தார். வாயை வைத்தால் ஒரே புளித்த நாற்றம். அவருக்கு வாந்தி வர ஆரம்பித்துவிட்டது. கோட்டையோடு தூக்கி வீசிவிட்டார். அவருடைய அப்பனுக்குக் கோபமானால் கோபம். அந்தக் கோட்டையை எடுத்துக் கையில் பிடிக்கச் சொல்லிக் கொடுத்துக் கள்ளை ஊற்றினார். வீசிய வேகத்தில் கோட்டை உடைந்து போயிருந்தது. ஊற்ற ஊற்றக்

கள் கீழே வழிந்தது. 'கோட்டைய ஒடச்சிப்புட்டயாடா' என்று தலையில் ஓங்கி அடித்தார். இன்னொரு புதுக் கோட்டையைக் கொண்டு வரச் சொல்லி அதில் ஊற்றிக் கொடுத்தார். அந்தக் கோட்டையையும் தூக்கி வீசினார். இப்படியே நான்கைந்து கோட்டைகள் உடைந்து போய்விட்டன. அப்பனுக்கானால் கோபம் தலைக்கேறி வெறி பிடித்துவிட்டது. 'குடிடான்னு நாஞ் சொல்றன். நீ குடிக்க மாட்டீங்கற. அவ்வளவுக்கு ஆயிருச்சா உனக்கு' என்று சொல்லிப் பையனைப் பிடித்துத் தன் கால்களுக்குள் அமுக்கிக்கொண்டு வாயில் கோட்டையை வைத்து அழுத்தினார். பற்களை இறுகக் கடித்துக்கொண்டார்.

எவ்வளவு முயன்றும் வாய்க்குள் ஒருசொட்டுக் கள்ளை இறக்க முடியவில்லை. 'ஒரு குடியானவனுக்குப் பொறந்தவனா நீ. குடிச்சாத்தாண்டா குடியானவன். நானென்ன உனக்குக் கெழவி மூத்தரத்தயா குடுக்கறன். பனங்கள்ளுத்தாண்டா. உங்கொம்மா உன்னய எவனுக்குப் பெத்தாளோ நாதேரி முண்ட' என்று திட்டிக்கொண்டே விளாறை எடுத்து வீசினார். அந்த அடியிலிருந்து தப்பித்துத்தான் முதலில் அவர் ஊரை விட்டு ஓடினார். அப்பன்மேல் இருந்த கோபத்தால் அவருக்குக் குடியின்மேல் வெறுப்பு உண்டாகிவிட்டது. இதுவரைக்கும் அந்தச் சனியனை ஒருமுறைகூட நாக்கில் வைத்துப் பார்த்ததில்லை. மிட்டாதாரருக்கு இது ஆச்சரியமாக இருந்தது. 'வெள்ளக்காரக் கெழவி மூத்தரம் வெச்சிருக்கறன். ஆசயாயிருந்தாக் கொஞ்சம் நாக்க நனச்சுப் பாருப்பா' என்றார். 'அந்த நாத்தமே நம்ம நாசிக்கு ஆவாதுங்க' என்று மறுத்துவிட்டார். அதற்கப்புறம் அவரும் வற்புறுத்தவில்லை. அன்றைக்குத்தான் மனம் விட்டுப் பேசினார்.

ஊரெல்லாம் உலகமெல்லாம் சுற்றினாலும் அவருக்குப் பெரிய குறை, வீட்டில் துள்ளி விளையாட ஒரு குழந்தை இல்லை என்பதுதான். 'ஆயரம் இருந்தாலும் ஒரு கொழந்த இருக்கற ஊட்டுக்குத் தனிக் கள இருக்குதப்பா. அந்தக் கள ஒன்னுதான் நம்மூட்டுல இல்ல. நானும் ஒன்னுக்கு ரண்டக் கட்டிப் பாத்துட்டன். ஒன்னும் வேலைக்காவுல. எத்தனையோ மருந்து மாயம் மந்திரம் தந்திரம் எல்லாம் பண்ணிப் பாத்தும் ஒன்னும் பலிக்கல. அதான் இப்ப ஒரு மாத்து ஓசன' என்று நிறுத்தினார். சித்தப்பனும் இந்த இடத்தில் கதையை நிறுத்தினார். காளி கொட்டாய்க்குள் இருந்த சுரைப்புருடையை எடுத்து வந்து சொப்பில் கள்ளை ஊற்றினான். 'மரமேறி கொட்டாயிலகூட இப்பிடி எந்நேரமும் கள்ளு இருக்காது. நீ எங்கீடா இந்தக் கெழவி

மூத்தரத்தக் குடிச்சுப் பழவுன' என்றார். அவன் சிரித்தான். அவன் குடிப்பதைப் பார்த்துக்கொண்டே மேற்கொண்டு சொன்னார்.

மிட்டாதாரர் இப்படிச் சொன்னார், 'மாடு செனை யாவுலயின்னு வெச்சுக்க. என்ன செய்வம்? ஒருதரம் ரண்டுதரம் காள போடுவம். அப்பறம் காளைய மாத்திப் போட்டுப் பாப்பம். மனசனுக்கும் அப்பிடிப் பண்ணுனா என்ன தப்பு? நம்மூட்டுக்கு வந்திருக்கற புதுக்காள நீயப்பா. ஒரு தப்புத்தண்டா இல்லாத ஆளா இருக்கற. இன்னொரு மாசத்திக்கி இங்கயே தங்கிக்கோ. புதுக்காளைய உட்டுப் பாக்கலாம்' என்றார். சித்தப்பனுக்கு என்ன சொல்வதென்று தெரியவில்லை. என்னென்னவோ தகுமானம் சொன்னார் அவர். 'அட தோலுப்பா. இன்னைக்கு முறுக்கமா இருக்குது. இன்னம் பத்து வெருசம் போயிட்டா இந்த முறுக்கம் இருக்குமா? சுருங்கி ஒன்னுக்கும் ஆவாத போயிரும். அதுக்குப் போயி ஏன் கவலப்படோணும்? இந்த மிட்டா முறுக்கு இல்லீனாக் கருமம் எங்கயாச்சும் போயிப் பிள்ளய வாங்கிக்கிட்டு வாங்கன்னு அனுப்பீருவன். இது ஒன்னு கையில வெலங்காக் கனத்துக் கெடக்குதே' என்று பேசினார்.

'பெரிய மனுசன் கையைப் பிடித்து இழுக்கும்போது எப்படி மாட்டன்னு சொல்றதுன்னு செலவாந்தரமே இருக்குது. நான் அதுக்கு மேல ஒன்னும் செய்ய முடியில. ஒருமாசம் அங்க இருந்துட்டுத்தான் வந்தன். அப்பறம் மிட்டாதாரருக்குக் கொழந்த பொறந்திச்சு. ஒன்னு இல்ல. ரண்டு பொண்டாட்டிக்கும் ஒன்னொன்னு. இப்ப எல்லாம் பெரிசாயிக் குதர வண்டியில ஏறிக்கிட்டுப் போவுதுவ' என்று முடித்தார் சித்தப்பன்.

பெரிய ஏப்பம் விட்ட காளியின் முகம் அவருக்குத் தெரியவில்லை. மெதுவாகக் கிசுகிசுப்பது போல 'இந்த விசயத்த எங்கயும் சொல்லீராத. அப்பறம் ஆள வெச்சு அடிச்சுத் தூக்கிக் கட்டீருவாங்க. என்னய மட்டுமில்ல, உன்னயுந்தான்' என்றார். காளி எதுவும் பேசவில்லை. சித்தப்பன் திட்டமிட்டுக் கதை சொல்கிறாரோ என்றும் பட்டது. போதையில் பெருமூச்சை விட்டுக்கொண்டு 'எப்பக் கலியாணம் வெச்சுக்கலாம் சொல்லுங்க. எம் மச்சான் முத்துவக் கூப்புட்டுக்கலாம். அவன் கூட இருந்தா எனக்கும் ஒரு பலம் வந்தாப்பல இருக்கும்' என்றான் காளி. 'அவுங்களோட தொலவுன்னு சொன்ன' என்றார் சித்தப்பன். 'தொலவுன்னா உங்க கலியாணத்துக்கு வர்றதுக்கு என்ன? இந்தப் பொன்னாதான் அறிவில்லாத தொலவு போட்டுட்டு வந்துட்டா' என்றான் அவன்.

‘செரி, அடுத்த வாரம் மங்கூரு மஞ்சாமி கோயிலுக்கு பூவடி எடுத்துக்கிட்டுப் பயணம் போற கூட்டத்தோட போயிட்டு வரலாம்னு இருக்கறன். இதுவெரைக்கும் நடந்தே போனதில்ல. எம்பேரு நல்லான்னு ஏன் வெச்சிருக்கறாங்க தெரீமா, எங்கப்புச்சியூட்டுக் கொலசாமி நல்லான். அது மங்கூரு மஞ் சாமிதான். அதனால அங்க போயி ஒருவார்த்த சொல்லீட்டு வந்து கலியாணத்த வெச்சுக்கலாம்’ என்றார் சித்தப்பன். ‘பயணம் நானும் வரட்டுமா சித்தப்பா’ என்றான் காளி.

23

காளி நடைப்பயணம் போனபோது காட்டில் பல வேலைகள் இருந்தன. அவற்றை விட்டுவிட்டுப் போகிறானே என்று பொன்னாவுக்கு மனதில் இருந்தது. என்றாலும் அவள் சொல்லி நிறுத்தப் போவதில்லை. அதுவல்லாமல் அவன் போகட்டும் என்று சீராயி மிகவும் விருப்பப்பட்டாள். 'நாலு எடம் போயி நாலு மக்க மனுசரப் பாத்தாத்தான் புத்தி தெளியும். இந்தத் தொண்டுப்பட்டிக்குள்ள உக்கோந்துக்கிட்டு முட்டி முட்டியாக் கள்ளக் குடிச்சிக்கிட்டு இருந்தா என்ன தெரியும்? ரண்டு சனத்துக்கிட்ட வார்த்த குடுத்து வார்த்த வாங்கத் தெரீதா ஒன்னா? என்னமோ நீதான் அவங்கிட்ட எழுஞ்சிக்கிட்டுக் கெடந்த. வேற எந்த நாயி அவனச் சீண்டுது. எதுமே நாம குடுத்தம்னாத்தான் நம்புளுக்கும் கெடைக்கும். உடு, போய்ட்டு வரட்டும். இந்தக் காட்டு வேல தொலையாதா. ஒருமாசத்திக்கிக் கொஞ்சம் கஷ்டம். என்னமோ ஒடம்புல இன்னங் கொஞ்சம் தெம்பு இருக்குது, பாத்துக்கலாம்' என்று சொன்னாள் அவள்.

அவளே அத்தனை தைரியமாய்ச் சொன்னது பெரிய விஷயம்தான். காளியிடம் 'நல்லபடியாப் போய்ட்டு வாப்பா. மஞ்சாமி, எனக்கு நல்லபுத்தியக் குடுக்கோணும்னு வேண்டிக்கிட்டு வா' என்று நல்ல வார்த்தை சொன்னாள். சித்தப்பனிடம் இப்படிச் சொன்னாள், 'அவன இப்பிடி எல்லாம் எங்கயும் உட்டதில்ல. எதோ இந்தக் கரட்டூரச் சுத்திப் பத்துப் பதனஞ்சு ஊருப் பக்கம் சுத்தியிருக்கறான். அதும் தண்டுவனாப் பசவளோட திரிஞ்சுக்கிட்டு இருந்தப்ப. கலியாணம் ஆனதுக்கு அப்பறம் கோயிலே கதி கும்புடே பொழப்பு அப்பிடின்னு இருந்துட்டான்.

இப்பத்தான் மொத மொத வெளிய போறான். நீ இருக்கற தெகிரியத்துலதான் நான் ஒன்னுஞ் சொல்லுல. அவனத் தனியா உட்டுட்டு நீ எங்கயாச்சும் சுத்தப் போயராத. மக்க மனுசரோட பேசிப் பழவட்டும்னு உடு.' சித்தப்பன் சிரித்துக்கொண்டே 'கொழந்தய என்னோட இடுப்புல தூக்கி வெச்சு அனுப்பற. நேரா நேரத்துக்குப் பால் குடுத்துப் பாவன பாத்து உங்கிட்டயே கொண்டாந்து ஒப்படச்சிடறன் நங்க' என்று சொல்லிவிட்டுப் போனார்.

அவன் இருந்தவரைக்கும் காட்டைப் பற்றிய கவலை இருவருக்கும் இல்லை. முதலில் எதுவும் செய்யாமல் முகட்டை வெறித்துக்கொண்டே கிடந்தாலும் சீராயி சொல்லிச் சொல்லி ஒவ்வொன்றாகச் செய்ய ஆரம்பித்திருந்தான். இப்போது நல்ல பனிக்காலம். காலையில் நேரமே எழுந்து வேலை செய்ய முடியாது. அதே போல மாலையிலும் பொழுதிருக்கவே வீடடைந்துகொள்ள வேண்டும். தொண்டுப்பட்டிக் காவல்தான் முக்கியப் பிரச்சினையாக இருந்தது. அவன் மிகச் சாதாரணமாக 'நீ வந்து படுத்துக்கோம்மா' என்று சொல்லிவிட்டான். பொன்னா ஒருத்தியையும் தனியாக வளவு வீட்டில் விட முடியுமா? நிறைமாதமாக இருக்கிறாள். இப்போதெல்லாம் கீழே உட்கார்ந்து எழுந்திருக்கவே ரொம்பவும் கஷ்டம். வயிறு பெரிதாக இருக்கிறது. இப்படி பெரிதாக வயிறு இருந்தால் பிள்ளையாகத்தான் இருக்கும் என்று பண்டிதகாரிச்சி சொல்கிறாள். உடம்பைச் சும்மா வைத்திருக்கக் கூடாது என்று அந்தப் பக்கமும் இந்தப் பக்கமும் நடமாடுகிறாள். அடுப்பு வேலைகள் எதுவாவது செய்கிறாள்.

அவளைத் தனியாக இரவில் எப்படி விடுவது? எதிர் வீட்டுச் பொரசா பிள்ளைகளில் ஒன்றைத் துணைக்குப் படுத்துக்கொள்ளச் சொல்லலாம். அதுவெல்லாம் சின்னஞ் சிறுசுகள். ராத்திரிப் படுத்தால் பொழுது கிளம்பிய பிறகுதான் எழும். தனியாக இருக்கும் ஆளுக்குத் துணை என்றால் சரி. இவள் வயிற்றுப் பிள்ளையோடு இருக்கிறாள். தொலவு போடாமல் இருந்திருந்தால் இந்நேரம் அடையூரிலிருந்து ஆட்கள் ஓடோடி வந்திருப்பார்கள். பண்ணயத்தாளைத் தொண்டுப்பட்டியில் படுக்க அனுப்பியிருப்பார்கள். பொன்னாவை ஊருக்கே கூட்டிச் சென்றிருப்பார்கள். வல்லாயியைச் சந்தை சாரியில் பார்க்கும்போது இருவரும் கண்கள் பனிக்கப் பேசிக்கொள்வார்கள். 'ஒருநாழி ஓசிக்காத இப்பிடிப் பண்ணிட்டு வந்துட்டா. வந்து கண்ணாரப் பிள்ளயப் பாக்கறதுக்குக்கூட இல்ல' என்று அவள் வருத்தப்படுவாள். 'பண்ணயத்தாளுக்கு என்ன

தொலவு, சொல்லியுடலாமா?' என்று சீராயி கேட்டதற்குப் பொன்னா ஒரேயடியாக மறுத்துவிட்டாள். 'கழட்டி உட்ட செருப்பு வாசல்லயே இருக்கட்டும். ஊட்டுக்குள்ள ஒன்னும் கொண்டாந்து வெக்க வேண்டாம்' என்றாள். பொன்னா சொன்னபடி இருவரும் தொண்டுப்பட்டிக்கே போய்விட்டார்கள். சோறாக்கக் கொஞ்சம் சட்டி, பானைகளை எடுத்துக்கொண்டால் போதும். அவ்வப்போது அவசரத்துக்குத் தொண்டுப்பட்டியில் ஆக்குவதும் உண்டு. சின்னச் செலவுப்பொட்டியும் அங்கே இருந்தது. இரண்டு இடத்திற்கும் அலைய முடியாது. இருந்து பார்க்கலாம் என்றாள் பொன்னா.

ஒருநாள் இருந்தார்கள். பனிக்குளிர் அதிகம். ஊசியை உடம்பெங்கும் ஏற்றுவது மாதிரி குளிர். கொட்டாய் நல்ல தணுவாகத்தான் இருந்தது. ஓலை கீழே தொங்கிக்கொண்டிருந்தால் கரையான் ஏறிவிடும் என்று அவற்றை நறுக்கிவிட்டிருந்தான் காளி. சுவர் இல்லை. பக்கவாட்டு ஓட்டைகளில் பனி உள்ளே புகுந்து தாக்குதல் நடத்தியது. வேலியோரம் கிடந்த ஓலைகள், தடுக்குகள் எல்லாவற்றையும் எடுத்து வந்து அடுத்த நாள் ஒருபக்கம் அடைத்தார்கள். பொன்னா கட்டிலில் இரண்டு போர்வைகளை அடுக்கிப் போட்டுக்கொண்டாள். போர்த்திக்கொள்ள இரண்டு. சாக்குப்பைகள் சில கிடந்தன. அவற்றை உதறி எடுத்துக் கட்டிலுக்கு விரித்துப் போட்டுக்கொண்டதோடு ஒன்றுக்குள் கால்களை நுழைத்துப் படுத்தாள். பனிப்பதத்திலேயே எழுந்து சீராயி தலைக்குச் சாக்கைக் கொங்கூடை போட்டுக்கொண்டு கட்டுத்தரை வேலைகளைக் கவனித்தாள். பொன்னாளைப் பொழுது கிளம்பி வெயில் வந்து உறைக்கும்வரை வெளியே வரக் கூடாது என்று சொல்லிவிட்டாள். ராத்திரியில்கூட வெளியில் எழுந்து வராமல் இருக்க எல்லாவற்றையும் முடித்துக்கொண்டு போய்ப் படுத்தார்கள். சமாளித்துவிட முடியுமா என்று தீவிரமாக யோசித்தாள் பொன்னா.

கட்டுத்தரை வேலைகளும் அடுப்பு வேலைகளும் என்றால் பரவாயில்லை. காட்டுக்குள் சோளத்தட்டு வளர்ந்து நிற்கிறது. எல்லாரும் விதைத்து முடித்தபின் பருவம் தப்பி விதைத்த சோளம். அங்கங்கே பூட்டைகளும் தலை நிமிர்த்திக்கொண்டு நிற்கின்றன. அவற்றை நல்லபடியாக வீடு சேர்க்க வேண்டும். சீராயிக்கும் அதே கவலையாக இருந்தது. அந்தச் சமயத்தில் காரானுடைய மருமகள் வெங்காயி தொண்டுப்பட்டிக்கு வந்தாள். அவளுக்கும் பொன்னாவுக்கும் கொஞ்சம் பழக்கமுண்டு. ஒருவருக்கொருவர் பிடித்தும் போகும். அவளுக்கும் பொன்னா வயதுதான் இருக்கும். மூன்று குழந்தைகளை வைத்துக்கொண்டு

ரொம்பவும் கஷ்டப்பட்டாள். எல்லாப் பக்கமும் காட்டு வேலைகள் முடிந்துவிட்டன. அதனால் வேலை இருந்தால் சொல்லும்படி கேட்டு வந்தாள் அவள். அது பொன்னாவுக்கு ரொம்பவும் வசதியாகிவிட்டது.

ஆட்கள் நிறையப் பேரைக் கொண்டு வந்து காட்டுக்குள் விட்டால் அவர்களைக் கவனிக்க முடியாது. அதனால் வெங்காயியை ஒருமாதத்திற்குத் தினமும் வந்துவிடு என்று சொல்லிவிட்டாள். பொழுது கிளம்பும்போது காட்டுக்குள் இருக்க வேண்டும். பழைய சோற்று நேரத்திற்கு இங்கேயே சோறு குடித்துக்கொள்ளலாம். பொழுது உச்சியைத் தாண்டிக் கீழிறங்கிய பின் போய்விடலாம். ஒருநாளைக்கு ஒருரூபாய் கூலி. அவளை வைத்துக்கொண்டு வேலைகளைச் செய்துவிடலாம் என்று பொன்னாவுக்கு நம்பிக்கை வந்தது. முதலில் தொண்டுப்பட்டி வேலைகளை ஒழுங்குபடுத்தினாள். இரண்டு பெரிய மொடாக்களையும் தாழிகளையும் எடுத்துப் போய்க் கிணற்றடியில் தண்ணிக்குழிக்குப் பக்கத்தில் வைக்கச் சொன்னாள். கிணற்றில் தண்ணீர் சேந்தி பக்கத்திலேயே ஊற்றிக்கொள்ளலாம். அதற்கு இன்னொரு ஏற்பாட்டையும் செய்தாள். வெங்காயி புழங்குவதற்கு மட்டும் தனியாக ஒரு குடத்தைக் கொடுத்தாள். கட்டுத்தரைக்குள் வாப்பாடு போனதும் உப்பில் பொரிந்ததுமான குடங்கள் அங்கங்கே கிடந்தன. அவற்றை எல்லாம் இப்போது உபயோகப்படுத்தினாள். சீராயி கிணற்றில் தண்ணீர் சேந்தி வெங்காயி குடத்தில் ஊற்றுவாள். அவள் கொண்டு போய்த் தாழியிலும் மொடாவிலும் ஊற்றிவிடுவாள். எருதுகளையும் மாடுகளையும் மேய்ச்சலுக்கு காட்டில் கட்டியிருப்பார்கள். அப்படியே கிணற்றடிக்குக் கொண்டு வந்து தண்ணீர் காட்டிவிடலாம். பல குடம் தண்ணீர் சுமக்கும் வேலையை எளிதாக்கினாள் பொன்னா.

காளிக்குக் கிணற்றில் தண்ணீர் சேந்துவதும் கொண்டு போய் ஊற்றுவதும் சாதாரண வேலைகள். ஒருநாளைக்கு எல்லாவற்றுக்கும் சேர்த்து இருபது குடமாவது தேவை. சீராயி எத்தனை குடம் சுமப்பாள்? அதே போலப் பகல் முழுக்கவும் மாடுகளைக் குறையாகக் கிடந்த காட்டில் கட்டச் சொன்னாள். இரவில் போடும் சாணி மட்டும்தான் கட்டுத்தரையில் கிடக்கும். எருதுகள் இரண்டும் வேலையில் ஈடுபட்டுப் பல நாட்கள் ஆகிவிட்டன. ஆனால் அவற்றுக்கு ரொம்பவும் பாவனை பார்ப்பான் காளி. பசுமாடுகள் மேல் பிரியமில்லை. ஏழெட்டு மாதங்களாக ஏற்றம் கட்டவில்லை, வண்டியும் பூட்டவில்லை. சோளம் விதைக்க ஏர் உழுததோடு சரி. பூவரசடியில் நிழல்

உணர்த்தியாகப் படுத்து அசை போட்டுக்கொண்டிருந்தன எருதுகள். அவற்றைக் காலை நேரத்தில் இட்டேரிப் பக்கம் மேவு இருக்கும் இடமாகக் கட்டினாள் பொன்னா. அவை சிறு குழந்தை பிடித்துப் போனாலும் சாதுவாக நடக்கும். பகலெல்லாம் தீனி மேய்ச்சல்தான். ராத்திரியில் ஆரியத்தாளைப் போட்டாள். அதை மாடுகள் அவ்வளவாக விரும்புவதில்லை. தோகைகளை மட்டும் கடித்துவிட்டுத் தண்டை அப்படியே போட்டுவிடும். என்றாலும் பெரிய போர் பிரிபடாமல் அப்படியே இருந்தது. அதை வைத்துக்கொண்டு என்ன செய்வது?

இந்த வருசம் ஆரியம் நட்டிருக்கலாம். காளிக்கு ஈடுபாடு இல்லாமல் போய்விட்டது. கம்பும் இல்லை. சோளம் மட்டும்தான். அதுவும் வெள்ளைச்சோளம். சோற்றுக்கு வாங்கித்தான் ஆக வேண்டும். ஆட்டுப்பட்டியையும் வெளியே கொண்டு வந்தாள். எல்லாவற்றையும் உள்ளேயே எதற்கு வைத்திருக்கிறான் இவன்? அவனில்லாதபோது ஒவ்வொரு வேலையையும் பார்க்க இதை இப்படிச் செய்யலாமே, அப்படிச் செய்யலாமே என்று தோன்றியது பொன்னாவுக்கு. அவனுக்குச் சுலபமாக இருந்த முறையில் செய்திருக்கிறான். பெண்களுக்கு அது சரிப்படாது. பட்டியைக் கண்ணுக்குத் தெரியும் தொலைவில் போட்டு நாயை அங்கே கட்டினாள். தொண்டுப்பட்டிப் பக்கம் ஆள் வந்தாலும் நாய் குலைக்கும். எதற்கும் இருக்கட்டும் என்று சீராயி அரிவாள், ஈட்டிக் கம்பு, பெரிய தடிகள் எல்லாவற்றையும் தொண்டுப்பட்டியின் பல இடங்களில் வைத்திருந்தாள். பாம்பு பூச்சி வந்தாலும் ஆகும். எவனாவது திருடன் வந்தாலும் ஒரே போடுதான்.

சிலநாட்களுக்குப் பிறகு காட்டை இப்படியெல்லாம் தன் இஷ்டப்படி மாற்றி அமைப்பதில் பொன்னாவுக்குப் பெருமளவு ஈடுபாடு ஏற்பட்டுவிட்டது. இதுவரைக்கும் எல்லாமே காளியின் விருப்பமாக இருந்தது. அவன் செய்வான். அவர்களுக்கு ஏதாவது வேலை சொன்னால் அதை மட்டும் செய்வார்கள். இப்போது ஒவ்வொன்றும் புதிதாகத் தெரிந்தன. சீராயிக்கும் சந்தோசம்தான் என்றாலும் ‘அவன் வந்து எதுனாச் சொல்லுவான் பொன்னா’ என்று தயங்கினாள். ‘என்ன அத்த செய்யறம்? மாமனுக்குப் புடிக்கலயின்னா அவருக்கு ஏத்தாப்பல மாத்திக்கட்டும். இந்த ஒருமாசத்திக்கி நாம எல்லா வேலையும் பாக்க வேண்டாமா?’ என்றாள். கிணற்றுப்பக்கம் இருந்த ஒரு ஏக்கர் அளவுக்கான இரண்டு பெரிய அணப்புகள் மட்டும் குறையாகக் கிடந்தன. அவற்றில் கத்தரிச் செடியின் ஒருபாத்தி மட்டும்தான் வெள்ளாமை. ஆரியமோ மிளகாயோ நடுவதற்காக விட்டிருந்த

அணப்புகள். தொண்டுப்பட்டி வாசப்படலைத் திறந்ததும் அந்த அணப்பு ஒன்றில்தான் கால் வைக்க வேண்டும். அதில் ஒன்றைக் கடந்து அடுத்த அணப்புக்குப் போனால் கிணறு. ஏன் தொண்டுப்பட்டியை இப்படிக் கடைசியில் போட்டான்? கிணற்றை ஒட்டிப் போட்டிருந்தால் இன்னும் வசதியாக இருந்திருக்கும் என்று பொன்னாவுக்குத் தோன்றியது.

ஒருவர் வேலையை இன்னொருவர் பொறுப்பெடுத்துச் செய்யும்போது ஆளுக்கு ஏற்ற மாதிரி சில மாற்றங்களைச் செய்வதும் முன்பு செய்துகொண்டிருந்த ஆள் சரியாகச் செய்யவில்லை என்று தோன்றுவதும் இயல்புதான். மாமனைக் குறை சொல்லக்கூடாது என்று மனதுக்குச் சொல்லிக்கொண்டாள். அவனுக்கு எப்படி வசதியோ அப்படிச் செய்திருக்கிறான். அது அவனுக்குச் சரி. இது தங்களுக்குச் சரி. குறை கிடக்கும் அணப்புகள் மாடுகளைக் கட்டுவதற்கும் பட்டி போடுவதற்கும் உதவின. மீதமுள்ள மூன்று ஏக்கர் முழுக்கவும் சோளம். அதை எப்படி உருப்படியாக்குவது என்று யோசித்தாள் பொன்னா. குறை கிடந்த அணப்பை ஒட்டியிருந்த சின்ன அணப்புகள் இரண்டில் அங்கங்கே இருந்த பூட்டைகளைப் பொறுக்கும்படி வெங்காயிக்குச் சொன்னாள். ஒருநாள் வேலைதான் அது. அடுத்த ஒருநாள் அந்த அணப்புத் தட்டுக்களை அறுக்கச் சொன்னாள். அன்றைக்குச் சீராயியும் போய் உடன் வேலை செய்தாள். 'இந்தப் பொன்னாளும் அவனாட்டமே என்ன நெனைக்கறான்னு சொல்லாத செய்யறா. வேல முடிஞ்சதுக்கு அப்பறந்தான் தெரீது' என்று தட்டறுக்கும்போது சீராயி சொன்னாள்.

◯

24

இரண்டு சின்ன அணப்புகளிலும் அறுத்துக் கத்தை கட்டி மேலணப்புக்குக் கொண்டுபோய்ப் போட்டார்கள். அவை காய்ந்துகொண்டு கிடந்தன. வெங்காயி புருசனை அடுத்தநாள் பொழுதோட நேரத்தில் ஏற்றம் கட்ட வரச் சொன்னாள். கிணற்றில் தண்ணீர் கிடந்தது. ஆரியம் நட்டு ஏற்றம் இறைத்திருந்தால் இவ்வளவு தண்ணீர் இருந்திருக்காது. அப்படியே கிடைதண்ணீர்த் தேக்கம். சோளத்தட்டு அறுத்த அணப்புகளுக்கு வாரம் ஒருமுறை தண்ணீர் காட்டினால் போதும். வேரிலிருந்து பொடங்கு தழைந்து வந்துவிடும். பனி ஈரத்தில் இரண்டு அணப்புத் தட்டுகள் வளரும். எருதுகள் வெங்காயி புருசனுக்கு இணக்கம் காட்டின. அதனால் ஏற்றம் இறைப்பது சுலபமாயிற்று. அப்படியே கத்தரிக்காடு, தென்னைமரங்கள் ஆகியவற்றுக்கும் தண்ணீர் பாய்ச்சினார்கள். மொடாக்கள், தாழிகளிலும் ஏற்றம் இறைக்கும்போதே தண்ணீர் மொண்டு ஊற்றி வைத்துக்கொண்டார்கள்.

பொன்னா ஒன்றையும் செய்யவில்லை என்றாலும் அவளுடைய யோசனைப்படியே எல்லாம் நடந்தன. சீராயிக்கு அவளை அறியாமல் ஒருகணம் எண்ணம் ஓடியது. 'இந்த நாய் செத்துத் தொலைந்திருந்தாலும் பொன்னா பண்ணயத்தை நன்றாகவே பார்த்திருப்பாள்.' உடனே என்ன இப்படி மனம் யோசிக்கிறதே என்று கடிந்துகொண்டாள். பொம்பளை பண்ணயம் பார்த்துவிட்டால் மட்டும் போதுமா? காளி இருப்பது காட்டில் கருஞ்சாமியே காவல் இருக்கிற மாதிரி. 'ஆனையாட்டம் பொம்பள இருந்தாலும் பூனையாட்டமாச்சும் புரசன் வேணும்' என்று செலவாந்திரம் சொல்வது சும்மாவா? இரண்டு அணப்புப் பொடங்குப் பயிர்களுக்கும்

பெருமாள்முருகன்

தண்ணீர் பாய்ச்சிய அன்றைய இரவு பொன்னா சொன்னாள். ‘அத்த தொண்டுப்பட்டியில செவரு வெச்சு ஒரு கொட்டாயி போட்டரலாம். இன்னமே இங்கயே குடியிருந்துக்கலாம்.’ சீராயிக்கும் இந்த எண்ணம் இருந்தாலும் எந்த அளவு சரிப்படும் என்னும் கேள்வி இருந்தது.

‘தொண்டுப்பட்டியில இருக்கறதுதான் இன்னமே நல்லது அத்த. மாமன் இன்னமே அங்க இங்க வெளிய போவப் பழவிக்கும். அப்பறம் நாமதான் காவலுக்கு இங்கயும் அங்கயும் அலயோணும். என்ன இப்ப அங்க ஆக்கற சோத்த இங்க ஆக்கிக்கலாம். தவசத்தயெல்லாம் அங்கயே கொண்டோயிப் போட்டுக்கலாம். மாமன் இருக்கறப்ப நீங்க வளவுலயே போயிப் படுத்துக்கலாம். என்னய இன்னமே என்ன அடிச்சா கொன்றப் போவுது? பேசுனாப் பேசுது, பேசாட்டினாலும் போவுது. நான் இங்கயே இருந்துக்கறன்’ என்றாள்.

‘ரண்டு பேரும் ஒரே எடத்துல இருந்துக்கிட்டு மூஞ்சியக்கூடப் பாக்காத எப்பிடி இருப்பீங்க? ஒரு வார்த்த பேசுவனாங்கறான். அவன எப்பிடிச் சமாளிக்கறது?’

‘கொழந்த பொறந்ததுக்கு அப்பறம் மாமன் வந்து பாக்குமோ பாக்காதோ, கையில தூக்குமோ தூக்காதோ. அப்பன்னு எடுத்து வெச்சிக்கிட்டுக் கொஞ்சுமோ கொஞ்சாதோ. எங்கொழந்தைக்கி அப்பந் தோள்ல ஏறிக்கிட்டுத் தேருப் பாக்கப் போற சொவம் கெடைக்குமோ கெடைக்காதோ. காலந் தப்பிப் பொறக்கற அதுக்கு அம்மாதான் கெதியோ என்னமோ. ஊருக்குள்ள இருந்தா உம்பிரசன் வந்து பாக்குலியான்னு நாலுபேரு கேட்டுக்கிட்டே இருப்பாங்க. ஆருக்கு என்னன்னு பதிலுச் சொல்லறது? இப்பவே என்னென்னமோ சொல்லிக்கிட்டுத் திரியறம். இங்கயே கெடந்தன்னு வெச்சுக்கங்க, ஆருக்கும் ஒரு பதிலு சொல்ல வேண்டியதில்ல. எம்பாட்டுக்கு இருந்துக்குவன். ஆராச்சும் வந்து கேட்டா மாமனே பேசிக்கட்டும். அதான் இங்கயே வந்தரலாங்கறேன்’ என்று தன் தரப்பைத் தழுதழுக்க விளக்கினாள். சீராயிக்கும் கண்ணில் நீர் வந்துவிட்டது.

‘அப்பிடி ஒன்னும் கவலப்படாத பொன்னா. உங்கொழந்த வரம் வாங்கி வந்து பொறக்கற பிள்ள. இதுனாலே இந்தக் குடும்பத்துச் சாப்பமே தீந்து போயிரும் பாரு. காளி கவுறு போட்டுக்கிட்டப்ப அவ்வளவுதான் இந்தக் குடும்பமுன்னு நெனச்சன். தப்புச்சுக்கிட்டான். அதிலயே எனக்குப் புரிஞ்சிருச்சு. இன்னமே நம்புளுக்கு நல்லதுதான் நடக்கும். நீ தெகிரியமா இரு. தொண்டுப்பட்டிக்கே வந்தரலாம், அது நல்லதுதான். ஒவ்வொருத்திவ என்னமோ தஞ்சீலைக்குள்ள

ஒடக்கான் பூந்திட்டாப்பல கொத்திக் கொதர்றாளுவ. அங்க இருந்து ஒவ்வொன்னுக்கும் நாம ஏன் பேச்சுக் குடுத்துக்கிட்டு இருக்கோணும். நல்லதுதான், அவன் வரட்டுமுன்னு ஒருவார்த்த சொல்லீட்டு வந்தரலாம். இந்தக் கொட்டாயிக்குச் செவுரு வெச்சரலாமா?' என்று கேட்டாள் சீராயி. பொன்னாவுக்குத் தெளிவான திட்டம் இருந்தது.

'இல்ல அத்த. மாமன் வரங்காட்டிக் கொட்டாயி ஒன்னு புதுசாப் போட்ரலாம். அந்த வடக்கால மூலயில எடம் பெருசாத் தான கெடக்குது. அதுல போட்ரலாம். மாமன் வந்திச்சின்னா வேண்டாமுன்னுகூடச் சொல்லீரும். வந்ததுக்கப்பறம் என்ன பண்ணீரும்? பிரிச்சா எறிஞ்சிரும்? இங்க குடியிருக்கக் கூடாதுன்னு தடி எடுத்துக்கிட்டுத் தொரத்தீருமா? அப்பிடித் தொரத்துனா இந்தப் பூவரசுல இன்னொரு வாதா இல்லாத போயிருச்சு?' என்றாள் பொன்னா.

'இதா, இந்தப் பேச்சுத்தான் பேசக் கூடாதுங்கறது. இந்த எட்டு மாசமா நான் படற பாட்டப் பாத்துக்கிட்டுத்தான இருக்கற நீ. எல்லாங் கூடி வர்ற நேரத்துல நீ போயி அட்டாலியில ஏறிக்காத. வயசான காலத்துல இன்னொன்ன வளக்க என்னால முடியாது சாமீ. இன்னமே எப்பிடின்னாலும் பொழப்பப் பாக்கோணும். அவன் எங்க போயிருவான்? எல்லாம் சித்தப்பன் நாலு பாடம் போட்டான்னாச் செரியாயிருவான். இப்ப வர்றப்பவே பாரு, ஆள அந்த மஞ்சாமி அப்பிடியேவா அனுப்புவான்? அப்பிடியே அனுப்புனா அவன் மங்கூர்ல ஒரு சாமீன்னு உக்கோந்திருக்க என்ன நாயமிருக்குது? செரி, கொட்டாயி போடறதுன்னா அது பெரிய வேலயாச்சே. நாம பொம்பளைங்க என்ன பண்ண முடியும் பொன்னா?' என்று வேகமாகப் பேசினாள் சீராயி.

கொஞ்சநேரம் பொன்னா எதுவும் பேசவில்லை. அப்புறம் சொன்னாள். 'எங்கண்ணனுக்குச் சொல்லியுடு. அவன் வர வேண்டாம். ஆளுக்காரன அனுப்பி நாலு வண்டிக் கொலவ மண்ணு, கல்லு ரண்டு வண்டி எல்லாங் கொண்டாந்து போட்டிருவான். வண்டிதான் நம்புளுதே இருக்குது. ஆளனுப்பி வேலையச் சொல்லீட்டாப் போதும். மண்காரமூட்ட சொல்லி வரச் சொல்லீருவான். கம்மந்தட்டுப் போருக்கடிய நெறைய நல்ல பனந்தப்பவிவ ஏராளம் கெடக்குது. ஒரு ஏழங்கண ஊட்டுக்கே ஆவும். நடுச்சட்டத்துக்கு அதா வெட்டிப் போட்டப் பூவரசங்கொம்பு கெடக்குதில்ல அத எடுத்து வெச்சிரலாம்' என்றாள்.

'அட ஆயா, உங்கண்ணங்கிட்டச் சொல்லலாங்கறியே அது செரி. உனக்கு எங்க இன்னமே பொறந்த ஊட்டு எண்ணமே

வராதோன்னு நெனச்சன். அன்னைக்கு வேற செருப்புன்னு சொன்னயா. அட நம்புளுக்கு இருக்கற ஒரே ஆதரவயும் இவ உட மாட்டாளாட்டம் இருக்குதேன்னு நெனச்சன். முத்து பாவம் என்னங்கறான். அன்னைக்கு அப்பிடி அடி வாங்கிக்கிட்டுப் போனான். ஒரு வார்த்த இப்பிடி என்னய அடிச்சிட்டான்னு ஒராளுகிட்டச் சொன்னானா? ஊம்பக் கெனாக் கண்டா ஆருகிட்டச் சொல்ல முடியும்னு பேசாத இருந்துக்கிட்டான். சொல்லி உட்டாப் போதும், நாளைக்கேஆளு வந்து நின்னிரும்' என்று சந்தோசமாகச் சொன்னாள் சீராயி.

'வெளிய உட்ட செருப்ப அப்பிடியே உட்டுட்டா வந்திருவம்? மறுக்காக் கால்ல போட்டுக்கிட்டுத்தான வரோணும்' என்று விளக்கம் கொடுத்தாள் பொன்னா. 'அது செரி ஆயா. பிள்ளப் பெத்தவ பெரியதனக்காரின்னு சும்மாவா செலவாந்தரம் சொல்லுது. இன்னொன்னுதான் செரியில்ல, அந்தப் பூவரசங்கொம்ப எங்காச்சும் போருப் பட்டறைக்குப் போடலாம். கொட்டாயிக்கு வேண்டாம். இட்டேரிய ஒட்டி ஒருபனமரம் காஞ்சு போயி நிக்குது. அத அறுத்துப் போட்டா நடுச்சட்டத்துக்கு ஆவும். பூவரச மரத்த இந்தக் குளுருக்குத் தண்ணி காய வெக்கவாச்சும் போட்டுக்கலாம்' என்றாள் சீராயி. 'அத்தாப் பெருச ஏன் வீணாக்கோணும். கொட்டாயில போட்டா அண்ணாந்து பாக்கறப்பல்லாம் இதுலதான கவுறு போட்டாருன்னு நெனப்பு வருமில்ல. அதுக்குத்தான்' என்றாள் ஒருவகையான வன்மத்தோடு.

'அப்பிடிச் சொல்லாத பொன்னா. தப்புப் பண்ணாத ஆரு இருக்கறா. நல்லானக் கேளு, எதுமே தப்பில்லைன்னு சொல்லுவான். அண்ணாந்து விட்டத்தப் பாக்கறப்ப நல்லது நெனப்புக்கு வரோணும். நாளைக்கே ரண்டு பேரும் சேந்துக்கறீங்கன்னு வெச்சுக்க. இது கண்ணுல பட்டா மனசுக்கு எப்பிடி இருக்கும்? மறக்க நெனைக்கறத நெனப்புக்குக் கொண்டாந்திருமில்ல. அது வேண்டாம்' என்றாள் சீராயி.

பொன்னா அதற்குப் பதில் சொல்லவில்லை. என்ன ஆனாலும் சரி, அதைக் கொட்டாய்க்குப் போட விடக் கூடாது என்று சீராயி நினைத்துக்கொண்டாள். மறுநாளே காரானை விட்டு இட்டேரி மேட்டு ஆலமரத்தடிக்கு முத்துவை வரச் சொன்னாள் அவள். அன்றைக்கு வெங்காயியும் அவளும் சோளக்காட்டில் பூட்டை பொறுக்கும் வேலை பார்த்துக்கொண்டிருந்தார்கள். காரான் வந்து தகவல் சொன்னதும் ஒருகூடை பூட்டையைத் தூக்கிக்கொண்டு காட்டுக்குள் இருந்த பாறைக்குப் போய்க் கொட்டினாள். அப்படியே இட்டேரி மேல் ஏறினாள். நான்கைந்து காடு தாண்டியதும் இட்டேரிக்

கரையில் பெரிய ஆலமரம். அதனடியே உட்கார்ந்திருந்தான் முத்து. அந்நேரத்திற்குப் பறவைகள் ஏராளமாக வந்து மரத்தில் அடைந்து கத்திக்கொண்டிருந்தன. எல்லாம் காலையில் இருட்டு இருக்கும்போதே எழுந்து இரை தேடும் வேலையை முடித்துவிட்டு வெயில் நேரத்திற்கு வந்து மரத்தில் உட்கார்ந்து பாட்டுப் பாடிக் கொண்டும் ஒன்றோடு ஒன்று பேசிக்கொண்டும் எவ்வளவு சந்தோசமாக இருக்கின்றன என்று நினைத்தான் முத்து.

இந்தப் பறவைகளின் வாழ்வில் சந்தோசம் தவிர வேறென்ன இருக்க முடியும்? எப்போதாவது உடம்புக்கு முடியவில்லை என்னும் கஷ்டம் இருக்கலாம். இரை சரியாகக் கிடைக்காத வருத்தம் இருக்கலாம். ஆனால் அவையெல்லாம் சந்தோசத்திற்கு இடையூறு அல்ல. மரத்தில் ஒன்றோடு ஒன்று குலவிக்கொள்ளும் காட்சிகள் அவனுக்கு இன்பமாக இருந்தன. என்னென்ன பறவைகள் இருக்கின்றன என்று எண்ணிப் பார்க்க ஆரம்பித்தான். காக்கையும் குயிலும் எங்கும் உடனே கண்ணுக்குப் பட்டுவிடுகின்றன. பார்க்கிறோம் என்பதை உடனே உணர்ந்து எப்படி இந்தக் குயில் மறைவைத் தேடிக்கொள்கிறது? மைனாக்கள், புறாக்கள், குருவிகள் என்று எண்ணும்போது அவனறியாத பறவைகளும் கண்ணுக்குப் பட்டன. காட்டுக்குள் வேட்டையாடும்போது ஒவ்வொரு பறவையும் தனக்குத் தெரிந்ததாகத் தோன்றுவதுண்டு. இங்கே பார்த்தால் எத்தனையோ தெரியாதவை இருக்கின்றன. தெரியாதவற்றைக் காணும்போது கிடைக்கும் கிளர்ச்சியைத் தெரிந்தவை தருவதில்லை. இந்த மரத்தில் தானும் ஏறி ஒரு கிளையில் உட்கார்ந்துகொள்ள வேண்டும் என்று ஆசையாக இருந்தது. பறவைகள் ஏற்றுக்கொள்ளுமா?

நேரம் போவது தெரியாமல் உட்கார்ந்திருந்தவனை 'முத்தையா' என்று சீராயியின் குரல் அழைத்துக் கலைத்தது. முத்து மிகவும் இளைத்துப் போயிருந்தான். பொன்னா தொலவு போட்டு வந்ததைவிடவும் காளி அடித்ததுதான் அவன் மனதில் நீங்கா வடுவாய் நிலைத்திருந்தது. என்ன செய்து அவன் கோபத்தைப் போக்குவது? அவன் மனசை எப்படிச் சரிசெய்வது? பொன்னாவையும் குழந்தையையும் ஏற்றுக்கொள்வானா? என்றெல்லாம் யோசித்துக் குழம்பித் தினமும் இடைவிடாமல் குடித்துக்கொண்டிருந்தான். யார் சொல்லியும் கேட்பவனாக இல்லை. எல்லாரிடமும் கலகலப்பாகப் பேசிக்கொண்டிருந்த முத்துவா இவன்? சீராயி மனம் கலங்கி ஒருகணம் அவனையே பார்த்துக்கொண்டிருந்தாள்.

'முத்தையா, என்னடா இப்பிடிப் போயிட்ட? எங்கூட்டுப் பிரச்சின உன்னய இப்பிடி உருக்கொலச்சுப்புடுச்சே. எத்தன

பேருக்கு எங்களால கஷ்டம் போ. சேக்காளிக்குப் பொண்ணுக் குடுத்த. நல்லா இருப்பான்னு மனசார நீ நெனச்ச. அந்தக் காலம் எங்கயும் போவுல. இதா இப்ப வந்திருச்சு பாத்துக்க. பொன்னா எங்கண்ணங்கிட்டக் கேளுன்னு சொல்லீட்டா. அவன் மட்டும் எங்க போயரப் போறான்? உன்னய உட்டா அவனுக்கு கெதி ஏது? ஒருநாளைக்குக் கால்ல உழுந்து கதறுவான் பாரு. நீ இதுக்கெல்லாம் மனச உடாத சாமீ. நீ நல்லா இருந்தீனாத்தான ரண்டு குடும்பமும் நல்லா இருக்கும். நாளைக்கு மாமன் மடியில கொழந்தய உக்கோர வெச்சுக் காது குத்துவம். அப்ப நீ கம்பீரமா மாமன்னு நிக்க வேண்டாமா? இப்பிடியா ஒடம்ப வெச்சிருப்ப. அந்த நாயும் இப்பிடியேதான் குடிக்குது. ஆனா நேரத்துக்குச் சோறு கொண்டாந்து போட்டிருவம். தொண்டுப்பட்டியில நாயுக்கும் அவனுக்கும் என்ன வேல? நேரத்துக்குத் தின்னிருவான். நீ காடு மேட்டுல கெடக்கறியாமே. அது வேண்டாஞ் சாமீ. ஒடம்பப் பாத்துக்க. இதா பாரு, இன்னைக்கு உந்தங்கச்சி எங்கண்ணங்கிட்டச் சொன்னாச் செஞ்சிரும்கிறா. நாளைக்குக் காளியும் எம் மச்சனன்னு வந்து ஒட்டிக்காதயா போயிருவான்? மனச உடக் கூடாது பயா. நானெல்லாம் மனச உட்டிருந்தா இன்னைக்கு இந்த நெலைக்கு வந்திருக்க முடியுமா?' என்று சொல்லிவிட்டு விஷயத்தை விளக்கினாள். முத்துவின் முகத்தில் சந்தோசம் படர்ந்தது. தலையின் மேல் சொத்தென்று வந்து குருவிப்பீ விழுந்தது. நல்ல சகுனம் என்று கை வைத்துப் பார்த்தான் முத்து.

25

மங்கூருக்கு நடந்து செல்லப் பத்துநாள். மதியத்தன்று ஒருநாள், அடுத்து ஒருநாள் அங்கே தங்கல். திரும்பும்போது பத்துநாள். வேறு கோயில்களுக்கும் போய் வருவதென்றால் இன்னும் சில நாள் கூடலாம். காளிக்கு நடை ஒன்றும் பிரச்சினையாக இல்லை. சித்தப்பனுக்கு நடக்கக் கொஞ்சம் கஷ்டமாக இருந்தது. அவருக்காகவே அவனும் மெதுவாக நடந்தான். சாலையில் மக்கள் கூட்டம் கூட்டமாக நடந்துகொண்டிருக்கிறார்கள். ஆண்கள், பெண்கள், குழந்தைகள் என்று எல்லா வகையும் கலந்த கூட்டம். அடேங்கப்பா, எல்லார் முகங்களிலும் அப்படி ஒரு சந்தோசம். புளியமரத் தடிகளில் உட்கார்ந்து சமையல் பாத்திரங்களைப் பரப்பிச் சமையல் செய்கிறார்கள். சாலையோரக் கிணற்றடிகளில் கூட்டம் குளிக்கிறது. காட்டுக் காரர்கள் எதுவும் சொல்லாமல் ஏற்றம் இறைக் கிறார்கள். ஒவ்வொரு ஊரிலும் தண்ணீர்ப் பந்தல் பச்சையோலை மணக்க மணக்க வைத்திருக் கிறார்கள். பெரும்பானைகளில் தண்ணீர். மொண்டு கொடுப்பதற்காக ஆட்கள் நிற்கிறார்கள். ஒருபுறம் மூங்கில் குழாய் கட்டப்பட்டிருக்கிறது. அதில் கையேந்திக் குடிக்கும் ஆட்கள். சில ஊர்களில் மக்களே சேர்ந்து அன்னதானம் செய்கிறார்கள். மிராசுகளின் தனி அன்னதானப் பந்தலும் இருக் கிறது. சில இடங்களில் பானகம் கிடைக்கிறது. நீர்மோர்ப் பந்தல்கள் இருக்கின்றன. வழியெங்கும் பேச்சு காக்கை இரைச்சலாய்க் கேட்கிறது. காளிக்கு இவையெல்லாமே ஆச்சர்யங்கள்.

பூவடி எடுத்துக்கொண்டு மங்கூருக்குப் போவதைப் பற்றிப் பேச்சுவாக்கில் அறிந்திருக்கிறான். அது இத்தனை பெரிய நோம்பியாக நடக்கும் எனத் தெரியாது. கூட்டத்திற்கு ஒருவராவது பூவடி வைத்திருக்கிறார்கள். கோயில் கண்ட

இடங்களில் ஆட்டம் கொஞ்ச நேரம் நடக்கிறது. மஞ்சாமி கோயில் உள்ள ஊர்களில் இருந்து ஊர் சார்பான பூவடியும் அத்துடன் மேளக்காரர்களும் வந்திருக்கின்றனர். இடைவெளி விட்டு விட்டு மேளம் முழங்க பூவடியாட்டம். காளியும் செம்மூர்க் குழுவோடு சேர்ந்திருந்தனர். முப்பத்திரண்டு பேர் கொண்ட குழு அது. அதற்குள் குறுங்குழுக்களும் பல இருந்தன. இரண்டு மூன்று பேர் சேர்ந்து நடப்பார்கள். அவர்கள் தங்கள் உணவைத் தாங்களே பார்த்துக்கொள்வார்கள். எல்லாரும் ஒருநாள் இருநாள் இடைவெளியில் சந்தித்துக்கொள்ள ஓரிடம். சத்திரம் சாவடி கண்ட இடத்தில் இரவு முடக்கம். சிலபேர் மரத்தடிகளில் போர்த்திக் கிடந்தார்கள்.

ஒவ்வொருவர் பெருமூட்டைகளைச் சுமந்துகொண்டிருந்தனர். காளியிடம் சிறுபை ஒன்றுதான் இருந்தது. அதில் இரண்டு போர்வைகள். அவ்வளவுதான். அது போதும் என்று சித்தப்பன் சொல்லியிருந்தார். இது மாதிரி வெளியூர்களுக்குப் போகும் போது அவர் கையில் ஒருபொருளும் எடுத்துச் செல்வதில்லை. 'சொமையில்லாத போறதுதான் பயணம். இருக்கற எடத்தயே பேத்து எடுத்துக்கிட்டுப் போறதுன்னா அதுக்கு அங்கயே இருந்துக்கலாமே. நம்மாளுங்களுக்குப் பயணம் போக ஆசையிருக்குது. ஆனா போறது எப்பிடீன்னு தெரியாது. இங்க வா உனக்குப் பலதையும் காட்டறன்' என்றார்.

தலையில் பெருமூட்டையையும் இரு தோள்களிலும் துணி முடிச்சுக்களையும் சுமந்தபடி நடந்த ஒருவனைக் காட்டி 'இவன் செமதாங்கிக் கல்லப்பா. எத்தன வேண்ணாலும் மேல வெக்கலாம். ஆடாத அசையாத நிக்கும். நகத்தறது கஷ்டம்' என்றார். முதுகில் பெருமூட்டையைக் கொண்டு சென்றவனைப் பார்த்து 'இவன் கழுதையப்பா. அவம்பாட்டுக்குச் சொமப்பான். வேற ஒன்னுந் தெரியாது. கழுதைக்கு எல்லாம் எடமும் குட்டிச் செவருதான்' என்றார். பாத்திரம், பண்டங்களோடு குடும்பமாக நடந்து சென்றவனைப் பார்த்து 'நல்லா உத்துப் பாரு. அப்பத்தான் தெரியும். அவனோட ஊடே தலமேல இருக்குது. எங்க போனாலும் இந்தச் சொமைய இவனால எறக்கி வெக்க முடியாது. இது மாதிரி மூடத்துக்குச் சமமா எதயும் காட்ட முடியாது' என்றார். அவர் ஒவ்வொன்றும் சொல்லச் சொல்லக் காளிக்குச் சிரிப்பாக இருந்தது. அவர் சிலரிடம் தானாகப் பேச்சும் கொடுப்பார். கால்வரை வேட்டியும் மேலே துப்பட்டியும் தலையில் பெரிய உருமாலும் கட்டிக்கொண்டு நடந்த ஒருவரிடம் 'என்னப்பா வெள்ளக்காரன் ஆசுபத்திரிக்கா கௌம்பீட்ட' என்றார். அந்த ஆள் சிரித்தபடி 'அட போவோணும்னு ஆசயா இருக்குது. ஒடம்பு ஒத்துவர மாட்டீங்குது. அதான் இப்பிடி'

என்றார். 'ஆசையிருக்கும், ஆனா முடியாது. வயசாவுதில்ல' என்று சித்தப்பன் சொல்ல எல்லாரும் சிரித்தார்கள்.

இவர்கள் இருவரும் புதியவர்கள் என்பதால் யாருடனும் இயல்பாக ஒட்டிக்கொண்டார்கள். சித்தப்பனுக்குப் பலரையும் தெரிந்திருந்தது. வெவ்வேறு ஊர்க்காரர்கள்கூட அவரைக் கூப்பிட்டுப் பேசினார்கள். பல இனத்தினரும் அவரை வரவேற்றார்கள். 'என்னப்பா இது அரிசியம். தொறந்தூடு கண்டாப் பூதற குக்கலு, கெடச்ச எடத்துல நாக்கு நக்கலு, இன்னைக்கு மஞ்சாமி சந்நிதிக்கு வருது' என்று உரிமையோடு ஒரு பெரியவர் சொன்னார். சித்தப்பன் கோபித்துக்கொள்ளவேயில்லை. 'தாத்தய்யா, காடுமேடு கரடுகிரடு எங்க மேஞ்சாலும் பொழுதானா ஆடுவ பட்டிக்கு வந்து அடஞ்சாவோணும். குக்கலு அப்பப் பட்டிக்கு வந்து சேந்தாத்தான் நாய்ச்சோறு. இல்லீனா நாள் முழுக்கப் பட்டினிதான். இப்பக் குக்கலுக்கு நாய்ச்சோறு ஊத்திப் பட்டியில கட்டற தருணம். அதான் இப்பிடி' என்று பதில் கொடுத்தார்.

அவர் மிகவும் மெதுவாக நடந்தார். அவருடன் நடக்கப் பெரும் பொறுமை தேவைப்பட்டது. கொஞ்சநேரம் கழித்து இவர்கள் வேகமாக நடந்தனர். இன்னொரு கூட்டத்தில் சிறு பிள்ளையோடு ஒருவர் நடந்துகொண்டிருந்தார். பிள்ளையைத் தோளில் தூக்கி வைத்துக்கொண்டு கொஞ்சதூரம் நடப்பார். ஆறேழு வயதுப் பிள்ளை. அவளை எத்தனை தூரம் சுமக்க முடியும்? அவளுக்குக் கதை சொல்வதாகப் போக்குக் காட்டிக் கொஞ்சதூரம் நடக்க வைப்பார். கதை முடிந்தால் போதும். பிள்ளை தூக்கிக்கொள்ளச் சொல்வாள். அவர்களைப் பார்க்கப் பாவமாக இருந்தது. அந்தப் பிள்ளையை அவர் கொஞ்சுவதைப் பார்க்க ஆசையாய் இருந்தது. 'முத்தாயி, எந்தங்கம்மா. செல்லாயி, முருவாயிச் செல்லம்' என்று பலவிதமாக அழைப்பார். 'கொழந்தக்கு என்ன பேருதான் வெச்சிருக்கறீங்க?' என்று கேட்டான் காளி. அவர் சிரித்துக்கொண்டே 'மஞ்சாத்தா' என்றார். 'அந்தப் பேரச் சொல்லிக் கூப்படவே காணாமே' என்று கேட்டான். 'இவ இந்த மஞ்சாமிக்கு வேண்டிப் பொறந்த பிள்ளைங்க. இவுங்கம்மா ஏழு வருசத்திக்கி மின்னால மதிய நோம்பிக்கு வந்தப்பக் கொண்ட கருவு. சாமியே இந்தக் கொழந்தயா வந்து பொறந்திருக்கறாருங்க. அந்தச் சாமிய எத்தனையோ பேரு சொல்லிக் கூப்படலாம். வாய்க்கு எவ்வளவு நல்லாருக்குது பாருங்க. சாமி ஒன்னுன்னாலும் நாம ஆயரம் பேரு சொல்லி அழைக்கறம். எங்களுக்குச் சாமி இவதான். அதான் இவளயும் ஆச ஆசயாப் பல பேருல கூப்புட்டுக் கொஞ்சிக்குவம்' என்று விளக்கினார்.

காளிக்கு எதுவும் பேசத் தோன்றவில்லை. சித்தப்பன் அருகில் வந்து 'இது வேண்டிப் பொறந்த பிள்ள பாத்துக்க' என்று விளக்கம் கொடுத்தார். அந்தப் பிள்ளையைத் தூக்கித் தோளில் வைத்துக்கொண்டான் காளி. அவனுடன் வேகமாக நடந்து வந்த அவர் 'இவுங்கம்மாளும் வருசந் தவறாத எங்களோட நடந்து வருவா. இந்த வருசம் கால்ல ஒரு முள்ளேறிப் புண்ணாப் போயிருச்சி. கட்டுப் போட்டுக்கிட்டு இருக்கறா. இந்த வருசம் அந்த மஞ்சாமி என்னய வேண்டான்னு சொல்லீட்டாரு, நீ போயிப் பிள்ளய அவரு கண்ணுல காட்டிட்டு வான்னு அனுப்பி வெச்சா. அவரு கொடுத்த பிள்ளைய நல்லாத்தான் வளக்கறமுன்னு அவருகிட்டக் காட்டோணுமில்ல' என்றார் அவர். சித்தப்பன் கொஞ்சம் முன்னால் நடந்து போய்க்கொண்டிருந்தார்.

காளி அவரிடம் 'வேண்டுதலுக்குப் பொறந்த பிள்ளதானன்னு உங்களுக்கு வருத்தமில்லீங்களா?' என்று நேரடியாகக் கேட்டான். 'ஆண்டவன் படப்புல எது எதுன்னு நாம பிரிச்சுப் பாக்க முடியுங்களா? கொறையில்லாத மனசன் உண்டுங்களா? எல்லாருத்துக்கும் எதுனாக் கொற இருக்குது. ஒன்னு ஒடம்புல கொற. ஒடம்புக் கொறையும் சிலது கண்ணுக்குத் தெரியும். சிலது கண்ணுக்குத் தெரியாது. அட ஒருத்தனுக்குக் காலு மொண்டின்னா பாத்ததியும் கண்டுபுடிச்சரலாம். அதே காது கேக்காதுன்னா பேசிப் பாத்தாத் தெரிஞ்சுக்கலாம். கொடலுப்புண்ணு இருக்கறவன எப்பிடிக் கண்டுபுடிக்கறது? குண்டிக்காயில ஒரு பிரச்சினைன்னா எப்பிடித் தெரியும்? கூடவே இருந்தாத் தெரிஞ்சுக்கலாம். அதே மாதிரி மனக்கொற இல்லாத ஆளக் காட்டுங்க பாக்கலாம். எப்பிடியோ ஒரு கொறய வெச்சிக்கிட்டுத்தான் மனசன் பொழைக்கறான். சாமீவ என்ன பண்ணுது, உன்னோட ஒவ்வொரு கொறையையும் தீக்கறதுக்குன்னு ஒவ்வொரு வழிய வெச்சிருக்குது. இந்த வழியில போயித் தீத்துக்கன்னு சொல்லுது. சாமியே தப்பில்லன்னு சொல்லீட்டப்பறம் இந்த மனசன் சொல்லறத நாம ஏன் எடுத்துக்குவானேன். எனக்கு இப்ப ஒரு மனக்கொறையும் இல்லீங்க. பிள்ளய எடுத்துக் கொஞ்சற சொகத்த எனக்குக் குடுத்திருக்கறாரு சாமி. சாமி குடுத்தத நல்லபடியா வெச்சுக் காப்பாத்தோணும்னுதான் இருக்குது' என்றார் அவர்.

அந்தப் பிள்ளையை வெகுதூரம் சுமந்துகொண்டு போனான் காளி. அவரே 'எறக்கி உடுங்க, கொஞ்சதூரம் நடப்பா' என்றார். 'கத சொன்னாத்தான் நடப்பன்' என்றாள் பிள்ளை. 'சொல்லறனாயா நட' என்றவர் கதை சொல்லத் தொடங்கினார். 'புது மாப்பிள்ளை எள்ளு மாவுத் தின்ன

கதை' அது. கதையைக் கேட்டுக்கொண்டே அவர்களுடன் நடந்தான் காளி. கதை முடிந்ததும் சித்தப்பனுடன் போய்ச் சேர்ந்துகொண்டான். சித்தப்பன் 'என்ன கத கேட்ட?' என்றார். அவன் சொன்னான். 'அதுக்கு மேலயும் அந்தக் கத இருக்குது தெரீமாடா பயா?' என்று கேட்டு மேல் கதையை அவர் சொல்லத் தொடங்கினார். அவரோடு நடந்துகொண்டிருந்தவர்களும் ஆர்வமுடன் கதையைக் கேட்டனர்.

○

குறிப்பு

குழந்தைக்கு அவர் சொன்ன கதை

ஒரு ஊர்ல ஒருத்தன் இருந்தானாம். அவன் கலியாணம் மூச்சுக்கிட்டு மாமியோட்டுக்குப் போனானாம். அவனுக்குக் கூச்சம் எச்சு. அதும் புதுமாப்பிள்ள வேறயா? மாமியாக்காரி எள்ளு மாவு இடிச்சாளாம். வாசம் வர வர அவனுக்கு நாக்கு ஊறுதாம். ஆனா எப்பிடிக் கேக்கறது? இடிச்சு முடிச்சுட்டு மாமியாக்காரி 'மாப்ள எள்ளு மாவுத் திங்கறீங்களா'ன்னு கேட்டாளாம். அவனுக்குக் கூச்சம் போவுலியாம். 'வேண்டாம் வேண்டாம்'னு சொல்லீட்டானாம். எவ்வளவோ கேட்டாங்களாம். மாமனாரு வந்து கேட்டாராம். வேண்டாமுன்னு சொல்லீட்டானாம். மச்சனன் ரண்டு பேரும் வந்து கேட்டாங்களாம். வேண்டாமுன்னு சொல்லீட்டானாம். நங்கையா வந்து கேட்டாளாம். வேண்டாமுன்னு சொல்லீட்டானாம். பொண்டாட்டிக்காரி வந்து கேட்டாளாம். வேண்டான்னு சொல்லீட்டானாம். வேண்டவே வேண்டாமுன்னு சொல்லீட்டானாம். அப்பறம் ராத்திரி அவனுக்கு எள்ளு மாவு மேலயே எண்ணமா இருந்துச்சாம். செக்குல இருந்து வாசம் வேற வந்துக்கிட்டே இருக்குதாம். ராத்திரிக் காத்துக்கு வாசம் மூக்கத் தொளைக்குதாம். அவனுக்கு என்ன பண்றதுன்னு தெரியலியாம். பாத்துக்கிட்டே இருந்தானாம். ஒவ்வொருத்தராத் தூங்கப் போயிட்டாங்களாம். இவனுக்குத் திண்ணையில கட்டலாம். எல்லாரும் தூங்குனதுக்கு அப்பறம் எந்திரிச்சு மெதுவாப் போயி மாவிடிச்ச செக்குல தலய உட்டு நக்குனானாம். வாசனையும் இனிப்புமா நக்க நக்க அருமையா இருந்துச்சாம்.ஆசையில தலய நல்லா உள்ள உட்டு நக்குனானாம். தல செக்குக்குள்ள மாட்டிக்கிச்சாம். இழுத்து இழுத்துப் பாக்கறானாம். எடுக்கவே முடியலியாம். வெளிய மல்லு மல்ல வந்த மாமியாக்காரி பாத்துட்டு ஆளக் கூப்புட்டு இழுத்து எடுத்தாங்களாம். மாமியாக்காரி அப்பறம் கொண்டாந்து ஒரு

உருண்ட மாவக் குடுத்தாளாம். வப்புவப்புன்னு திங்கறானாம் மாப்பிள்ள.

அதற்குமேல் நல்லையன் சித்தப்பா சொன்ன கதை

1. செக்குல இருந்து தலைய எடுத்ததியும் உள்ள போயி ஒருஉருண்ட மாவ எடுத்தாந்து நீட்டிக்கிட்டே மாமியா சொன்னாளாம், 'நாந்தான் அத்தன கேட்டனே, கொஞ்சம் வாங்கித் தின்னிருக்கலாமுல்ல.' மாப்பிள்ளைக்காரன் அந்த உருண்டையை வாங்கவில்லையாம். அப்போதும் சொன்னானாம், 'எனக்கு எள்ளுமாவு புடிக்காது அத்த. செக்குல எவ்வளோ மாவு வீணாப் போவுதேன்னு நக்குனன்.'

2. மாப்பிள்ளை செக்குக்குள்ள தலய மாட்டி இழுத்துக் கொண்டு கிடந்தானாம். பக்கத்தில் ஒரு மொளக்குச்சியில் கன்னுக்குட்டி கட்டியிருந்ததாம். இவன் வேட்டிக்குள் கோவணம் கட்டவில்லையாம். உடல் ஆட ஆட மாணியும் ஆடியதாம். அதைப் பார்த்த கன்னுக்குட்டி பசுக்காம்பு என்று சொல்லிச் சப்ப ஆரம்பித்துவிட்டதாம். மாணி பெருத்து நீட்டிக் கொண்டு நின்றதாம். அந்த நேரத்தில் மாமியார்க்காரி வெளியே வந்தாளாம். மாப்பிள்ளையின் மாணியைப் பார்த்ததும் அவளுக்கு ஆசை வந்ததாம். கன்னுக்குட்டியை இழுத்துத் தூரக் கட்டிவிட்டுத் தான் சப்ப ஆரம்பித்துவிட்டாளாம். வற்றிப் போகிறவரைக்கும் அவள் விடவே இல்லையாம்.

26

சித்தப்பன் சொன்ன கதையைக் கேட்டு எல்லாரும் சிரித்தார்கள். ஒருவர் மட்டும் 'சாமி கோயிலுக்குப் போறப்ப என்னப்பா இப்பிடிப் பேச்சு?' என்றார். அவருக்குக் கொஞ்சம் உறுத்தலாக இருந்திருக்கும் போல. மற்றவர்களும் அதுதானே என்கிற மாதிரி பார்த்தார்கள். காளிக்கும் அப்படித் தான் தோன்றியது. 'செரியப்பா, நான் பேசுல. இப்பப் பொறப்பட்டு வந்து மூனு நாளாச்சு. எல்லாரும் வெறுங்கால்ல புழுதியிலயும் பொடியிலயும் நடந்து எவ்வளவோ கஷ்டப்படறோம். ராத்திரிப் பனியில குளிருக்கு நடுங்கிக் கெடக்கறம். சொல்லுங்க, குளிர்றப்ப பொண்டாட்டிய, இல்லீனா ஒரு பொம்பளய நெனச்சுக் கட்டிப்புடிச்சுப் படுத்துக் கிட்டா எப்பிடி இருக்கும்னு நெனைக்காத ஆளு ஆரு, சொல்லுங்க' என்றார் சித்தப்பன். ஒருவரும் எதுவும் பேசவில்லை. அமைதியாக நடந்தார்கள்.

காளியின் போர்வைக்குள் இரண்டு இரவு களாகவே பொன்னா வந்து புகுந்துகொள்கிறாள். 'உன்னயத்தான் வேண்டான்னு சொல்றனில்ல, போடி' என்று எத்தனைதான் விரட்டினாலும் பனிக்குளிர் திரும்பத் திரும்ப அவளையே கொண்டு வந்து போர்வைக்குள் நுழைக்கிறது. வேறு வழி யில்லாமல் கட்டி அணைத்துக்கொண்ட பிறகே குளிர் மறந்து தூக்கம் வருகிறது. இப்படியா எல்லாரும் வாயடைக்கிற மாதிரி கேட்பார் என்றிருந்தது. ஒன்றிரண்டு பேர் முகத்தைச் சுழித்தபடி முன்னால் ஓடிப் போய்விட்டார்கள். 'வாய எங்க வெக்கறதுன்னு தெரியாத கொழந்தப் பசங்க. இப்பத்தான் பொறந்து இன்னம் கண்ணக்கூடத் தொறக்கல' என்று கேலி செய்தார் சித்தப்பன். அவர்கள் முன்னால் போய் மற்றவர்களிடம் என்ன சொன்னார்களோ தெரியவில்லை. அந்தக் கூட்டத்திலிருந்து இன்னும்

நான்கைந்து பேர் நின்று இவர்களுடன் சேர்ந்துகொண்டார்கள். ‘இந்தப் பேச்சுக்கு மட்டும் கூட்டம் சேந்துக்கிட்டே இருக்கும். புடிக்காத மாதிரி கேப்பானுங்க. இப்பப் பாரு ஒன்ன எடுத்து உடறன் பாரு’ என்று மெதுவாகக் காளியின் காதில் சொன்னார்.

அப்புறம் எல்லாரையும் பார்த்து ‘மங்கூரு மஞ்சாமிக்கு எத்தன பொண்டாட்டிங்க?’ என்று கேட்டார். சிலர் ஏக காலத்தில் ‘மூன்று’ என்றார்கள். ‘மொதப் பொண்டாட்டி ஆரு?’ என்றதும் சிலர் ‘வங்கி’ என்றும் சிலர் ‘தெம்பி’ என்றும் சிலர் ‘திருனி’ என்றும் சொன்னார்கள். காளிக்கும் மூன்று பெயர்களும் தெரிந்தன. ஆனால் யார் முதலில் என்பது தெரியவில்லை. அவரே விளக்கினார். ‘மொதல்ல தெம்பியத்தான் அவிய அப்பனும் அம்மாளுமான சாமியும் சாமியாத்தாளும் பாத்துக் கட்டி வெச்சாங்க. தெம்பி ஆரு? அசுரலோகத்துக்கே அரசன் இராவணாசுரன். அவனோட மகதான் தெம்பி. அப்பேர்ப்பட்ட எடத்துல பொண்ணு எடுத்தாங்க. இருந்தென்ன? கொழந்த பாக்கியம் இல்ல. எத்தனையோ வெருசமாச்சு. நம்மளுக்கு நூறு வெருசமுன்னா சாமிக்கு ஒருநாளு. கொழந்த பொறக்குமுன்னு சாமி கணக்குல நூறு வெருசமாக் காத்திருந்தாங்க. கொழந்த இல்ல. செரி, பெரிய எடத்துல கட்டித்தான் கொழந்த இல்ல, சாதாரண எடத்துல பொண்ணுக் கட்டலாமுன்னு மீன்காரக் குடும்பத்துல போயி வங்கியப் புடிச்சு மஞ்சாமியே ரண்டாவது சம்சாரமாக் கட்டிக்கிட்டாரு. அப்பறம் சாமி கணக்குல ஒரு நூறு வருசமாச்சு. கொழந்த இல்ல. சரி, மூனாவதா ஒன்னக் கட்டுவம்னு தேடித் ‘திருனி’யக் கட்டுனாரு. அப்பறம் சாமி கணக்குல ஒரு நூறு வருசமாச்சு. கொழந்த இல்ல. மூனு கட்டியும் கொழந்த இல்லியே என்ன பண்ணலாமுன்னு ஓசிச்சாரு. நம்ம அப்பன் சாமிதான் ஒலகத்துக்கே படியளக்கறவரு ஆச்சே, அவருகிட்டயே போயிக் கேப்பமுன்னு போனாரு. சாமி சிரிச்சாரு. என்னயத் தேடி வர இத்தன வெருசமாச்சான்னு.

‘அப்பறம் அவரு சொன்னாரு, மஞ்சையா மஞ்சையா நீ நல்லா நெனச்சுப் பாரு, சின்னப் பையனா இருந்தப்ப என்ன செஞ்ச? ஒருநா காட்டுல வேட்டைக்குப் போன. அப்ப ஒரு ஓடையில என்னமோ தவக்குத்தவக்குன்னு தண்ணி குடிக்கற சத்தம் கேட்டுச்சு. அது என்னமோ மிருகம்னு நெனச்சிட்ட. நீதான் பாக்காதயே சத்தத்தக் கேட்டே ஈட்டியெறிவியே. அப்பிடி ஈட்டியெறிஞ்ச. அங்க பாத்தா ஒரு தாயி தங்கொழந்தக்கிக் கையில அள்ளித் தண்ணி குடுத்துக்கிட்டு இருந்திருக்கறா. உன்னோட ஈட்டி அந்தக் கொழந்தயோட நெஞ்சுல போயிப் பாஞ்சிருச்சு. தண்ணி குடிக்கக் குடிக்கத் தன்னோட கொழந்த துடிதுடிச்சுச் சாவறத அந்தத் தாயி பாத்தா. சட்டுனு சாமியா

மாறி அவளுக்குக் காட்சி குடுத்த. அந்தத் தாயி நீ சாமின்னு தெரிஞ்சுக்கிட்டா. ஆனாலும் என்னோட கொழந்தயக் கொன்ன உனக்கும் கொழந்த இல்லாத போவட்டுமின்னு சாப்பம் உட்டுட்டு அதே ஈட்டியப் புடுங்கித் தன்னோட மாருல குத்திக்கிட்டுச் செத்துப் போயிட்டா. அட சாமிக்குப் போயி ஒரு மனசப் பொம்பள சாப்பம் உட்டா அது பலிக்கவா போவுதுன்னு நீ போய்ட்ட. நெனப்புல இருந்து மறந்துட்ட.

‘ஆனா எங்களுக்குத் தெரியும், சாவற தருணத்துல ஒரு உசிரு என்ன நெனைக்குதோ அது பலிக்குமுன்னு. அதனால ஓடோடிப் போயி உங்கொம்மா சாமியாத்தா இந்தச் சாப்பத்துக்கு ஒரு விமோசனம் கொடுக்கோணுமாயா, எதோ எம்பையன் தப்புப் பண்ணிட்டான். உம் பையனாட்டம் நெனச்சுக்க அப்பிடின்னு கேட்டா. அதுக்கு அந்தத் தாயி நீங்க சாமி, எங்களுக்கெல்லாம் நல்லது பண்றவிய. உம் மவன் மஞ்சாமிக்கு கரடுலதான் வாசஞ் செய்யற எடம். அதனால ஆயரம் கரட்டு மேல நின்னு அவன் இந்தச் சனங்களுக்கு என்னைக்கு அருள் குடுக்கறானோ அன்னைக்கு அவனுக்குக் கொழந்த பொறக்கும்னு சொல்லீட்டு அந்தத் தாயி உயிர விட்டுட்டா. இதச் சொன்ன சாமி, போயிக் கரடு கண்ட பக்கமெல்லாம் குடியேறு, அப்பத்தான் ஆயரம் வரும், அதுக்கப்பறம் உனக்குக் கொழந்த பொறக்குமின்னு சொல்லி அனுப்புனாரு. அப்ப இருந்து மஞ்சாமி ஒவ்வொரு கரடா ஏறிக் காட்சி குடுக்கறாரு. என்ன பண்றது? இன்னம் ஆயரம் கரடு வர்ல. ஆயரம் கரடு ஆனாத்தான் அவருக்குக் கொழந்த.’

இந்தக் கதையை கேட்ட பலரும் ‘இத்தன வருசம் கோயிலுக்குப் போறம், இந்த விவரம் தெரியலீப்பா’ என்று பேசிக்கொண்டார்கள். காளி சித்தப்பனிடம் ‘இது உங்க கததான சித்தப்பா’ என்றான். ‘நீ எவண்டா ஒரு வெவரங் கெட்டவன். அதெல்லாம் புராணத்துலயே வெவரமா எழுதி வெச்சிருக்கறாங்க. படிச்சிப் பாக்கறதுன்னா சொல்லு, வாங்கியாந்து தர்றன்’ என்றார். ‘எனக்கு எந்தப் படிக்கத் தெரியும்?’ என்றான் காளி. ‘எனக்கு மட்டும் படிக்கவா தெரியும். படிச்ச பெரியவங்க சொல்லக் கேள்விதான்’ என்றார்.

ஓடையூரைக் கடந்து போன தடமெல்லாம் வெறுங்காடுகள். பல ஊர்களில் மனிதர்கள் வசிக்கிறார்களா என்றே சந்தேகம் வந்தது. ஆனால் நிலங்களுக்குச் சுற்றிலும் கிளுவையால் வேலி போட்டிருந்தார்கள். காளி தொண்டுப்பட்டிக்கு வேலி போட்டிருக்கிற மாதிரி முழு நிலத்திற்கும் வேலி. கொஞ்சமாக நிலம் இருந்தாலும் அதற்கும் வேலி. நிலத்திற்குள் அறுவடை

செய்த தடங்கள். அங்கங்கே ஆடுகள் மேய்ந்துகொண்டிருந்தன. சாலையை ஒட்டிய ஊர்களும் குறைவு. வருசா வருசம் வந்து பழக்கமானவர்கள் அடுத்து எந்த ஊரில் தண்ணீர் கிடைக்கும், எங்கே அன்னதானம் செய்வார்கள் என்பதைப் பற்றித் தெளிவாகச் சொன்னார்கள். அதற்கேற்ற மாதிரி அன்றைய நடையை அமைத்துக்கொள்ள வேண்டியிருந்தது. அங்கெல்லாம் யாரும் தனியாகச் செல்வதில்லை. கூட்டமாகச் சேர்ந்து மெதுவாகப் போனார்கள்.

செம்மூருத் தாத்தய்யனோடு ஒருநாள் முழுக்க நடந்தார்கள். அவரோடு பேசும்போது சித்தப்பன் கொஞ்சம் அடக்கி வாசிக்கிற மாதிரி தெரிந்தது. அவரிடம் ‘நீங்க எத்தன வெருசமா வர்றீங்க தாத்தய்யா’ என்று கேட்டான் காளி. அவர் சொன்னார் ‘அந்தப் பிள்ளயத் தூக்கிக்கிட்டு அவுங்கப்பன் நடக்கறானே, அதே மாதிரிதான் எங்கப்பன் தோள்ல உக்கோந்துக்கிட்டுப் போயிருக்கறன். அப்பருந்து இதுவரைக்கும் ஒருவருசமும் தவறுனதில்ல. எம் பசவ அப்பப்ப வருவானுங்க. ஆரு வந்தாலும் வல்லீனாலும் மாசம் பொறந்துட்டா நான் கௌம்பீருவன். ஒருவெருசம் எம் பொண்டாட்டிக்குச் செரியா இந்த மாசந்தான் பிரசவம். அப்பவும் வந்து சாமியப் பாத்துட்டுப் போயித்தான் கொழந்தயப் பாத்தன். ஒரு வெருசம் எங்கம்மா செத்துப் போயிட்டா. பத்து நாள் கழிச்சு அவ குழியத்தான் பாத்தன். அவ செத்தது செரியா மதியத்து அன்னிக்கே பாத்துக்க. மஞ்சாமிதான் தன்னோட சேத்துக்கிட்டாருன்னு நெனச்சிக் கிட்டன். என்னமோ இங்க வந்துட்டுப் போறதுல அப்பிடி ஒரு சந்தோசம். எத்தனையோ பேரு எனக்குப் பழக்கமாகி இருக்கறாங்க. எல்லாரும் எங்கூட்டுக்கு வாங்க வாங்கன்னு கூப்புடுவாங்க. அங்கங்க போயி இருந்தாலே எனக்கு வருசம் ஓடிரும் பாத்துக்க’ என்று பேசியபடி நடந்தார்.

அவருடைய குரல் மெலிந்து வந்தது. அருகில் போய்த்தான் கேட்க வேண்டியிருந்தது. அவரிடம் போர்வையும் ஒரு குண்டாவும் தவிர வேறு பொருட்களே இல்லை. ‘போற எடத்துல இந்தக் குண்டாவுல சோறு வாங்கிக்குவன். எங்காச்சும் நடுவுல ஆளில்லாத எடத்துல தங்கல் போட வேண்டி வந்தாலும் குண்டாச் சோறு ஆவும்’ என்றார். ‘உங்க பேரே தாத்தய்யந்தானா’ என்று கேட்டான். ‘எம்பேரு மஞ்சாமி தம்பி. பல வருசமா எல்லாரும் தாத்தய்யன்னே கூப்புடறாங்க’ என்று சிரித்தார். வீரூர் தாண்டி ஒரூரில் தங்கல் போட்டார்கள். புளியமரத்தடியில் படுக்கை. காட்டுக்குள் கிடந்த ஓலைகள் சிலவற்றைப் பொறுக்கி வந்து மரத்தின்மேல் சிலர் வைத்தார்கள். அன்றைக்குத் தூக்கம் வரவில்லை. குளிர் அப்படி. குளிர் காய மரத்தடியில் தீப்

போட்டார்கள். அந்த வழி நெடுக அங்கங்கே தீ எரிவது தெரிந்தது. சித்தப்பன் சொன்ன கதையைப் பற்றிப் பேச்சு வந்தது. 'உங்க சித்தப்பன் இப்பிடி நெறையக் கத சொல்லுவானப்பா' என்று சிரித்தார் பெரியவர்.

'புது மாப்பிள்ளை எள்ளு மாவு தின்ன கதை'யைச் சித்தப்பன் சொன்ன விதத்தை ஒருவர் சொல்லி 'இப்பிடி எல்லாம் சொல்லலாமா தாத்தய்யா' என்றார். உடனே சித்தப்பன் 'எந்தக் கதைக்கும் இப்பிடி ஒரு சொல்லும் உண்டு தெரிஞ்சுக்க. எனக்கு எத்தனையோ கதைக்கு இப்பிடிச் சொல்லுத் தெரியும். நீ வேண்ணா எதுனா ஒரு கத சொல்லு. அதுக்கு இன்னொரு சொல்ல நான் சொல்றன்' என்றார். அவர் உடனே கோபப்பட்டு 'கொழக்கட்ட கதைக்குச் சொல்லு' என்றார். 'இந்த அத்திரிப்பச்சாக் கொழக்கட்ட கததான' என்று கேட்டு உறுதிப்படுத்திக்கொண்ட சித்தப்பன் அந்தக் கதையைச் சொன்னார்.

'அட ஒருத்தன் கொழக்கட்டையப் பாத்ததே இல்ல. ஒரம்பரையாப் போன எடத்துல கொழக்கட்ட சுட்டுப் போட்டாங்க. அவனுக்கு ரொம்பப் புடிச்சுப் போச்சு. அதும் பேரு என்னன்னு கேட்டுக்கிட்டுப் போயிப் பொண்டாட்டிகிட்டச் செய்யச் சொல்லி நெறையாத் திங்கோனும்னு நெனச்சான். அது புதுப் பேரா, மறந்து போயிரும்னு 'கொழக்கட்ட கொழக்கட்ட'யின்னு சொல்லிக்கிட்டே நடந்து வந்தான். நடுவுல சின்ன வாய்க்கா ஒன்னு வந்திச்சு. அதத் தாண்டோனும். அப்ப அய்... அத்திரிப்பச்சா அப்பிடின்னு சொல்லிக்கிட்டுத் தாண்டிக் குதிச்சான். வாய்க்காலத் தாண்டிட்டான். ஆனா கொழக்கட்டைங்கற பேரு மறந்து போச்சு. நெனச்சு நெனச்சுப் பாக்கறான் நெனப்பே வல்ல. ஓசிச்சுக்கிட்டே ஊட்டுக்கு வந்தான். வந்த ஒடனே 'அங்க அது செஞ்சிருந்தாங்க அதச் சாப்பிட்டன். அது நல்லா இருந்துச்சு. அத நிய்யும் செஞ்சு குடு அதச் சாப்படோணும்' அப்பிடின்னு பொண்டாட்டிகிட்டச் சொன்னான். அவளுக்கு அதுன்னா எதுன்னு புரியல. எதுன்னு கேட்டா. நெனப்பு வந்த மாதிரி இருந்தது. 'அதாண்டி மொன்னச்சி செஞ்சு குடு'ங்கறான். புரசன் தன்னயத் திட்டறான்னு அவ நெனச்சுக்கிட்டா. என்னன்னு மறுக்காக் கேட்டா. 'மொன்னச்சி செஞ்சு குடுடி. அங்க அப்பிடித்தான் அந்தப் பலகாரத்துக்குப் பேரு சொன்னாங்க' அப்பிடீங்கறான். பக்கத்து வீடுகளில் எல்லாம் கேட்டாள். எல்லாரும் சிரித்தார்களே தவிர யாருக்கும் 'மொன்னச்சி' எப்படிச் செய்வது என்று தெரியவில்லை. 'நல்லச்சி வேண்ணா தர்றன். உம் புருசனத் திங்கறானான்னு கேளு'ன்னு

ஒருத்தி கேலி பண்றா. ஊரே வந்து அவங்கிட்ட என்ன பலகாரம்னு பேரக் கேட்டுக் கேட்டுச் சிரிக்குது. அவனும் உடாத மொன்னச்சின்னு சொல்றான். எல்லாருத்துகிட்டயும் போயிச் சொல்லி எம்மானத்த வாங்கிட்டயேடின்னு போட்டு அடிக்கறான். அடியில மேலெல்லாம் தடுப்பு தடுப்பா வீங்கிப் போச்சு. வந்து பாத்தா ஒரு கெழவி 'ஏண்டா மொன்னயா இப்பிடியா அடிப்ப? கொழக்கட்டையாட்டம் வீங்கிப் போச்சு'ன்னு சொல்ல அவன் 'ஒடனே இப்பச் சொன்னயே அதுதான் வேணும்'னு குதிக்கறான். 'எது மொன்னயா?'அப்பிடீன்னு பாட்டி கேட்டுச் சிரிக்கறா. பொண்டாட்டிக்காரிக்கிப் புரிஞ்சு போச்சு. 'கொழக்கட்டையா'ன்னா. 'ஆமாம் ஆமாம்.' அவனோட குதியாளம் அப்புடி. அதுல இருந்து அந்த ஊர்ல அவனுக்கு மொன்னயன்னே பேராப் போச்சு.'

கதையை முடித்ததும் எல்லாருக்கும் ஒரே சிரிப்பு. 'இந்தக் கதைக்கு இன்னொரு சொல்லு சொல்லு'ன்னு கேட்டவருக்குப் பேச்சே இல்லை. அதற்கப்புறம் ஒவ்வொருவரும் தங்களுக்குத் தெரிந்த கதைகளைச் சொல்லி இதுக்கு இருக்குதா, அதுக்கு இருக்குதா என்று கேட்டார்கள். சித்தப்பன் 'எல்லாத்துக்கும் இருக்குது. ஒன்னொன்னாச் சொல்றன்' என்று முடித்தார். தாத்தய்யன் சொன்னார், 'நாம எத ஒழுங்குன்னு வெச்சிருக்கறமோ அதுக்கு எதுரானது ஒன்னும் எப்பவும் இருக்கும். நல்லான் சொன்னாப்பல எல்லாக் கதைக்கும் ஒரு எதிர்க்கதை இருக்குது. இந்தக் கதையெல்லாம் வலுசப் பசங்க சொல்லிக்குவாங்க. இதே மாதிரிதான் எல்லாத்துலயும். ஒன்ன விதிச்சா அத மீறவும் வழி இருக்கும். விதிச்சது பளிச்சுனு தெரியும். மீறறது அடக்கமா மறவா இருக்கும்.'

அவர் சொன்னதையே யோசித்துக்கொண்டிருந்தான் காளி.

○

27

மதியப் பயணம் முடிந்து காளி தொண்டுப் பட்டிக்கு வந்தபோது எல்லாம் புதிதாகத் தெரிந்தன. புதிதானது காடா தன் பார்வையா என்னும் குழப்பம் தோன்றியது. ஊர் வந்து சேர்ந்தது ஒரு பகல் நேரம். சித்தப்பன் தன் வீட்டுக்குப் போய்விட்டுத் தொண்டுப்பட்டிக்கு வந்துவிடுவதாகச் சொன்னார். அவருடைய வீட்டில் தங்கப் பயப்பட்டார். ஓரிரு நாளில் வெளியே கிளம்பப் போவதாகவும் பெண் வீட்டில் பேசி வைகாசியில் கல்யாணம் வைத்துக்கொள்ளலாம் என்றும் முடிவு செய்திருந்தார். காளிக்கு ரொம்பவும் சந்தோசமாக இருந்தது. விண்ணக நதியில் நீந்திக் குளித்த தருணமும் கரடேறி 'மஞ்சாமீ' போட்டதும் என அவனுக்கு எத்தனையோ நினைவுகள். கிட்டத்தட்டப் பரதேசியைப் போலவே இந்த ஒருமாதமும் இருந்தான். எல்லாவற்றையும் விட்டு விட்டு அல்லது மனதிலிருந்து அகற்றிவிட்டு இப்படி இருக்க முடியும் என்பதே பெரிய திருப்தி. போனதும் பொன்னாவிடம் பேசிவிட வேண்டும் என்று முடிவு செய்திருந்தான்.

எத்தனையோ வகையானவர்கள் வாழும் உலகத்தில் பொன்னா மட்டும் என்ன செய்து விட்டாள்? ஏன், இத்தனை கஷ்டப்படுத்த வேண்டும்? முடிந்தால் அடுத்த வருசம் அவளையும் கூட்டி வர வேண்டும். அவள் வந்தால், குழந்தை? ஆறு வயதுப் பிள்ளையை ஒரு தகப்பன் தோளில் வைத்து மாதம் முழுக்கச் சுமக்கிறான். 'அது பேசற ஒவ்வொன்னும் அப்பிடி அரிசியம்' என்கிறான். அவனுக்குத் தெரிந்த நல்ல வார்த்தைகளை எல்லாம் குழந்தைகளைக் கொஞ்சுவதற்கே பயன்படுத்துகிறான். அவனிடம் ஒரு சலிப்பு இல்லை, சோர்வு இல்லை, புகார் இல்லை. எழுபது வருசமாக நடைப்பயணம் செய்யும்

பெரியவர் ஒவ்வொரு வருசமும் இந்தப் பாதையில் புதிதாகப் பார்க்கிறேன், போன வருசக் காட்சிகள் ஒருபோதும் அப்படியே இருப்பதில்லை என்கிறார். அவன் நெருங்கிப் பார்த்த இன்னும் எத்தனை வகை மனிதர்கள். சித்தப்பன் அங்கே இன்னொரு ஆளாக இருக்கிறார். ஒரு கூட்டத்தில் புகுந்தவுடன் அந்தக் கூட்டத்து ஆளாகிவிடுகிறார்.

ஒரு ஆளை நெருங்கவும் ஒரு வார்த்தை பேசவும் தயங்கி நிற்கும் காளிக்குப் பெரும் பதற்றமாக இருக்கும். ‘அவனுங்களும் மனுசங்கதானடா பயா’ என்று சிரித்தபடி நுழைந்துவிடுவார். ‘எப்பிடி சித்தப்பா தெரியாதவங்களோட ...’ என்று இழுத்தால் ‘தெரியாதவங்க எப்பத் தெரிஞ்சவங்களாவறது?’ என்று கேட்பார். அவருக்குப் போகும் இடமெல்லாம் பெருத்த வரவேற்புத்தான். மங்கூர்க் கரடு கரட்டூர் கரட்டை விடவும் சிறிது. ஏறுவதற்கு ஒரு கஷ்டமும் இல்லை. ஆனால் கூட்டம் அதிகம். மக்கள் வரவரப் ‘போ போ’ என்று விரட்டியபடியே இருக்கிறார்கள். அசுர வேசத்தில் சாமியைப் பார்க்க வெகுநேரம் காத்திருக்க வேண்டியிருந்தது. சிலர் ‘அரணாத் துணியோட சாமியப் பாத்தா நாமளும் அப்படித்தான் நிக்கோணும். அசுர வேசம் வரம்போது போலாம்’ என்று சொன்னார்கள். ‘அட இன்னமேலா அரணாத் துணியோட நிக்கப் போறம். இப்பவே அப்படித்தான். இதுக்கு மேல இதயும் உருவுனா உருவுட்டும் வா’ என்று கூட்டிப் போனார். மஞ்சாமியை எப்படிக் கண்டாலும் அழகுதான். உதட்டில் பொருந்தியிருக்கும் சிரிப்பு மனதில் அப்படியே இருந்தது. என்றாலும் காளிக்கு மனம் ஒப்பவில்லை. பொறுத்திருந்து அசுர வேசத்தையும் பார்த்துத் தரிசனம் முடித்துத் திரும்பினான். ‘சாமி நம்புளுக்கு முன்னாடி இருக்குது. இல்ல, சாமி இப்பிடி வேசங் கட்டிக்கிட்டு வந்தாத்தான் பாப்பன்னு கண்ண மூடிக்கிட்டா மறுபடியும் சாமி வருமா?’ என்றார் சித்தப்பன். ‘பேசாத வா சித்தப்பா’ என்று அவன் கட்டுப்படுத்திக் கூட்டிப் போனான்.

வந்தவர்கள் பெரும்பாலானவர்கள் மொட்டை போட்டார்கள். காளியும் மொட்டை அடித்துக்கொண்டான். அவனுக்கு நீளமயிர். அடர்ந்தும் இருக்கும். சின்ன வயதில் மும்மொட்டை அடித்ததாக அம்மா சொல்வாள். அதன்பின் கருகருவென்று வளர்ந்த மயிரைப் பார்த்து அப்படியே விட்டுவிட்டதாகவும் வேறு எங்கும் வேண்டுதலை செய்யவில்லை என்றும் சொல்வாள். இத்தனை வருசம் கழித்து மொட்டை. தலையில் இருந்த பெரும்பாரம் இறங்கிவிட்டது போலிருந்தது. ‘சொமைய எறக்கீட்டயா?’ என்று தாத்தய்யன் சிரித்துக்கொண்டே கேட்டார். உடலையும் மனதையும் லேசாக உணர்ந்த அவன் ‘மொத்தமா எறக்கீட்டன் தாத்தய்யா’ என்று சிரித்தான்.

‘இன்னமே குடுமி போடாதடா பயா. கெராப்பு வெட்டிக்க’ என்றார் சித்தப்பன். அவனுக்கும் அப்படித்தான் ஆசையாக இருந்தது. சவரம் செய்கிறவருக்குக் கிராப்பு வெட்டத் தெரியாது. சந்தைக்குப் போனால் வெட்டிக்கொள்ளலாம்.

சித்தப்பன் சொன்னார், ‘கரட்டூரு கம்மாக் கரைக்குப் போயிப் பாரு, வரிசையா கல்லுப் போட்டு உக்கோந்துக்கிட்டு வர்றவன் போறவன எல்லாம் சவரம் கெராப்பு மொட்டயின்னு கூவிக்கூவிக் கூப்புட்டுக்கிட்டு ஆளு உக்கோந்திருக்கும். எட்டணா குடுத்தாப் போதும். நீ எப்பிடி வேணுங்கறயோ அப்பிடி வெட்டிருவாங்க. இப்பெல்லாம் பாகவதரு கெராப்புத்தாம்பா பிரபலம். நானெல்லாம் வட்டுக் கெராப்புத்தான். இதுதான் அரிப்பு இல்லாத இருக்குது. நீ வலுசப்பையன், பாகவதரு கெராப்பே வெட்டிக்க’ என்றார். திரும்பும்போது கோயில் கண்ட இடமெல்லாம் கும்பிட்டார்கள். காளிக்கு ஏதோ ஒரு பெரிய காரியத்தைச் சாதித்துவிட்டது போலிருந்தது.

இப்போது இருப்பது அவன் போகும்போது இருந்த காடல்ல. அப்போது அணப்புகள் முழுக்கவும் வெள்ளைச் சோளத்தட்டுக்கள் பூட்டையுடன் நின்றன. இப்போது உதிர்ந்து பறக்கும் சில தோகைகள்தான் உள்ளே. பரந்த வெளி போலக் காடு அவனை வரவேற்றது. இரண்டு அணப்புகள் மட்டும் பொடங்கு தழைந்து செழுசெழுப்புடன் தெரிந்தன. ஆசையோடு பக்கத்தில் போய்ப் பார்த்தான். அந்த அணப்புகளுக்கு வாய்க்கால் வெட்டித் தண்ணீர் பாய்ச்சிய சுவடுகள் தெரிந்தன. சுற்றிலும் கருவேல முட்களை வெட்டி வந்து அணை வைத்திருந்தது. பொடங்குப் பயிரை ஆடுகள் கடித்துவிடாமல் இருக்கப் பாதுகாப்புப் போல. கிணற்றடியில் மொடாக்கள் தெரிந்தன. அங்கே போனான். மொடாக்கள், தாழிகள். அருகிலே மாடு கட்டிய தடங்கள். இந்தக் காடு எப்படிப் புதிதாயிற்று? சோளத்தட்டுகள் வளர்ந்திருந்தாலும் தான் வந்துதான் அறுத்துப் போர் போட வேண்டும் என்று நினைத்திருந்தான். தட்டுக் கொஞ்சம் முற்றி ஈக்கி உரிய ஆரம்பித்திருக்கும். பரவாயில்லை, ஒரு வருசம் சமாளித்துக்கொள்ளலாம். அடுத்த வருசம் முன்னாலேயே விதைத்து அறுத்து வேலைகளை எல்லாம் முடித்துவிட்டு நடைப் பயணம் போகலாம் என்று திட்டமிட்டிருந்தான். கத்தரிக்காட்டுக்கு அவன் போட்டுவிட்டுப் போன பந்தல் இன்னும் அப்படியே இருந்தது. செடிகள் நன்றாகவே தழைந்திருந்தன.

எல்லாவற்றையும் பார்க்கப் பார்க்க அவனுக்குப் பதற்றம் சேர்ந்தது. தொண்டுப்பட்டி இன்னும் என்னவாகியிருக்கும் என்று நினைத்து வேகமாகப் போனான். ஆட்டுப்பட்டி

வெளியிலே தெரிந்தது. ஒரு மேய்ச்சல் முடித்து ஆடுகள் உள்ளோட்டப்பட்டிருந்தன. சினையாக இருந்த ஆடு குட்டி போட்டிருந்தது. வெளியே நாய்ச்சங்கிலி இருந்ததைப் பார்த்தான். தொண்டுப்பட்டிக்குள் இரண்டு போர்கள் புதிதாகத் தெரிந்தன. இரண்டுமே சோளத்தட்டுப் போர்கள்தான். எதற்கு இப்படிப் பிரித்துப் போட்டிருக்கிறார்கள்? கம்மந்தட்டுப் போரையே காணவில்லை. உள்ளே போகப் போக அவனுக்கு இறுக்கமும் பதற்றமும் சேர்ந்தன. முதலில் இருந்த கொட்டாயின் மறைப்பில் இருந்த புதிய கொட்டாய் உள்ளே போன பிறகே அவன் கண்ணுக்குப் பட்டது. புதியவற்றைப் பார்க்கப் பார்க்கக் காளி பழையவனாகிக் கொண்டிருந்தான். இதை எதற்கு இப்படிச் செய்திருக்கிறார்கள், ஏன் இதை மாற்றினார்கள், யாரைக் கேட்டு இதைப் போட்டார்கள் என்றெல்லாம் அவனுக்குள் பலவிதமான கேள்விகள் எழுந்தன. பூவரசடியில் வெயிலுக்கு இதமாகக் கட்டிலில் படுத்திருந்த சீராயி அரவம் கேட்டு எழுந்தாள்.

லேசாக நரை விழுந்த கூந்தல் கட்டிலில் பரந்து கிடக்க அவள் படுத்திருந்ததைப் பார்த்ததும் எரிச்சல் வந்தது. ‘வா காளீப்பா... இப்பத்தான் வாரயா? என்னடா இப்பிடி எளச்சுப் போயிட்ட’ என்று கேட்டவாறே கூந்தலை முடிந்தாள். ‘மொட்ட போட்டதுக்கும் அதுக்கும் றக்க மொளைக்காத காக்காக் குஞ்சாட்டம் இருக்கற’ என்று தன் கேலிக்குத் தானே சிரித்தபடி எழுந்தாள். அவளிடம் ஏதும் பேசாமல் பிரசாதப் பையைக் கொடுத்தான். புதிய கொட்டாய் நன்றாகவே கண்ணுக்குத் தெரிந்தது. மண்சுவர் நல்ல உயரம். வெளியே குலவை மண் கலவையால் பூசப்பட்டிருந்தது. தொண்டுப்பட்டிக்கே குடி வந்துவிட்டார்கள் என்பது புரிந்தது. பொன்னா புதுக்கொட்டாய்க் குள் ஒய்யாரமாகப் படுத்துத் தூங்குவாள். மாமியாருக்குப் பூவரசடி நிழல். மருமகளுக்குப் புதுக்கொட்டாய் நிழல். இரண்டு கொட்டாய்களுக்கும் கம்மந்தட்டு வேய்ந்திருந்தது. பெரிய போராக நான்கைந்து வருசங்களாகச் சேர்த்திருந்த கம்மந்தட்டு முழுவதும் கொட்டாய்க் கூரையில் ஓலைக்கு மேலாக ஏறியிருப்பதைப் பார்த்தான். அவனுக்குக் கோபத்தைக் கட்டுப்படுத்த முடிய வில்லை. சோளத்தட்டுக்களைப் பிரித்து அளவான போர்களாக இரண்டு போடப்பட்டிருந்தன. இதெல்லாம் யார் வேலை என்று கேட்டுச் சண்டை போட வேண்டும் போலக் கோபம் இருந்தது.

எருதுகளைக் காணவில்லை. கன்றுக்குட்டி தொண்டுப் பட்டிக்குள் துள்ளியோடிக் கொண்டிருந்தது. இந்தப் பக்க வேலியில் தொடங்கி அந்தப் பக்க வேலி வரைக்கும் ஓடிற்று. தாய்ப்பசுவைக் காணவில்லை. ஓடிய அதைக் குறுக்காட்டி நிறுத்திக் கயிற்றைப் பற்றிக் கட்டிப் போட்டான். கொஞ்சம்

நிம்மதியாக இருந்தது. 'எருது எங்க? வித்துப்புட்டீங்களா?' என்று எங்கோ பார்த்துக்கொண்டு அம்மாவிடம் கேட்டான். அவள் நிதானமாக 'இட்டேரியில மேயட்டுமின்னு கட்டியிருக்குது. போய்ப் புடுச்சாரட்டுமா?' என்று கேட்டாள். அவனுக்கு எருதுகளின் மேல் பிரியம் அதிகம். அதுதான் அவற்றைத் தேடுகிறான் என்று நினைத்தாள். 'எங்க நானே போறன்' என்றவன் வெளியே வந்தான். வெயில் அடித்துக்கொண்டிருந்தது. ஆனால் வெளியே நன்றாக இருப்பதாக உணர்ந்தான். 'இரு வர்றன்' என்று சொல்லிய சீராயி வேகவேகமாகப் புதுக்கொட்டாய்க்குப் போய் உள்ளே படுத்திருந்த பொன்னாவை எழுப்பினாள். ஒஞ்சரித்துப் படுத்திருந்த பொன்னா மெல்ல எழுந்தாள்.

கொட்டாய்க்கு நடுவில் ஒரு சுவர் வைத்து இரண்டாகத் தடுக்கப்பட்டிருந்தது. உள்பக்கம் சோறாக்குவதும் பாத்திரம் பண்டம் வைத்துக்கொள்வதுமாகக் கைச்சாளை போலப் பயன்படுத்திக்கொள்ளலாம். முன்பகுதி படுக்கைக்கும் துணிமணித் தூக்குக்கும். இடம் நிறைய இருந்ததால் அகலமும் நீளமுமாகக் கொட்டாய் பெரிதாகப் போடப்பட்டிருந்தது. தாராளமாகப் புழங்கலாம். இதெல்லாம் முத்து சொல்லிய கோளாறு. மண் காரரிடம் விவரம் கேட்டு இப்படி இப்படிச் செய் என்று சொல்லி அனுப்பியிருந்தான். பண்ணயத்து ஆள் வந்து வண்டி கட்டிப் போய்ச் சுவருக்கு ஓடமண்ணும் குலவைமண்ணும் கொண்டு வந்து கொட்டியதிலிருந்து மரமேற்றி வருவது வரைக்கும் எல்லாம் செய்தான். வீட்டு வரவு செலவுக் கணக்கு முழுவதும் பொன்னா பொறுப்பில் இருந்ததால் கையில் பணம் இருந்தது. பணம் ஒரு பைசாக்கூட முத்து கொடுத்துவிடக் கூடாது என்பதில் தெளிவாக இருந்தாள். சீராயி மூலமாக அதைச் சொல்லியிருந்தாள். 'தொலவு சேராத ஒருபைசா அவுங்கூட்டுக் காசு இங்க வந்தரக் கூடாது அத்த' என்று அடிக்கடி சொல்லியபடி இருந்தாள். பொன்னா முகத்தில் எந்த உணர்ச்சியும் தெரியவில்லை. அவள் இப்போது உட்காரவும் நடக்கவுமே கஷ்டப்பட்டாள். குழந்தை உதைக்கும்போது கால் பதிவு நன்றாகத் தெரிகிறது. எப்போது பிறக்கும் என்று பொறுமையிழந்து கேட்கும் அளவுக்குச் சிரமப்பட்டாள்.

சீராயி பொன்னாவிடம் விவரமாக எதுவும் சொல்லவில்லை. 'மணியாரரு வந்து எறங்கிட்டாரு. மொட்டத்தலையப் போட்டுக்கிட்டு அதிகாரத்தப் பாக்கோணுமே' என்று சிரித்தபடி சொன்னாள். காளியை மொட்டைத்தலையாய்ப் பார்க்கப் பொன்னாவுக்கு ஆசையாக இருந்தது. மெல்ல எழுந்து வெளியே வந்தாள். ஆனால் அவன் வெளியே போயிருந்தான். ஒருமாதம் கோயிலுக்குப் போயிருந்தவன் திரும்பியதும் வந்து 'பொன்னா

எப்பிடி இருக்கற?' என்று ஒருவார்த்தை கேட்டிருந்தால் எப்படி இருந்திருக்கும்? புதுக்கொட்டாய்க்குள் வந்து பார்த்து இரண்டு வார்த்தை திட்டியிருந்தாலும் சந்தோசப்பட்டிருக்கலாம். பெருமூச்சு விட்டுக்கொண்டு திரும்பவும் உள்ளே போய்க் கட்டிலில் படுத்தாள். ரொம்பவும் சோர்வாக இருந்தது. சீராயி வெளியே ஓடிப் பார்ப்பதற்குள் காளி காட்டுக்குள் கொஞ்ச தூரம் போயிருந்தான். அவனுக்குப் பின்னாலேயே அவள் ஓட்டமும் நடையுமாகப் போனாள். 'போன எடத்துல எல்லாம் நல்லா இருந்துச்சா' என்று கேட்டாள். அவன் 'ம்' என்று பதில் சொன்னான்.

'கோயிலுக்குப் போயிருக்கற ஆளு வர்ற வரைக்கும் என்ன பண்றதுன்னு ஒரே கொழப்பமாப் போச்சு பயா. என்ன இருந்தாலும் ஆம்பள பண்ணயம் அமுசம் பொம்பள பண்ணயம் தொம்சம்னு செலவாந்தரம் சும்மாவா சொல்லுது? தொண்டுப்பட்டிக் காவலுக்குத் தெனமும் ஆரப் போயிப் புடிக்கறதுன்னு நாங்களே வந்து ரண்டு நாளுப் படுத்திருந்தம். பனியில பல்லெல்லாம் நடுங்கிப் போச்சு. அப்பறந்தான் எப்பிடி இருந்தாலும் காட்டுக்குள்ள இருக்கறதுதான் என்னைக்கும் நல்லதுன்னு கொட்டாயி ஒன்னப் போட்டுட்டம். மாமனக் கேக்காத எப்பிடின்னு பொன்னா வேண்டவே வேண்டான்னு சொன்னா. நாந்தான் அதெல்லாம் அவங்கிட்ட நாஞ் சொல்லிக்கறமின்னு போட்டடன். இப்பக் கொஞ்சம் பரவால்ல. நாளைக்குக் கொழந்த பொறந்தாலும் இங்கயே இருந்துக்கலாம். ஊருக்குள்ள இருந்தா ஒவ்வொருத்தியும் ஒவ்வொன்னு சொல்லுவா. எதுக்குக் கண்டவளோட நம்புளுக்குச் சண்ட? அப்பறம் அந்த வெங்காயிப் பிள்ளய ஒரு மாசத்திக்கிக் கூலிக்கு வரச் சொல்லி அவளோட சேந்து நாந்தான் தட்டறுத்துப் பூட்ட பொறுக்கி எல்லா வேலையும் பாத்தன். இதா கையப் பாரு, தட்டுக் கிழிக்காத எடமில்ல. பையன் இருந்திருந்தா எனக்கு இந்தக் கொடும உண்டான்னு நெனைக்காத நேரமில்ல. எப்பிடியோ எங்கஷ்டம் என்னோட போவட்டும், பையன நல்லபடியாக் கொண்டாந்து சேத்தப்பான்னுதான் தெனமும் வேண்டிக்கிட்டு இருந்தன். அந்த வெங்காப் பிள்ள வந்ததுனால கொஞ்சம் வேல சுலபமாப் போச்சு. சோளத்தட்டுப் போருகூட ரண்டாப் பிரிச்சுப் போட்டுட்டன். கம்மந்தட்டு ரொம்ப நாளா அப்பிடியே கெடக்குது. எந்த மாடு அதக் கடிக்குது? அதான் கொட்டாய்க்குப் போட்டாலும் பத்து வருசத்துக்குக் கெடக்கும்னு போட்டுட்டன். சோளத் தட்ட ரண்டு போரா அதும் வட்டப் போரா வெக்கச் சொல்லீட்டன். பெருசா இருந்தா தட்டு உருவ முடிய மாட்டீங்குது. நீ எங்காச்சும் இப்பிடி

வெளியகீது போனாலும் நான் உருவிப் போட்டிருவன்ல' என்று ஒவ்வொன்றைப் பற்றியும் விவரமாகச் சொல்லிக்கொண்டே போனாள்.

எதிலும் பொன்னாளை முன்னால் நிறுத்தவில்லை. இடையில் 'அவ பிள்ளத்தாச்சி. வவத்தத் தூக்கிக்கிட்டு நடக்கவே கஷ்டப்படறா. இப்பிடிப் பூஞ்ச ஒடம்புக்காரியா இருக்கறா' என்று சொன்னாள். இட்டேரிக்குப் போய்க் கரைமேல் மேய்ந்து கொண்டிருந்த எருதுகளைப் பார்த்தான். அவனைக் கண்டதும் அவை தலை தூக்கிப் பார்த்துக் கனைத்தன. எருதுகள் இளைத்து எலும்பும் தோலுமாகப் போயிருக்கும் என நினைத்தான். அவற்றிற்குப் பாவனை பார்க்க ஆள் யார் இருக்கிறார்கள்? ஆனால் எருதுகள் தெம்பாகவே இருந்தன. ஒன்றிற்குக் கயிறுகூடப் புதிது மாற்றியிருந்தது போலத் தெரிந்தது. அவனுக்குச் சொல்ல ஏதுமில்லை. அம்மாவின் குரல் இன்னும் அவன் பின்னால் ஒலித்துக்கொண்டே இருந்தது. 'நீ போ. நான் அப்பறம் வர்றன்' என்று சொன்னான் காளி. அவள் தயக்கத்தோடு இட்டேரியிலிருந்து இறங்கினாள். அவன் இட்டேரியின் மேல் நடந்து மரமேறியைத் தேடிப் போனான்.

❍

28

தை மாதத்தின் முதல் வியாழக்கிழமை அன்று பொன்னாவுக்குப் பையன் பிறந்தான். பொழுது கிளம்பும் நேரம். காளியைப் போலவே இருக்கிறான் என்பதில் யாருக்கும் சந்தேகமில்லை. சொந்தக்காரர்கள் ஒவ்வொருவரும் வந்து பார்த்தார்கள். காளியின் ஜாடை என்றும் சொன்னார்கள். ஆனால் குழந்தை பிறந்து ஒருமாதமாகவே பொன்னா நினைத்து நினைத்து அழுகிறாள். பையனாகப் பிறந்தமைக்காகவா காளி வந்து குழந்தையைப் பார்க்கவே இல்லை என்பதாலா எதற்காகத் தனக்கு இப்படி அழுகை வருகிறது என்று அவளுக்கே தெரியவில்லை. உடல் இன்னும் முழுதாகத் தேறவில்லை. அழுதபடியே இருந்தால் பச்சை உடம்பு தேறுமா. குழந்தைக்கு ஆகுமா. என்னதான் சீராயி சொன்னாலும் பொன்னாவால் மாற முடியவில்லை.

பொழுதிருக்கவே கொட்டாய்க்குள் போய்ப் படுத்துக்கொள்ளச் சொல்லிவிடுகிறாள் சீராயி. குழந்தையை எடுப்பதும் குளிப்பாட்டுவதும் எண்ணெய் வைப்பதும் என எல்லா வேலைகளையும் அவளே பார்க்கிறாள். பொன்னாவுக்குத் தெம்பு கூடுவதற்கு என்னென்னவோ செய்து தருகிறாள். ‘சாமி வந்து பொறந்திருக்குது. சப்பரந்தான் ஏத்திக்க மாட்டீங்குது’ என்று காளிக்கு உறைக்கிற மாதிரி சீராயி சொல்கிறாள். அவன் இருக்கும் பக்கம் குழந்தையைக் கொண்டு போனால் மெதுவாக நகர்ந்துவிடுகிறான். ‘பொறந்த கொழந்த உனக்கு என்னடா செஞ்சிட்டுது’ என்று நேரடியாகவும் சொன்னாள். ‘கொழந்த ஓடி வெளையாடி மடியில பீயும் மல்லும் பேலும் பாத்துக்க. அப்பச் சிரிப்ப’ என்றாலும் அவன் கண்டுகொள்கிற மாதிரியே தெரியவில்லை. பக்கத்து வீட்டில் ஒரு குழந்தை

பிறந்தால் எட்டிப் பார்க்க மாட்டோமா? அந்தக் குணம்கூட இல்லை.

பேற்றின்போது ரொம்பவே கஷ்டப்பட்டுப் போய்விட்டாள் பொன்னா. வெங்காயிடம் ஒருமுறை 'எப்பிடி இருக்கும் வெங்காயி' என்று கேட்டதற்கு அவள் 'கொஞ்சம் கஷ்டமாத்தான் இருக்கும்' என்று சிரித்தாள். அப்படியல்ல, பெருங்கஷ்டம். முதல் நாள் காலையிலிருந்தே லேசாக வலி தெரிந்தது. அது பேற்றுவலியென அவள் உணரவில்லை. சிலநாள் காலை நேரத்தில் இடுப்பும் அடிவயிறும் சுரீர் என்று வலிக்கும். அது நேரம் ஆக ஆகக் குறைந்துவிடும். அப்படித்தான் நினைத்தாள். ஆனால் இது அதிகமாகிக்கொண்டே போயிற்று. உச்சி நேரத்திற்கு மேல் பொறுக்க முடியாத மாதிரி இருந்ததும் சீராயிடம் சொன்னாள். எப்படி இருக்கிறது என்று விசாரித்த அவள் இது அந்த வலிதான் என்று தீர்மானமாகச் சொன்னாள். வலி மிகமிகக் கொஞ்சம் பயமாக இருந்தது. வெங்காயியை அனுப்பிப் பண்டிதகாரிச்சியைக் கூட்டி வரச் சொன்னாள். சீராயி பக்கத்துக் காட்டு ஆள்காரப் பையனைப் பிடித்துக் அடையூர் வரைக்கும் போய்வரச் சொன்னாள்.

பண்டிதகாரிச்சி தங்கம்மா எல்லா ஏற்பாடுகளையும் செய்துகொண்டு வரப் பொழுதிறங்கி நேரமாகிவிட்டது. அவள் எப்போது வருவாள் என்று அடிக்கடி கேட்டு நச்சரித்துக் கொண்டே இருந்தாள் பொன்னா. அவள் வந்ததும் வலி முழுவதையும் வாங்கிக்கொள்வாள் என்று நம்பினாள் போல. சாவகாசமாக வந்த அவள் பொன்னாவின் வயிற்றைத் தொட்டுப் பார்த்துவிட்டுக் காலைக்குள் குழந்தை பிறந்துவிடும் என்றாள். பொன்னாவுக்குப் பொக்கென்று போயிற்று. தங்கம்மா வந்ததும் குழந்தை பிறந்துவிடும் என்றிருந்தாள். இந்த வலியை இரவு முழுவதும் பொறுத்துக்கொள்ள வேண்டுமா? வெங்காயி வீட்டுக்குப் போய்விட்டு வருவதாகச் சொல்லிப் போனாள். சீராயி ஆடுமாடுகளைக் கட்டப் போனாள்.

தங்கம்மா 'பொன்னு ஒன்னும் பயப்படாத. மொதக் கொழந்தயின்னா கொஞ்சம் வலி எச்சாத்தான் இருக்கும். பொறுத்துக்கோ. ஆராரோ என்னென்னமோ சொன்னாங்க. அப்பிடி எத்தனையோ மனக்கஷ்டத்தயெல்லாம் பொறுத்துக் கிட்டவ நீ. இந்த வலி என்ன பண்ணீருது. இது நல்லதுக்கு வலிக்கறதுதான' என்றாள். இனிமேல் சோறு எதுவும் சாப்பிட வேண்டாம் என்று சொல்லிவிட்டாள். இப்போதே ஒருமுறை வெளிக்கிப் போய்விட்டு வந்துவிடும்படியும் சொன்னாள். கருப்பட்டிக் காப்பி குடிக்கச் சொன்னாள். ஒரு பெட்டியில்

என்னென்னவோ கொண்டு வந்திருந்தாள். அவற்றில் எதையும் எடுக்கவில்லை. வீட்டுக்குப் போய்விட்டு வருகிறேன் என்று அவளும் கிளம்பினாள்.

கடைசியில் பொன்னாவும் சீராயியும் மட்டும்தான் இருந்தனர். காளி தொண்டுப்பட்டியில் உலாத்திக் கொண்டிருந் தவன் திடுமெனக் காணாமல் போய்விட்டான். பொன்னா படும் கஷ்டத்தைப் பார்க்க முடியாது என்று நினைத்திருக்கலாம். தன் குழந்தையா பிறக்கப் போகிறது, பிறந்ததும் அதைப் பார்க்க வரச் சொன்னால் என்ன செய்வது என்று நினைத்தானோ தெரியவில்லை. என்னவோ எல்லாரும் தன்னைக் கைவிட்டுப் போனது போலப் பொன்னாவுக்கு உணர்வு வந்தது. வெளிக் காட்டுக்குப் போகும்போது கரட்டைப் பார்த்துக் கும்பிட்டுக் கொண்டாள். நிதானமாக நின்று கும்பிட முடியவில்லை. இடுப்பைப் பிடித்தபடி 'உங்கொழந்ததான. நல்லபடியாப் பண்ணி உடு' என்று மட்டும் கேட்டாள். வேறு வார்த்தை ஒன்றும் வரவில்லை.

கருப்பட்டிக் காப்பியைக் குடித்துவிட்டுக் கட்டிலில் படுத்தாள். ஒரு நொடிகூடப் படுத்திருக்க இயலவில்லை. எழுந்து உட்கார்ந்து மறுபக்கம் ஒருக்களித்துப் படுத்தாள். அதனால் பலன் ஒன்றும் இல்லை. வெளியே வந்துவிட்டாள். கல்லில் உட்கார்ந்தவளுக்கு அழுகை வந்தது. அதைப் பார்த்த சீராயி 'அழுதாலும் கொழந்தய நீதான் பெக்கோணும்' என்று சிரித்தாள். 'எனக்கு அழுவாச்சு. உனக்குச் சிரிப்பா?' என்று கோபத்தோடு கேட்டாள். 'இந்த வலியே பொறுக்க முடியலீன்னா எப்பிடி? கொழந்த பொறக்கறதுக்கு இன்னம் முக்குவலி வரோணும். அது வந்தாக் கொஞ்சநேரத்துல பொறந்திரும். அது இடுப்பே ஒடிஞ்சு உழுந்தர்றாப்பல இருக்கும். பொறுத்துக்கோணும்' என்றாள்.

ஒவ்வொருவராகப் பலபேர் வந்து சேர்ந்தார்கள். தொண்டுப் பட்டி கொள்ளாத கூட்டம். பண்டிதகாரிச்சியும் வந்து சேர்ந்தாள். கஷாயம் ஒன்றைக் காய்ச்சி ஒருசொப்பில் கொடுத்து முழுக்கவும் குடிக்கச் சொன்னாள். கசப்பும் துவர்ப்புமாய் இருந்த கஷாயத்தைக் குடித்தால் வலி குறையும் அல்லது அதிகமாகிச் சீக்கிரம் கஷ்டம் தீர்ந்துவிடும் என்று நினைத்தாள். வைத்த வாயை எடுக்காமல் முழுக்கவும் குடித்து முடித்தாள். ஒன்றும் நடக்கவில்லை. வந்தவர்கள் ஒவ்வொருவராகக் கலைந்து போனார்கள். 'எப்பிடியும் காத்தாலக்கித்தான் பொறக்கும்' என்று பேசிக்கொண்டார்கள். இருந்தவர்கள் சந்தோசமாகப் பேசிச் சிரித்துக்கொண்டிருந்தார்கள். சிலர் அங்கங்கே படுத்துத் தூங்கினார்கள். காளியும் வந்து பூவரசடிக் கட்டிலில் படுத்துக் கொண்டான். பொன்னாவுக்கு எரிச்சலாக இருந்தது.

பண்டிதகாரிச்சி அவ்வப்போது வந்து வலி எப்படி இருக்கிறது என்று விசாரித்தாள். அவளும் படுத்துத் தூங்கினாள்.

எந்த நேரம் என்று தெரியவில்லை. பொன்னாவுக்கும் லேசாகக் கண் அசந்த மாதிரி இருந்தது. எவ்வளவு நேரம் தூங்கியிருப்பாள் என்று சொல்ல முடியவில்லை. தூங்கிய மாதிரியும் தோன்றியது. தூங்காத மாதிரியும் இருந்தது. விடிகாலையில் இன்னொரு முறை கஷாயம் கொடுத்தாள் தங்கம்மா. விடியக் கருக்கலில் பனைமரத்துக் கரிக்குருவிகள் கத்தத் தொடங்கியபோது வலி மிகுந்தது. தாங்க முடியாமல் 'அய்யோ அய்யோ' என்று இடைவெளி விட்டு அனத்துவது போலக் கத்தினாள். பண்டிதகாரிச்சி 'அப்பிடிச் சொல்லாத. சாமி சாமின்னு சொல்லாயா' என்றாள். அப்போது காளி எழுந்து கட்டுத்தரை வேலையைப் பார்த்துக்கொண்டிருப்பது தெரிந்தது. ஓரிருவரிடம் ஒவ்வொரு வார்த்தை பேசுவதும் கேட்டது.

முக்குவலி வந்து பனிக்குடம் உடைந்ததும் படுக்க வைத்து முக்கச் சொன்னாள் தங்கா. மூச்சைப் பிடித்துக்கொண்டு முக்கினாள் பொன்னா. வயிற்றை அழுத்தித் தடவினாள் தங்கா. இருந்தாலும் அது போதவில்லை. உடனே வடக்கயிற்றைக் கொண்டு வரச் சொல்லிக் கொட்டாயின் நடுவிட்டத்தில் கட்டித் தொங்கவிடச் சொன்னாள். அதற்குக் காளியைக் கூப்பிட்டார்கள். வந்து கயிற்றை இழுத்து இழுத்துப் பார்த்துக் கட்டினான். கயிறு கட்டி பழக்கம் இருக்கிறதுதானே என்று நினைத்தாள். அவள் பக்கம் திரும்பாமலே வெளியே போய்விட்டான். பொன்னாவை இரண்டு மூன்று பெண்கள் கட்டிலிலிருந்து மெல்லப் பிடித்துத் தூக்கித் தொங்கும் கயிற்றுக்கு முன்னால் கொண்டு வந்து அதைப் பிடித்துக்கொள்ளும்படி சொன்னார்கள். பொன்னா இரண்டு கால்களையும் அகட்டி மண்டியிட்டுக் கொண்டு கயிற்றைப் பற்றினாள். பூவரச மரத்திலிருந்து கயிறு தொங்குவது போலிருந்தது.

கண்களை மூடிக்கொண்டு கயிற்றைக் குஞ்சியபடி முக்கினாள். ஒரே முக்கு. மூச்சு நின்று வயிறு இளகுவதை உணர்ந்தாள். 'பையந்தான்' என்னும் குரலைக் கேட்டும் கேட்காமலே மயங்கிப் போனாள். பின் அவள் விழித்தபோது எல்லாரும் சிரித்தபடி உலவுவதைக் கண்டாள். 'பையன் அப்பிடியே கருகருன்னு அவங்கப்பன உரிச்சு வெச்சுப் பொறந்திருக்கறான் பொன்னா' என்னும் சீராயியின் குரல் கேட்டது. ஓங்கி அழச் சக்தியின்றி விசும்பினாள். அவன் வந்து பார்த்திருப்பானா? கூப்பிட்டுக் காட்டியதாகவும் எல்லாருக்கும் முன்னால் வந்து நின்று பார்த்துப் போனதாகவும் பின் சீராயி சொன்னாள். கையில் கொடுத்ததற்குப் பிறந்த குழந்தையை வாங்கிப் பழக்கமில்லை

என்று சொல்லிவிட்டானாம். குழந்தையைப் பொன்னா சரியாகப் பார்க்கவில்லை. பின்னரும் அவள் குழந்தையைச் சரியாகப் பார்க்கவேயில்லை.

ஒருமாதமாக சீராயிதான் குழந்தையைச் சீராட்டிக் கொண்டிருந்தாள். பொன்னா கொஞ்சம் கொஞ்சமாக ஒவ்வொன்றையும் சாப்பிடத் தொடங்கினாள். ஆள் துணை இல்லாமலே வெளியே போய்வர முடிந்தது. குழந்தை பிறந்து ஒருமாதம் ஆகிவிட்டது என்று சொன்ன சீராயி, 'இன்னைக்கு வெளக்கு மொவத்தக் கொழந்தக்குக் காட்டோணும்' என்று சொல்லி ஏதேதோ செய்துகொண்டிருந்தாள். கொட்டமுத்தைக் கொண்டுபோய்ப் புதிதாக ஆட்டி எடுத்து வந்த விளக்கெண்ணெய் இருந்தது. காளி வண்டி கட்டிக்கொண்டு போய்ப் போட்டு வந்தான். அப்புறம் மூன்று நாள் கழித்துப் போய்க் குடத்தில் எண்ணெய்யையும் புண்ணாக்கையும் வண்டியில் எடுத்து வந்தான். எண்ணெய் வந்த அன்றைக்கே ஊர்க் கோயிலுக்குப் போய்ப் புதுவிளக்கில் புதுஎண்ணெய் ஊற்றி ஏற்றிக் கும்பிட்டுவிட்டு வந்திருந்தாள் சீராயி.

குழந்தைக்கு விளக்குக் காட்டும் முன் இத்தனை வேலைகள் இருந்தன. குழந்தை பிறந்த ஏழாம் நாள் மண்ணார் வீட்டிலிருந்து பெரிய மண் விளக்கு மூன்றைக் கொண்டுவந்து கொடுத்துவிட்டுக் கம்பு வாங்கிப் போனார்கள். அதில் ஒரு விளக்கை எடுத்து இன்னும் புழங்காமலே வைத்திருந்த புது எண்ணெய்யை ஊற்றினாள். தடியான திரியைப் போட்டு விளக்குக் கட்டையின்மேல் அதை வைத்தாள். பொன்னா கடைக்கட்டிலில் உட்கார்ந்திருந்தாள். கட்டிலின் தலைமாட்டில் குழந்தைக்குத் தெரிகிற மாதிரி விளக்குக் கட்டையைத் தள்ளி வைத்து ஏற்றினாள் சீராயி. திரி கொஞ்சம் கொஞ்சமாகப் பற்றிக்கொள்ளக் கொட்டாயின் உள் முழுக்க மஞ்சள் ஒளி பரவிற்று. கோயிலுக்குள் விளக்கெரியும் காட்சி பொன்னாவுக்கு நினைவு வந்தது. கண்களை மூடிக்கொண்டிருந்த குழந்தையின் கன்னத்தைத் தட்டி 'இங்க பாருடா ராசா' என்று அவள் சொன்னாள். குழந்தை உடலை முறுக்கிச் சிணுங்கிக்கொண்டே விழித்தது. ஒளியைக் கண்டு கூசிய கண்களை மெல்லத் திறந்து திறந்து மூடியது. பின் அசையும் சுடரை ஆச்சர்யத்துடன் கண்டது. குழந்தை முதன்முதலாக இந்த உலகில் கண்ட ஆச்சர்யம் அந்தச் சுடர். அவள் குழந்தையைக் கொஞ்சிவிட்டுக் கண்ணேறு கழிக்க ஏதோ எடுத்துவர வெளியே போனாள்.

சுடர் அசைவதும் குழந்தையின் கண்கள் அசைவதும் பொன்னாவுக்குத் தெரிந்தன. குழந்தையை முழுவதுமாகப்

பார்க்க அந்தக் கணத்தில் அவளுக்கு ஆசை தோன்றியது. அருகில் சென்றாள். குழந்தையின் பார்வை அவள் முகத்தில் பதிவதும் பின் சுடர் அசைவுக்குச் செல்வதுமாக இருந்தது. கோப்பாளித் தலையும் கருகரு உடம்புமாக அதைச் சந்தோசமாகத் தடவினாள். இதுவரைக்கும் குழந்தையின் மேல் தோன்றாத வாஞ்சையும் பிரியமும் கூடின. அதன் கால்களை நீவிப் பார்த்தாள். கை விரல்களைப் பிரித்துக் கன்னத்தில் வைத்துக்கொண்டாள். மாணியைப் பார்த்தாள். இன்னொரு சுண்டுவிரல் போல இருந்தது. 'சின்னக் குஞ்சான்' என்று கொஞ்சியபடி அதைத் தொட்ட விரல்களைக் குவித்தெடுத்து முத்தம் கொடுத்தாள். கால்களை அசைத்தபடி ஏதோ சத்தம் கொடுத்தது.

அவளை அறியாமல் குழந்தையைக் கொஞ்சத் தொடங்கினாள். 'மொட்டுக்குட்டி' என்று வயிற்றை லேசாகத் தொட்டாள். 'சின்னமுத்து' என்று முகத்தைக் குழந்தையின் முகத்தருகே கொண்டு போனாள். அவள் முகம் சுடர் பட்டுப் பெரிதாவதையும் பின்னால் போகையில் சிறிதாவதையும் ஆச்சரியமாகக் கண்களை விரித்துப் பார்த்தது. தொடர்ந்து அவள் நான்கைந்து முறை அப்படிச் செய்ததும் குழந்தைக்குச் சிரிப்பு வந்துவிட்டது. வாயை விரித்துக் குழந்தை சிரித்தது. அது சிரிக்கச் சிரிக்கப் பொன்னாவுக்கு ஆசையாக இருந்தது. அந்தப் பூவாய்க்குக் கைகளைக் கொண்டு போகையில் சட்டென 'எம் பேரு என்ன' என்னும் குரல் வந்தது. குழந்தையா பேசியது? குழந்தையின் முகத்தை நோக்கிய பொன்னாவுக்கு இப்போது அந்த வாயும் குரலும் நினைவில் வந்து சேர்ந்தன. பெருநோம்பியில் சந்தித்த அந்த முகம். 'எம் பேரு என்ன' என்று கேட்ட முகம்.

◯

29

பெருங்கூட்டத்திற்குள் தனியாக நின்றிருந்த பொன்னாவை அவன் கண்டுகொண்டான். பின் அவனை அவளும் கண்டுகொண்டாள். அவளுக்கு அவனாகவே 'செல்வி' என்று பெயர் வைத்தான். அவளுக்கு அவனைப் பெயர் சொல்லிக் கூப்பிட வேண்டியிருக்கவில்லை. பெருநோம்பியில் சாமி பார்க்க எங்கும் கூட்டம். தெருக்களில் ஏராளமான கலைநிகழ்ச்சிகள்.

அவனையும் அவளையும் பார்த்துப் பல பேர் சீழ்க்கை அடித்தார்கள். 'ஓய்' என்று கத்தினார்கள். 'சோடி புடிச்சிட்டயா மாப்பிள்ள' என்றார்கள். 'வரலாமா' என்றார்கள். பொன்னாவுக்கு எரிச்ச லாக இருந்தது. தலைகுனிந்து நடந்தாள். அவள் கையைப் பற்றி வெகு உரிமையோடு 'கூட்டம்னா அப்பிடித்தான்' என்று சொன்ன அவன் வெகு சீக்கிரத்தில் கூட்டத்தைக் கடந்து அழைத்து வந்துவிட்டான்.

கரட்டைச் சுற்றிலும் இருளை விரட்டிப் பொலிந்த நிலவொளியில் இருவரும் நடந்தார்கள். இப்போது அவள் இடையில் கை கொடுத்துச் சேர்த்தணைத்திருந்தான். அவளின் பயத்தைப் போக்கும் வகையில் அந்த அணைப்பு என்று அவளுக்குப் பட்டது. வாகாக ஒண்டிக்கொண்டாள். கிட்டத்தட்டக் காளியின் உருவமும் உடம்பும் போலவே அவனுக்கு இருந்தன. காளிதான் இப்படி வேடமிட்டு வந்துவிட்டானோ என்று நினைத்தாள். இடுப்பில் இரட்டை மடிப்பு வேட்டி ஒன்றைக் கட்டியிருந்தான். அதை அவிழ்த்துக் கால் வழிய விட்டிருந்தாலும் தடுமாறாமல் நடந்தான். வெறும் மேலில் துண்டை இருபக்கமுமாகப் போட்டிருந்தான்.

தலையில் பெரிய உருமால் ஒன்றைக் கட்டியிருந்தான். தன் அடையாளத்தை மறைத்துக்கொள்ள அவன் அப்படிச் செய்திருக்கக் கூடும் என்று நினைத்தாள்.

காளியும் எங்காவது போவதென்றால் இரட்டை மடிப்பு வேட்டியைக் கட்டுவான். துண்டைத் தோளில் போட்டிருப்பான். சிலசமயம் அதை எடுத்துத் தலையில் கட்டிக்கொள்வான். அவன் உடலும் உரசும்போது இப்படித்தான் கெட்டிப்பட்டுக் கருங்கல்லைப் போலிருக்கும். அவள் தலையை உதறிக் காளியைத் தவிர்க்க முயன்றாள். இவன் காளிதான். மனதுக்குள் இருக்கும் காளி அப்படியே இவனில் பொருந்துகிறான். இவன் காளிதான். எங்கோ அழைத்துச் செல்ல வந்திருக்கும் காளியேதான் இவன். அவன் இடுப்பில் தன் கையையும் தயக்கத்தோடு வைத்தாள். கையைப் பற்றி இழுத்து நன்றாகப் பதித்துக்கொண்டான். எங்கே அழைத்துச் செல்கிறான்? அது எந்தச் சாலை என்று அவளுக்குத் தெரியவில்லை. சில பேர் வந்துகொண்டிருந்தார்கள். மற்றபடி பெரும்பாலும் ஆளரவமற்று நிலவொளி மட்டும் பரந்து கிடந்தது. திடுமென கரட்டுக்குள் நுழைந்தான் காளி. அவளுக்கு அப்படித்தான் தோன்றியது. அங்கே வழியிருக்கும் என்று அவள் நினைக்கவில்லை. வெறும் பாறைதான். அதற்குள் அவளையும் கொண்டு போனான்.

பாறையில் ஒரு வெள்ளாட்டைப் போலக் காளி ஏறினான். அவளைச் சிலசமயம் நடத்தியும் சில இடங்களில் கால்கள் பாறையில் படாமல் லேசாகத் தூக்கியபடியும் அழைத்துப் போனான். கிட்டத்தட்டக் கால் பகுதி ஏறிய மாதிரி இருந்தது. அங்கே பெரும்பாறை ஒன்று நின்றிருந்தது. அதன் பின்பக்கம் பாறை தரை போல விரிந்திருந்தது. நிலாவைத் தவிர கண்ணுக்கு எவரும் படாத இடம். யாரும் அத்தனை சீக்கிரம் கண்டறிய முடியாத இடம். அவன் தலையில் கட்டியிருந்த உருமாலை அவிழ்த்தான். அது துண்டுமல்ல, வேட்டியுமல்ல. துப்பட்டி. அதை விரித்துப் போட்டான். அவன் உட்கார்ந்துகொண்டு அவளையும் உட்கார அழைத்தான். உட்கார்ந்தாள். மார்பில் சாய்த்துக்கொண்டான். முதுகோடு சேர்த்துக் காளியைத் தழுவிக்கொள்ள ஆசையாய் இருந்தது.

அவள் கைகளைப் பற்றி முதுகில் படர விட்டான். நிலவு உலகுக்கெல்லாம் இன்பத்தைப் பரப்பி ஊர்ந்துகொண்டிருந்தது. துளி மேகம்கூட இல்லை. நிலா தடங்கலற்று வானின் விரிந்த வெளியெங்கும் தன்னையும் தன் கதிர்களையும் விரித்தது. அதன் அமுதத் தாரைகளைப் பருகிய நிலம் கண் சொருகிக் கிடந்தது. பெருமயக்க வெளி. பின் அவன் கேட்டான்.

‘கொழந்த வேணுமின்னு வந்தயா?’ அவள் ஒன்றும் சொல்லாமல் அவன் மார்பில் முகத்தை வைத்துக்கொண்டாள். ‘கெடச்சிரும்’ என்றான். அவள் இதழ்களைத் தடவினான். ‘பேச மாட்டயா?’ அவள் கைகளே பேசின.

‘கொழந்தைக்கு எம்பேரு வெப்பியா?’ அவள் மெல்ல அவன் காதில் ‘ம்’ என்றாள். ‘எம்பேரு என்ன தெரியுமா?’ என்றான். அவள் ‘ம்கூம்’ என்றாள்.

‘. . .’ என்றவன் ‘பையன் பொறந்தாலும் பிள்ள பொறந்தாலும் கூப்பட எம்பேர வெச்சுக்க. அப்பத்தான் என்னய மறக்காத இருப்ப. ம்’ என்று அவள் ஆமோதிப்பை எதிர்பார்த்துக் கேட்டான். அவள் தலையசைத்தது அவன் மார்புக்குத் தெரிந்தது.

‘எம் பேரு என்ன?’ என்றான். அவள் சொல்லவில்லை.

‘எங்க எம்பேரச் சொல்லு’ என்றான். அவள் முன் போலவே காதோரமாய் ‘காளி’ என்று கிசுகிசுத்தாள்.

‘என்னது?’ என்றான். அவளுக்குத் தான் என்ன பேர் சொன்னோம் என்று குழப்பமாக இருந்தது. ‘செரியாப் புரியல. ஆனா அந்த நெலா காதுக்குள்ள பாயறாப்பல இருக்குது’ என்றான் சிரித்துக்கொண்டே.

அவள் முகத்தைத் தன் முகத்துக்கு நேராகத் தூக்கி நிமிர்த்தி ‘எனக்கு இன்னொரு பேரும் இருக்குது’ என்று சிரித்தான். ‘பாரு, இருட்டுல நானுமில்ல நீயுமில்ல நாம ரண்டு பேரும் ஒன்னுதான். இப்பச் சொல்லு எம்பேரு என்ன?’ என்று கேட்டான்.

அவளுக்கு வெட்கமாக இருந்தது. மனதில் நினைக்கும் விதத்தில் தெரிகிற மாச்சாமியைச் சொல்கிறான். அவன் பேரு மாச்சாமியா? அவள் லேசாகச் சிரித்ததை அவன் அறிந்தான்.

‘கண்டுபுடிச்சிட்டயா? மாச்சாமி. அதுதான் எம்பேரு. என்னய மறந்து உன்னோட ஒன்னாக் கலந்தரோனும்னு ஆசயா இருக்குது. எப்பவும் உடாத இப்பிடியே இருக்கோணும்’ என்று அவளைத் தன் உடலோடு மிக இறுக்கமாக அணைத்துக் கொண்டான்.

அவளுக்கு மூச்சு முட்டியது. என்றாலும் அப்படியே இருந்தால் நன்றாக இருக்கும் என்றுதான் பட்டது. அவளுக்கு என்றும் இல்லாத வகையில் சிரிப்பு வந்தது. ‘சிரிக்கறயா. சிரிக்கற வாய என்ன செய்வன் தெரீமா?’ என்றபடி அவள் முகத்தைக் கீழே இழுத்தான். அவள் நிலவொளியில் மீண்டும் குளிர்ந்தாள்.

'என்னூரு உனக்குத் தெரீமா?' என்றான். அவன் வாயைப் பொத்தி வேண்டாம் என்று தலையசைத்தாள்.

'இந்தக் கரடுதான். ஒன்னும் பயப்படாத. இங்க வந்து எங்க நின்னுக்கிட்டு மாச்சாமின்னு கூப்பட்டாலும் வந்திருவன்' என்றான். அவள் சரி எனத் தலையசைவிலேயே பதில் சொன்னாள்.

'அடுத்த வருசமும் வரோணும். கொழந்தய எடுத்துக்கிட்டு வரோணும். உன்னய எதிர்பாத்துக்கிட்டு நிப்பன். செரியா? வருவ நீ எனக்குத் தெரியும். என்னய மறக்க மாட்ட. நீ மறந்தாலும் நான் மறக்க மாட்டன். என்னோட வர்றயா சொல்லு, இப்பிடியே கூட்டிக்கிட்டுப் போயிர்றன். உன்னய எனக்கு ரொம்பப் புடிச்சிருக்குது. வந்துரேன்' என்று அவன் சொற்களின் கொஞ்சல் இடைவிடாமல் பெருகிக்கொண்டே இருந்தது. அதில் மூழ்கியவளால் சீக்கிரம் மேலேற இயலவில்லை.

◯

30

பையனைத் தூங்க வைத்துவிட்டுப் பொன்னா வாசலில் போட்டிருந்த பலகைக்கல்லில் உட்கார்ந்திருந்தாள். கம்பு தீர்ந்துவிட்டது என்று வளவு வீட்டு மொடாவில் இருந்து எடுத்து வருவதற்காகச் சென்ற சீராயியை இன்னும் காணவில்லை. வளவுக்குள்ளேயே பல வருசங்களாக இருந்தவள். எல்லாரிடமும் பேசிப் பழகியவள். ஒவ்வொரு வீட்டுக்கும் எட்டிக் கூப்பிடும் தொலைவு. பழமைக்கு ஆட்கள் பிடித்தால் சீக்கிரம் விட மாட்டார்கள். ராத்திரி அங்கேயே இருந்தாலும் இருந்துகொள்வாள். குழந்தை பிறந்த பின்னால் அப்படி ஒன்றிரண்டு நாட்கள் தங்கியிருக்கிறாள். பொன்னாவும் காளியும் பேசிக்கொள்ளத் தான் இருப்பது இடைஞ்சலோ என்பதைக் கண்டுபிடிக்கச் செய்யும் தந்திரம் அது. சீராயிக்குத்தான் எத்தனை விதமான தந்திரங்கள் தெரிகின்றன என்று பொன்னாவுக்கு வியப்பாக இருந்தது.

இப்போதைய எல்லாப் பிரச்சினைகளுக்கும் அவள் செய்த தந்திரங்களே காரணம். பெரு நோம்பிக்கு அனுப்ப அவள் பொய்ப் பேசி ஏற்பாடு செய்தாள். அதற்கு எல்லாரையும் இணங்கச் செய்தாள். அதனால் காளி உயிரை விட இருந்தான். காளிக்கும் பொன்னாவுக்கும் பேச்சு அற்றுப் போயிற்று. அம்மா வீட்டோடு தொலவு விழுந்தது. முத்துவுக்கும் காளிக்கும் இருந்த பால்ய சினேகம் முறிந்தது. குழந்தையைப் பார்க்கவும் வர முடியவில்லை. முத்து இடைவிடாமல் குடித்துத் திரிகிறான். காளி என்னவோ நடைப் பயணம் போய்த் திரும்பினால் புனிதமாகிவிடுவான் என்று நினைத்தாள். அவனும் இப்போது வந்து முன்பைவிட அதிகமாகக் குடித்துக்கொண்டு கிடக்கிறான்.

முன்பாவது தொண்டுப்பட்டிக்குள் வைத்துக் குடிப்பான். இப்போது பொன்னாவும் குழந்தையும் இருப்பதால் இங்கே குடிக்கவும் இவர்கள் முகத்தைப் பார்க்கவும் சங்கடப்பட்டுக் கொண்டு வெளியே போய்த் திரிகிறான். சிலநாள் பனைமரத்தின் அடியிலேயே வெகுநேரம் குடிப்பான் போலத் தெரிகிறது. கிணற்றடிப் பால மரத்தடியில் அவ்வப்போது தலை தெரிகிறது. சிலநாள் போனால் ஆள் எங்கே இருக்கிறான் என்பதே தெரிவ தில்லை. நடுராத்திரிக்கு மேல் காறிக் காறித் துப்பிக்கொண்டே வருகிறான். சித்திரை வெயிலுக்கு ஆடுமாடுகள் சுணங்கிப் போய்விட்டன. அவற்றுக்குத் தண்ணீர் காட்டவும் மேய்க்கவும்கூட வேலை செய்வதில்லை. சீராயி குழந்தைக்குப் பராமரிப்பு செய்துவிட்டுக் காட்டு வேலைக்குப் போக வெகுநேரம் ஆகிறது. இன்னும் முழுமையாகக் குழந்தையைப் பராமரிக்கப் பொன்னா வுக்குத் தெரியவில்லை. பயமாக இருக்கிறது.

சீராயி செய்த தந்திரத்தால் கிடைத்த ஒரே நல்ல விஷயம் இந்தக் குழந்தைதான். அதன் முகத்தைப் பார்த்துச் சந்தோசப்பட வேண்டியிருக்கிறது. அதுவும் சில சமயம் இவன் வந்து எதற்குப் பிறந்தான், இவனால்தான் எல்லாப் பிரச்சினையும் என்று கோபமாகவும் வருகிறது. பையனுக்கு மூன்று மாதம் முடிந்து ஒருவாரம் ஆகிவிட்டது. இன்னும் அவன் முகத்தைக் கண் கொண்டு பார்க்கவில்லை காளி. மாடுகளை அடிப்பதும் ஆடுகளை விரட்டுவதும் நாயைக் கல்லால் இடுவதும் என இருக்கும் கோபத்தை எல்லாம் காட்டுகிறான். பேசாமல் இந்தத் தொண்டுப்பட்டி ராச்சியத்தை அவனுக்கே விட்டுவிட்டு வளவுக்குப் போய்விடலாம் என்று தோன்றுகிறது. ஆட்டையும் மாட்டையும் போரையும் கொட்டாயையும் வைத்து அவனே ஆளட்டும். பூவரசில் தூரி கட்டி இந்த மூலைக்கும் அந்த மூலைக்கும் கால் உந்தி ஆடட்டும். இல்லாவிட்டால் இன்னொரு கிளையில் கயிறு போட்டுத் தொங்கட்டும்.

குழந்தையைத் தூக்கிக்கொண்டு எங்காவது வெளியூர்ப் பக்கம் போனால் காட்டுவேலை செய்தாவது இதற்கு ஒருவாய் கஞ்சி ஊற்ற முடியாதா? ஆளில்லாத அனாதிக் காட்டில் தவிக்க வேண்டி இருக்கிறது. பெத்த வீட்டுக்குப் போனால் அங்கே பட்டிநாய்க்கு ஊற்றுகிற பழைய சோறும் நீத்தண்ணியுமாவது கிடைக்காமலா போய்விடும்? எதற்கு இந்தப் பொழப்பு? செரி, அவுசாரி போய்விட்டாள் பொண்டாட்டி என்றால் நாலுபேரைக் கூட்டி நாயம் பேசித் தள்ளிவைத்து விடலாம். அவனுக்குத் தோதாக அவுசாரி போகாத உத்தம பத்தினி ஒருத்தியைத் தேடிக் கொண்டுவந்து கொட்டாய்க்குள் வைத்துக் குடும்பம்

நடத்தலாம். இது என்ன புத்தி? ஒரு வார்த்தை பேசாமல் இப்படி ஆளைக் கொல்கிற புத்தி?

பெருநோம்பியில் பார்த்தவன் 'என்னோடு வந்துவிடு' என்று வருந்தி வருந்திக் கூப்பிட்டான். அவன் முகத்தைத் தெளிவாகப் பார்க்கவில்லை. அதில் காளியின் முகமே பொருந்தியிருந்தது. நிலவொளியில் அவன் காளியாகத்தான் தெரிந்தான். ஆனாலும் என்ன, இந்த வருசம் பெருநோம்பிக்குப் போனால் அவன் கட்டாயம் வருவான். அவளைத் தேடுவான். அவன் தொடுதலை அவள் அறிவாள். எத்தனை ஆசையாய் வார்த்தை பேசினான். 'எப்போதும் என்னோடு இருந்துவிடேன்' என்றானே, அது சும்மா அப்போதைய உணர்ச்சி வேகத்தில் பேசியதுதானா? குரலில் தெரிந்த வாஞ்சையில் உண்மை இருந்தது. அவன் எந்த ஊராகவோ இருக்கட்டும். எந்தச் சனமாகவோ இருக்கட்டும். இந்த வருசம் போய் நின்று என்னை நீதான் கூட்டிப் போக வேண்டும் என்று கேட்டால் கட்டாயம் கூட்டிப் போய்விடுவான். குழந்தையை வாங்கிக் கொஞ்சுவான்.

பன்னிரண்டு வருசமாய் உடனிருந்தவனின் பிரியம் ஒன்றுமில்லை, வெளுத்துப் போய்விட்டது. ஒரே ஒருநாள், அதுவும் ஓரிரவு உடனிருந்தவனுக்குத்தான் எத்தனை பிரியம். அவன் பேசிய ஒவ்வொரு சொல்லும் மனதில் அப்படியே பதிந்திருக்கிறது. ஆனாலும் குழந்தையின் முகத்தில் காளிதான் தெரிந்தான். எல்லாருக்கும் காளி தெரிந்தான். ஆனால் இப்போது அவளுக்குக் காளி தெரியவில்லை. மாச்சாமிதான் தெரிகிறான். இது காளியின் குழந்தை இல்லை. அவனே இல்லை என்று சொல்லும்போது, முகம் பார்க்கக் கூசி விலகி ஓடும்போது திரும்பத் திரும்ப உன் குழந்தைதான் இது என்று சொல்லி என்ன பிரயோசனம்? அட இது உன் குழந்தை இல்லை, அவன் குழந்தை. அவன் பேர்தான் சொல்லும் இந்தக் குழந்தை.

அவனுக்கு அப்போது திருமணம் ஆகியிருக்கவில்லை. கன்னி மீசையும் கன்னித்தாடியும் எடுக்கவில்லை. கன்னிச் சவரம் நடக்கவில்லை. இன்னும்கூடக் கல்யாணம் ஆகாமல் இருக்கலாம். ஆகியிருந்தால்தான் என்ன. குழந்தையோடு நானும் ஒருபக்கம் இருந்துகொள்கிறேன் என்றால் வேண்டாம் என்று விரட்டிவிடுவானா? அன்றைக்கு என் உடம்பில் இருந்தது அந்த மாச்சாமி. நானில்லை. எனக்கும் இந்தக் குழந்தைக்கும் சம்பந்தமில்லை என்று கை விரித்துவிடுவானா? நோம்பியில் பிறந்த குழந்தையை எல்லாம் வைத்து வளர்ப்பது என்றால் எத்தனையை நான் வளர்ப்பேன் என்பானா? அன்றைக்கு அவன் அவளை விட மறுத்து அவளுடனேயே இருந்தான்.

தன் உடம்பின் பாதி என்றான். இப்படியே இருந்துவிடலாம் என்றான். அவள்தான் நேரமாகி விட்ட பதற்றத்தோடு கையை விலக்கிக்கொண்டு கிளம்பினாள்.

அந்த அளவுக்கு அவன் மனதில் இடம் கொடுத்திருக்கிறான். அவன் விடமாட்டான். அவனுக்கும் சொந்த பந்தம், உற்றார் உறவினர் இருப்பார்கள். அவர்கள் ஒன்று சேர்ந்து விரட்டியடிப்பார்களா? அவர்களுக்குப் பயந்துகொள்வானா? யாரென்றே தெரியாதவனோடு வந்து பிள்ளை பெற்ற அவுசாரி நீ என்று அவனும் சொல்வானோ. காளி ஒருபக்கம் எனக்கு வேண்டாம் போய்விடு என்று விரட்டுகிறான். மாச்சாமி ஒருபக்கம் எனக்கு வேண்டாம் போய்விடு என்று விரட்டுகிறான். இந்தப் பொன்னா எங்கேதான் போவாள்? குழந்தையோடு போய்க் காவிரி ஆற்றில் இறங்கிவிடலாம். குழந்தை நீருக்குள் மூழ்கினால் குளிர்ச்சியாகச் சாகும். குழந்தையை விட்டுவிட்டுப் போகக் கூடாது. இது அவுசாரி பெற்ற குழந்தை என்று எல்லாரிடமும் சொல்வான். வளர்ந்த பின்னாலும் 'நீ எனக்கா பொறந்த?' என்று கேட்டாலும் கேட்பான். குழந்தை எதற்குக் காலம் பூராவும் இந்தப் பெயர் வாங்க வேண்டும்?

பேரன் வந்து நெய்ப்பந்தம் பிடிக்க வேண்டும் என்று நீலிக் கண்ணீர் விட்டாளே சீராயி, அவள் மடியில் இந்தா உன் பேரனை வளர்த்துக்கொள் என்று போட்டுவிட்டுப் பரதேசம் போய்விடலாம். ஆம்பளை பரதேசம் போனால்தான் ஆகுமா? பொம்பளைக்குப் பரதேசம் ஆகாதா? நல்லையன் மாமன் கூட்டிக்கொண்டு வந்து வைத்திருக்கும் பொம்பளைகள் மாதிரி எவனோடாவாவது போய் இருந்தால்தான் என்ன? ஒருமுறை என்றாலும் அவுசாரிதான், ஒன்பது முறை என்றாலும் அவுசாரிதான். இந்த உலகத்தில் பிழைக்க முடியாமல் போய்விடுகிறதா?

குழந்தை சிணுங்கிய மாதிரி தெரிந்தது. உள்ளே ஓடிப் போய்ப் பார்த்தாள். ஏதோ கனவு கண்டிருக்கும் போல. உதடுகளை ஆவாரம்பூ மொக்கு விரிவது போல லேசாக விரித்துச் சிரித்தது. அதையே பார்த்துக்கொண்டிருந்தாள். பின் மீண்டும் குழந்தை ஆழ்ந்த தூக்கத்திற்குப் போய்விட்டது. கனவில் சாமி வந்து பேசியிருக்கும். குழந்தைகளிடம்தான் சாமி பேசுகிறது. அதை என்னவென்று குழந்தைகள் ஒருபோதும் சொல்வதில்லை. இது சாமி குழந்தை. இதனிடம் சாமி நிறையப் பேசியிருக்கும். அந்தச் சாமி வந்து என்னிடமும் பேசினால் என்ன? இதற்கு ஒரு வழியைச் சொல்லிவிட்டுப் போய்த் தொலைக்கலாமே. குழந்தை பிறக்க ஒருவழியை வைத்திருக்கும் சாமீ... இதை நல்லவிதமாக

வளர்க்கவும் ஒரு வழியைக் காட்ட மாட்டாயா? நீ வந்து எனக்குச் சொல்ல வேண்டும். உலகமே கை கூப்பி வணங்கும் சக்தியுள்ள சாமியாக நீ இருந்தால் வந்து எனக்குச் சொல்ல வேண்டும். இது யார் குழந்தை. காளியின் குழந்தையா, மாச்சாமியின் குழந்தையா, உன்னுடைய குழந்தையா? அன்றைக்கு நீதான் எனக்குள் வந்து புகுந்தாயா? சொல்லிவிட்டுப் போ.

குழந்தை திரும்பவும் சிணுங்கியது. உள்ளே ஓடினாள். விளக்கில் எண்ணெய் குறைந்திருந்தது. ஊற்றினாள். கைகளையும் கால்களையும் ஆட்டிச் சிரித்தது. இப்படிச் சிரிக்கிறாய். உன் அப்பன் எங்கே கிடக்கிறானோ. அவனா அப்பன். நீ என் குழந்தை. பத்து மாதம் சுமந்து பெற்றவள் நான். முட்டை இட்ட கோழிக்குத்தானே பொச்செரிச்சல் தெரியும்? யார் பார்த்தால் என்ன, பார்க்காவிட்டால் என்ன. நீ என் குழந்தை. இது எப்படி இதுவரை தோன்றாமல் போயிற்று. அவனையும் இவனையும் யோசித்துக் கொண்டிருப்பானேன். வேண்டுமானால் விருப்பம் இருப்பவன் வந்து என் குழந்தை என்று உரிமை கொண்டாடிக் கொள்ளட்டும். சீராயிக்குத் தன் பேரன் என ஏற்றுக்கொள்வதில் எந்தச் சங்கடமும் இல்லை. வேறென்ன, கண்ட நாய்களையும் எதற்கு நினைப்பானேன். அப்படி ரோசம் உள்ளவனுக்கு ஒரு குழந்தையைக் கொடுக்க வக்கில்லையே. அதோ தொண்டுப்பட்டியில் பத்துப் பதினைந்து குழந்தைகள் அப்பா அப்பா என்று காலிலும் தோளிலும் ஏறி அப்பிக்கொண்டு கிடக்கின்றன. இந்த ஒரு குழந்தை மட்டும்தான் இவனுக்குப் பிறக்காமல் போய்விட்டது. வக்கில்லாத நாய்க்கு வீண் ரோசம் என்னத்துக்கு?

வெளியே பட்டி நாய் குலைத்தது. பட்டியை மாற்றியதும் கொட்டாய் போட்டதும் பிடிக்கவில்லையாம். இந்தத் தொண்டுப் பட்டிக்குள் ஒருவனே பேண்டுகொண்டும் மண்டுகொண்டும் கிடக்கலாம் என்று நினைக்கிறான். இப்படியேவா இருக்க முடியும்? கையும் காலும் தளர்ந்து கிடக்கும்போது யார் வந்து பீயும் மல்லும் வழிப்பார்கள்? சனம் சேரா நாய். சீராயி வருகிறாளா, காளி வருகிறானா என்று பார்த்தாள். ஏதோ குரல்கள் பேசுகிற மாதிரி கேட்டது. நாய்க் குலைப்பில் பேச்சு தெளிவாகவில்லை. புதிதாக யாரோ வருகிறார்கள். இல்லாவிட்டால் நாய் இத்தனை நேரம் குலைக்காது. நல்லையன் மாமா வருகிறாரோ. யாரிடம் பேசுகிறார்? கொட்டாய் இருக்கும் வட மூலை இருளில் அவளுக்குத் தெளிவாகத் தெரியவில்லை. குழந்தையை விட்டுவிட்டுப் போய்ப் பார்க்கவும் அச்சமாக இருந்தது.

கைக்குழந்தையை வைத்திருக்கிறாளே என்று இந்தக் கிழவிக்குக் கூடவா அறிவில்லை? போனோமா வந்தோமா என்று இருக்க வேண்டாமா? அவன் இவளோடு போனான், இவன் அவளோடு போனான் என்று வெட்டிப் பழமை பேசிக்கொண்டு உட்கார்ந்திருப்பாள். முண்டக்கிழவி, இந்தா உன் பேரன், வைத்துக்கொண்டு கொஞ்சு, என்னை விடு என்று இன்றைக்குச் சொல்லிவிட வேண்டும் போல வெறி வந்தது. தொண்டுப்பட்டிப் படல் கட்டப்படாமலே இருந்தது. யாரோ தள்ளித் திறக்கிறார்கள். நாயின் குலைப்பு இன்னும் நிற்கவில்லை. யாராக இருக்கும்? குழந்தையை எட்டிப் பார்த்துவிட்டு முன்னால் போனாள் பொன்னா.

○

31

'ஆரது?' என்று குரல் கொடுத்தாள். நாயின் இடைவிடாத குலைப்புக்கு இடையே 'நாங்கதான் சாமீ' என்னும் பதில் உரத்துக் கேட்டது. சத்தத்தில் குழந்தை விழித்து அழுவது போலத் தோன்றியது. சட்டென உள்ளே வந்து பார்த்தாள். குழந்தை விருக்விருக்கெனத் துள்ளி விழுந்தது. ஆனால் விழிக்கவில்லை. குழந்தையை உள்ளே விட்டுக் கதவைச் சாத்திப் போகவும் மனமில்லை. திறந்து போட்டுப் போகவும் முடியவில்லை. உள்ளுக்கும் வெளிக்கும் இடையே அலைபாய்ந்தாள். அதற்குள் குரல்கள் பக்கத்தில் வந்துவிட்டன. காளியை இருவர் ஆளுக்கொரு பக்கமாய்ப் பிடித்துக் கொண்டிருந்தனர். அவன் தலை சாய்ந்திருந்தது.

பொன்னா பதறிப் போனாள். 'என்னாச்சு' என்றாள். 'பயப்படாதீங்க. பண்ணயக்காரரு போத மீறி இட்டேரி மேல உழுந்து கெடந்தாரு. உள்ள படுக்க வெய்ங்க' என்றார்கள். வெங்காயி புருசன் சின்னானும் இன்னொரு அறியாப் பையனும் என்று அடையாளம் தெரிந்தது. பூவரசடியில் படுக்க வைக்கச் சொல்லலாமா என்று தோன்றிய எண்ணத்தைச் சட்டென மாற்றிக்கொண்டாள். இப்படி ஒரு ஆளைத் தூக்கிப்போனால் வெளியே போடச் சொன்னாள் என்று பெயராகிவிடும். அவர்கள் கதவு வரைக்கும் காளியைப் பிடித்து வந்து ஏற்றிவிட்டார்கள். பொன்னா அவன் கையைத் தன் தோளில் போட்டு அணைத்தபடி உள்ளே கூட்டிப் போனாள். கிட்டத்தட்ட ஒரு வருசத்திற்குப் பிறகு தீண்டல். குழந்தை படுத்திருந்த கட்டிலுக்கு எதிரில் சீராயிக்குப் போட்டிருந்த கட்டிலில் படுக்க வைத்தாள். வெளியே வந்தாள். அவர்கள் இருவரும் கிளம்பத் தயாராக நின்றனர்.

‘பையன் எம்மச்சனங்க. ஒரம்பரயா வந்தான், செரி கள்ளு ஒரு சொப்பு வாங்கித் தரலாம்னு கூட்டிக்கிட்டுப் போனங்க. திரும்பி வர்றப்பப் பாத்தா இட்டேரி ஆலமரம் தாண்டி இந்தப் பக்கம் வந்தாத் தடத்துல என்னமோ உழுந்து கெடக்கறாப்பல தெரிஞ்சதுங்க. பக்கத்துல வந்து பாத்தா இவரு. நெருப்புக்குச்சிய ஒரச்சுப் பாத்துத்தான் இவருன்னு கண்டுபுடிச்சங்க. எப்பவும் தொண்டுப்பட்டிய உட்டு வர மாட்டாரே, பையன் பொறந்த சந்தோசத்துல வெளிய வந்து எச்சாக் குடுச்சுப்புட்டாராட்டம் இருக்குது. கள்ளுக்கு மேல சாராயம் குடிச்சிருப்பாராட்டம் இருக்குது. அதான் சர்ருனு தூக்கி உட்டுருச்சு. இல்லீனா நெதானம் தவற மாட்டாரே. செரி, எதுனாச் சோறு திங்கச் சொல்லுங்க. வெறும் வவுத்துல கெடந்தா ஒடம்புக்குச் சேராது’ என்று சொல்லிவிட்டுக் கிளம்பினார்கள். ‘சின்னான், அங்கயும் இங்கயும் சொல்லிக்கிட்டு இருக்காத. இன்னமே இப்பிடி உழுவாத பாத்துக்கலாம்’ என்றாள் வேண்டுகோள் போல. ‘நாம் போயிச் சொல்லுவனுங்களா. இன்னமே இவரே ஏத்தக் கட்டீருவாருங்க. எதுனா வேல இருந்தாச் சொல்லி உடுங்க. வெங்காயி வேண்ணாலும் வருவா’ என்று சொல்லிக்கொண்டே அவர்கள் போனார்கள்.தொண்டுப்பட்டிப் படலை அவர்கள் சாத்தும் சத்தம் கேட்டு நாய்க் குலைப்பும் நின்ற பிறகு கொட்டாய்க்குள் வந்தாள்.

காளியின் உடல் தீண்டிய நினைவு வந்தது. நல்ல நிலையில் இருந்திருந்தால் இதற்கு ஒத்துக்கொண்டிருப்பானா? அவனைப் பார்த்தாள். கட்டிலில் ஒரு குழந்தை போலத்தான் கிடந்தான். மேலெல்லாம் மண்ணும் புழுதியும். இடுப்பில் கோவணத்தின் மேல் சுற்றிய வேட்டி அவிழ்ந்திருந்தது. தன் பழஞ்சீலை ஒன்றை எடுத்து வந்து அவன் மேல் முழுக்கத் துடைத்தாள். எவ்வளவு நேரமாகக் கிடந்தானோ. நினைவு தப்பிப் போகும் அளவுக்குக் குடிக்கும் பழக்கம் இல்லை. இதுவரைக்கும் எங்கும் விழுந்து கிடந்ததும் இல்லை. சமீபமாக அளவைத் தாண்டிக் குடிக்கிறான் என்பதை அறிந்திருந்தாள். அவனிடம் எப்படிச் சொல்வது? பேச்சை நிறுத்தி ஒரு வருசமாகிறது. ‘அவுசாரி’ப் பட்டம் கட்டிய அன்று பேசியதுதான். அந்தக் காயம் ஆறிவிட்டது. பையன் பிறந்த பிறகு அதன் பொருக்கும் உதிர்ந்துவிட்டது. ‘சொல்லிவிட்டுப் போகிறான்’ என்று அசட்டை. அவன் சொல்கிறான் என்று பார்த்திருந்தால் இந்த அருமையான பையனைப் பெற்றிருக்க முடியுமா என்னும் நினைவு. ஆனாலும் வடு இன்னும் இருக்கிறது.

அவனிடம் வலியமாகப் போய்ப் பேசினால் இன்னும் கேவலமாக ஏதாவது வார்த்தை சொல்லிவிட்டால்? அப்புறம்

அவன் முகத்தை நேருக்கு நேர் பார்க்கும் சந்தர்ப்பமும் இல்லை. கட்டிலில் கிடந்தவனை முழுதாகக் கண்டாள். மொட்டை அடித்தபின் மயிர் கொஞ்சமாக விதைத்து ஒருவாரத்தில் முளைத்த பயிர் போல வளர்ந்திருக்கிறது. முகம் முந்தி மாதிரி களையாக இல்லை. பெருந்துன்பத்தில் சிக்கித் தவிக்கும் துயரப்படிவு. உடலில் சதைப் பிடிப்பு வற்றிப் போயிருந்தது. சோறு சரியாக இல்லை. சீராயி போட்டுக் கொடுப்பதைத் தின்றும் தின்னாமலும் இருக்கிறான். அவளும் அவனைச் சிறுவயதில் கவனித்துக்கொண்ட மாதிரி இப்போது கவனிக்கும் மனநிலையில் இல்லை. குழந்தை பிறந்தும் இத்தனை பிடிவாதமாக இருக்கிறானே என்னும் கோபம் அவளுக்கு ஆறவில்லை. அவன் சரியானால் எல்லாம் சரியாகும் என்னும் எதிர்பார்ப்பினால் அப்படிக் கோபம். கைகளைத் தொட்டுப் பார்த்தாள். கொட்டக்கோல் போல இருந்தது. இது காளியின் கன்னங்கள்தானா? தன்னைக் கட்டுப்படுத்திக்கொள்ள இயலாமல் குனிந்து அவன் கன்னத்தில் முத்தமிட்டாள். அவனையே வெகுநேரம் பார்த்தபடி உட்கார்ந்திருந்தாள். பின் அவளை அறியாமல் அவனை நோக்கிப் பேச ஆரம்பித்தாள்.

'மாமா, இந்தக் கொழந்த உங்கொழந்ததான். ஏன் எனக்குப் பொறந்தா அது உங்கொழந்த ஆவாதா? நீ சொன்னயின்னு நெனச்சுத்தான் பெருநோம்பிக்குப் போனன். அங்க ஆருகூட இருந்தன், உனக்குத் தெரீமா? சாமி உன்னோட உருவத்துலதான் வரும்னு எனக்குத் தெரியும். நான் அன்னைக்கு உன்னோடதான் இருந்தன். எந்த மூஞ்சியா இருந்தா என்ன, நான் நெனச்சுக்கற மூஞ்சிதான் எங்கூட இருக்க முடியும். எனக்கு உன்னோட மூஞ்சியத் தவர வேற எந்த மூஞ்சியத் தெரியும்? உம்மூஞ்சிய உட்டு வேற ஒரு மூஞ்சிய என்னால நெனைக்க முடியுமா? உன்னோடதான இத்தன வருசம் இருக்கறன். என்னய உனக்கு ஏன் புரியல? நான் தப்பே செஞ்சிருந்தாலும் செரி, என்னய நீ உட்ருவியா? நீ ஒரு தப்பு செஞ்சிட்டீன்னா நான் உட்டுட்டு ஓடிப் போயிருவனா?

'ஒரு வெருசமா நான் எத்தன கஷ்டப்பட்டன். நீயும் கஷ்டப்படறதப் பாத்துக்கிட்டுத்தான் இருந்தன். ஆனா எங்கஷ்டமும் உங்கஷ்டமும் ஒன்னா? வவுத்துல பிள்ளயச் சொமந்துக்கிட்டு, நிய்யும் பேசாத பாக்காத போறதயும் சமாளிச்சிக்கிட்டு, எங்கப்பன் அம்மாள அண்ணன எல்லாரையும் தள்ளிட்டு இருந்தன். கொஞ்சக் கஷ்டமா கொறஞ்ச கஷ்டமா? நீ கள்ளக் குடிச்சிக்கிட்டு மல்லாந்து கெடந்த. பயணம் போறமின்னு ஊரு சுத்திட்டு வந்த. நான் எங்க போவட்டும்? எதுனா கொளங் குட்டையிலதான் உழுவோணும். நீ என்னய வெறுத்து ஒதுக்க ஒதுக்க நான் உம் பக்கத்துலயேதான் வந்துக்கிட்டு இருந்தன். எம்

மூஞ்சியப் பாக்க உனக்குப் புடிக்கல, என்னோட பேச உனக்குப் புடிக்கல, என்னோட இருக்க உனக்குப் புடிக்கல. உன்னய உட்டுட்டு நான் எங்க போயிப் பொழைக்க முடியும்? ஒரு பொம்பளைக்கு இவ்வளவு தூரந்தான்னு வெச்சிருக்கறீங்களே. அதத் தாண்டி நான் எங்க போயி என்ன செய்வன்?

'அதான் ஒரு முடிவு சொல்றன் கேட்டுக்க. நீ இன்னமே கஷ்டப்பட வேண்டாம். நான் இன்னமே இருக்கல. இப்பிடித் தெனமும் சாவறதுக்கு ஒரேயடியாப் போய்ச் சேந்தர்றன். நீ போட்ட கவுறு எங்கழுத்துல ஏறாதா? இன்னைக்குப் பேசுவ, நாளைக்குப் பேசுவன்னு ஒரு வெருசமா நானும் பாத்துட்டன். எம்மேல இருக்கற ஆசயிலதான் இப்பிடி உனக்குக் கோவமுன்னு நெனச்சன். கோவத்துக்கு ஒரு அளவு இருக்குதில்ல. ஒருவெருசமா ஒருகோவம் இருக்குதுன்னா இன்னமே என்னைக்குத் தீர்றது? எனக்கு ஓடாத ஓசனையில்ல. எதுனாலும் ஒரு முட்டுச் சந்துல போயி நின்னுக்குது. நான் என்ன பண்ணுவன் சொல்லு. நீ சந்தோசமா இரு. ஒரு பையனப் பெத்துக் குடுத்திருக்கறன். வெச்சுக்கறதுன்னா வெச்சுக்க. இல்லீனா அதயும் தூக்கிக் காக்கா குருவிக்குப் போட்டுரு. என்னால இதுக்கு மேல கஷ்டமும் பட முடியாது, நீ படற கஷ்டத்தயும் பாக்க முடியாது. என்னய நெனச்சு ஒடம்பக் கெடுத்துக்கிட்டு இப்பிடி அலயாத. முந்தி மாதிரி தொண்டுப்பட்டிக்குள்ள உங்கொம்மா வவுத்துக்குள்ள இருக்கறாப்பல சந்தோசமா இரு.'

எவ்வளவு நேரம் பேசினாள் என்று அவளுக்குத் தெரியவில்லை. பின் அமைதியாகத் தன் புடவை ஒன்றை எடுத்தாள். பெருநோம்பிக்குக் கட்டிப்போன சந்தனப்புடவை. அவன் படுத்திருந்த கட்டில் மேலேறிக் கொட்டாயின் நடுச்சட்டத்தில் போட்டு இழுத்துக் கட்டினாள். பின் இறங்கி உறங்கும் குழந்தையின் முகத்தில் முத்தம் கொடுத்தாள். கன்னத்தில் முகத்தை வைத்து அழுத்தி 'எங்கண்ணே மாச்சாமி, நீ நல்லா இரு' என்று மனமாரச் சொன்னாள். குழந்தை சிணுங்கி உடலை நெளித்தது. பஞ்செனெ விரிந்திருந்த நெஞ்சில் மெல்லத் தட்டினாள். குழந்தை திரும்பவும் ஆழ்ந்து தூங்கியது.

பெருமூச்சுடன் குழந்தையைப் பார்த்தபடியே தொங்கும் புடவையை நோக்கிப் போனாள். அப்போது அவள் கையைத் தொட்டுப் பற்றி இழுத்த கையை உணர்ந்தாள். காளி.